குழந்தைப் பேறு...

பிரச்னைகள் - தீர்வுகள்

குழந்தைப் பேறு...

பிரச்னைகள் – தீர்வுகள்

டாக்டர். டி. காமராஜ்
டாக்டர். கே.எஸ். ஜெயராணி காமராஜ்

நலம்

குழந்தைப் பேறு...
Kuzhandai Peru...

Dr. T. Kamaraj / Dr. K.S. Jayarani Kamaraj ©

First Edition: June 2010
304 Pages
Printed in India.

ISBN: 978-81-8493-472-4
Title No. Nalam 079

Nalam
177/103, First Floor,
Ambal's Building, Lloyds Road,
Royapettah, Chennai 600 014.
Ph: +91-44-4200-9601

Email : support@nhm.in
Website : www.nhm.in

Cover Image : © Shutterstock

Nalam is an imprint of New Horizon Media Private Limited

‘கருவாக்கம் செய்துகொள்ள வரும்போது, கணவன் - மனைவி இரண்டு பேருக்கும் நல்ல மன நிலை இருக்க வேண்டும். இரண்டு மனமும் ஒன்றை யொன்று நம்புவதாக, ஒன்றுக்கொன்று ஆறுதலாக இருக்க வேண்டும். மன நலம் நன்றாக இருந்தால் தான் உடல் நலம் நன்றாக இருக்கும். உடல் நலன் இடம் கொடுத்தால்தான், குழந்தைப் பேறுக்கான வாய்ப்பு அதிகருக்கும். மன இறுக்கம் தொடர்ந்து அதிகமாக இருந்தால், என்ன சிகிச்சை செய்தாலும் குழந்தைப் பேறு வாய்ப்பது அரிது...’

உள்ளே

பெண்கள் - கருவாக்கப் பிரச்னைகள், தீர்வுகள்

குழந்தைப் பேறு - சிகிச்சை முறைகள்

முன்னுரை

ஒரு தம்பதியர் கருவுறாமல் இருக்கும்போது, எங்களுக்கு என்ன பிரச்னை, எவ்வளவு நாளில் சரியாகும், எவ்வளவு செலவாகும் என்று மூன்று கேள்விகளைத்தான் அவர்கள் கேட்க விரும்பு வார்கள்.

ஒவ்வொரு சிகிச்சைக்கும் ஒரு தீர்வுதான் என்று இல்லை. பல தீர்வுகள் உள்ளன. சில, குறைந்த நாள் களில் சரியாகும், சில நீண்ட நாள்கள் ஆகும். சில வற்றுக்குக் குறைந்த செலவாகும், சிலவற்றுக்கு அதிகச் செலவாகும்.

இந்தப் பிரச்னையால் என்ன பாதிப்பு எனக் கேட்கும் அனைவருக்கும், அவர்கள் கேட்கும் எல்லாவற் றுக்குமே சரியான தகவல்களைச் சொல்ல விரும்பு கிறோம், சொல்லி வருகிறோம். என்ன நடக்கிறது என்பதே தெரியாமல், அவர்கள் சிகிச்சைக்கு வரும் போதும், செலவு செய்யும்போதும் ஒரு தடுமாற்றம் இருக்கும்.

அவர்களுக்குத் தகவல்கள் தெரிந்தால்/தெரிந்திருந் தால், முடிவெடுப்பது எளிதாகும். அதனால், எல்லாத் தகவல்களையும் சொல்ல விரும்பினாலும், இவ்வளவு நேரம் செலவு செய்வது என்பது

சாத்தியம் இல்லாதது. காரணம், ஒவ்வொன்றையும் விளக்கிச் சொல்லிக்கொண்டிருந்தால், வெளியே காத்திருக்கும் நபர் மிக அவதிக்குள்ளாகிவிடுவார். அவரும், உள்ளேவந்தால், இதைத்தான் கேட்பார். மீண்டும் மீண்டும் சொல்லிக் கொண்டிருக்க வேண்டும்.

ஒவ்வொருவருக்கும், அவர்களுக்குப் புரியும்வகையில் சொன்னால்தான் விளங்கிக்கொள்ள வசதியாக இருக்கும். இவற்றையெல்லாம் யோசித்ததன் முடிவுதான் இந்தப் புத்தகம். நோயாளிகள் கேட்க மறந்த, கேட்கவே தோன்றாத, என்னவென்றே தெரிந்திராத பல நுணுக்கமான விஷயங் களைக்கூட இந்தப் புத்தகத்தில் மிகத் தெளிவாகவும், விரிவாகவும் கொடுத்திருக்கிறோம்.

நல்ல மருத்துவரைத் தேர்வு செய்வது எப்படி? செலவு களைக் குறைத்துக் கொள்வது எப்படி? என்னென்ன பிரச்னை கள் உங்களைப் பாதிக்கும். அந்தப் பிரச்னைகளில் இருந்து உங்களைக் காப்பாற்றிக்கொள்வது எப்படி? பிரச்னை வந்த பிறகு அதை எவ்வாறு எதிர்கொள்வது? எப்படி, நவீன சிகிச்சைகள் உங்களுக்கு உதவுகின்றன என்பதைப் பற்றி எல்லாம் உங்களுக்குத் தேவையான அனைத்துத் தகவல்களை யும் ஒன்றடக்கி, குழந்தையின்மைப் பிரச்னையை அலசி ஆராய்ந்து அவற்றுக்கான தீர்வுகளும், நவீனச் சிகிச்சை முறைகளும் கொண்டதாக ஒரு முழுமையான கையேடாக இந்தப் புத்தகம் உருவாக்கப்பட்டுள்ளது.

நிச்சயம் இந்தப் புத்தகம், உங்களுக்கு அதிகமானத் தகவல் களைக் கொடுக்கும் என்ற நம்பிக்கையில்...

வாழ்த்துகளுடன்,

டாக்டர். டி. காமராஜ்,
டாக்டர். கே.எஸ். ஜெயராணி காமராஜ்,
ஆகாஷ் குழந்தையின்மைக்கான நவீன சிகிச்சை மையம்,
எண்.10, ஜவஹர்லால் நேரு சாலை,
வடபழனி, சென்னை - 600 026.
போன்: 044-24726666, 24733999, 24816667, 24720202

1

குழந்தைக்காக ஒரு தீர்மானம்

கருவாக்க மருத்துவர் ஒருவர் எனக்கு போன் செய்து, அன்றைக்கு தனது மருத்துவமனையில் நடந்த ஒரு பிரச்னை பற்றி குறைபட்டுக்கொண்டார்.

'நீங்கள் எப்படி இப்படிப்பட்டவர்களைச் சமாளிக் கிறீர்கள். சிகிச்சைக்கு வந்ததுமே குழந்தை பெற்றுக் கொள்ள வேண்டும் எனத் துடிக்கிறார்கள்' என்று புலம்பினார்.

'இவர்கள் மீது ஒரே வெறுப்பாக வருகிறது. அவர் களுக்குத் தொடர்ந்து சிகிச்சை கொடுக்கலாமா? வேண்டாமா என்றுகூட நினைக்கும் அளவுக்கு எனக்கு எரிச்சல் வந்துவிடுகிறது.

ஒரு பெண், 'உங்களுக்கு மனிதத்தன்மையே இல்லாததுபோல் நடந்துகொள்கிறீர்கள். இன்னும் எத்தனை மாதங்கள் நாங்கள் காத்திருக்க வேண்டும்' என்று கொதித்துப் போனார்.

அவரது கணவரும், 'என்னங்க இது, இத்தனை மாசமாச்சு இன்னும் என் மனைவி கன்சீவ் ஆகலியே' என்று என் மீது வருத்தப்பட்டுக் கொண் டார். இவையெல்லாம் எனக்கு திகைப்பாக இருக் கிறது.

சிகிச்சைக்கு வரும் பலர் நான் சொல்கிற அறிவுரைகளைக் காது கொடுத்து கேட்பதே இல்லை என்று பல சமயம் நினைக்கத் தோன்றுகிறது. பலருக்கு நான் சொல்லும் நிபந்தனைகள் எதுவும் புரியவில்லையா அல்லது காதில் விழவில்லையா என்ற குழப்பம் எனக்கே பல வேளைகளில் எழுந்ததுண்டு.

உதாரணத்துக்கு, 'அல்ட்ரா-சவுண்ட் பரிசோதனை நாளைக்கு இருக்கிறது, வந்துவிடுங்கள்' என்று சொல்லி அனுப்பினேன். கடைசிவரை அவர் வரவில்லை. வராததற்கான காரணத்தை யும் சொல்லவில்லை. ஒரு பெண்ணிடம், மாதவிலக்கு வெப்ப அளவு பரிசோதனை செய்து அந்த அட்டவணையை அடுத்த முறை எடுத்துவரச் சொன்னேன். வந்தபோது கேட்டால் கொண்டுவர மறந்துவிட்டதாகச் சொன்னார்.

இவர்களெல்லாம் படிக்காதவர்களோ பாமரர்களோ அல்ல, மெத்தப் படித்த அறிவாளிகள். இவர்களே இப்படி என்றால் மற்றவர்கள் எப்படி இருப்பார்கள் என்று அச்சமாகவே இருக்கிறது?' என்று அலுத்துக் கொண்டவர், 'நீங்க எப்படி இப்படிப்பட்டவர்களைச் சமாளிக்கிறீங்க?' எனவும் கேட்டார்.

அவர் சொன்ன இத்தகைய பிரச்னைகள் அரசு சுகாதார மையத்தில் துவக்கக் காலத்தில் நான் பணியாற்றியபோது ஏற்பட்டது உண்டு. பலதரப்பட்டவர்கள் வருவார்கள். அவர்களின் அணுகுமுறையும் வெவ்வேறாக இருக்கும். அங்கு கிடைத்த மாறுபட்ட அனுபவங்கள் என்னை பக்குவப் படுத்தி இருக்கின்றன.

'டாக்டர், இது என்ன பிரச்னை? இது எப்போது சரியாகும்? ஏன் இத்தனை நாள்கள் ஆகின்றன? என்னவோ மருந்து மாத்திரை கொடுத்தீங்க, இத்தனை நாள்களாகச் சாப்பிட் டேன், எந்த பலனும் கிடைக்கலையே! இனிமேல் மருந்து மாத்திரை வேண்டாம், ஊசி போடுங்கள்' என்பார்கள்.

அவர்களைப் பக்குவமாகக் கையாள்வேன். மருத்துவரை எவ்வாறு அணுக வேண்டும், எதற்காக மருத்துவர் இந்த முறையில் சிகிச்சை அளிக்கிறார், தனது உடல் நிலை எப்படி இருக்கிறது என்பது தனக்குத் தெரியுமா? என்பது போன்ற

கேள்விகளையெல்லாம் அவர்களே கேட்டுக்கொள்ளும் அளவுக்கு விஷயங்களைப் பொறுமையாக எடுத்துச் சொல்வேன்.

ஒருவர் கருவாக்கத்துக்கு வரும்போது பல பிரச்னைகளுடன் தான் வருகிறார். அவருக்கு என்ன பிரச்னை இருக்கிறது என்பது தெரியாமல் போகும்போது, தனக்கு அளிக்கப்படும் சிகிச்சை பற்றிய விஷய ஞானமும் இருக்காது. என்னவோ நடக்கிறது என குழம்பிப்போவதால் அவர்கள் மருத்துவர் மீது கோபப்படுவார்கள்.

இதைத் தவிர்க்க, அவர்களுக்கு விஷயத்தை முதலிலேயே விளக்கிவிட்டால், தனக்கு எத்தகைய சிகிச்சை வேண்டும் என்பதைப் பற்றி ஒவ்வொரு நிமிடமும் அவர்கள் எதிர் பார்த்துக் காத்திருப்பார்கள்.

ஒரு கருவாக்க நிபுணர், கருத்தரிப்பை நிகழ்த்தி அழகான ஒரு குழந்தையை உருவாக்கிவிட்டாலும், அத்துடன் அவர் திருப்தி அடைந்துவிடுவதில்லை. மீண்டும் மீண்டும் ஒவ்வொரு நோயாளிக்கும் ஓர் அழகான குழந்தையை உருவாக்கிவிட வேண்டும் என்ற துடிப்பில் முனைப்புடன் இரவும் பகலும் ஈடுபடுவார். ஒவ்வொரு குழந்தையும் அவருடைய சாதனை.

கருவாக்கம் செய்யும் நமக்கே இத்தகைய முனைப்பும், துடிப்பும் இருக்கும்போது, குழந்தைக்காகப் பல ஆண்டுகளை ஏக்கத்தில் கழித்தவர்களுக்கு அந்தத் துடிப்பு இருக்காதா என்ன?

இதை உணர்ந்துகொள்ளாமல், சிகிச்சை பெறுவோரின் கவலைகளை பல கருவாக்க நிபுணர்கள் குறைத்து மதிப்பிடு கிறார்கள். அவர்களுடைய எரிச்சலுக்குத் தானும் ஒரு காரணம் என்பதை மருத்துவர்கள் ஏற்றுக்கொள்ளாமலும் புரிந்துகொள்ளாமலும் போகும்போது, சிகிச்சை பெறுபவர் - மருத்துவர் இருவரிடையே ஆழ்ந்த புரிந்துணர்வு ஏற்படுவது குறைந்துபோகிறது.

தவிர, சிகிச்சை பெறுபவரைவிட சிகிச்சை அளிப்பவருக்குப் பிரச்னை, மன உளைச்சல், தொழில் ரீதியான ஈடுபாடு குறைதல் போன்றவை ஏற்படும். அதனால், சிகிச்சை பெறுவோருக்கும் சலிப்பு ஏற்பட்டுவிடும்.

இத்தகைய சூழல்கள் எனக்கு நேரிடும்போதெல்லாம் மிகச் சாதுரியமாகவும், நகைச்சுவையாகவும் எடுத்துக்கொள்வேன்.

குழந்தையில்லாத தம்பதியர் எவ்வளவு சீக்கிரம் முடியுமோ அவ்வளவு சீக்கிரம் விரைந்து குழந்தை பெற்றுக்கொள்ள ஆசைப்படுவது இயற்கை. இதனால் அவர்கள் தினமும் நேரிலோ போனிலோ தொல்லை கொடுத்துக்கொண்டிருப் பார்கள்.

தேவையில்லாமல் இப்படி தொல்லை கொடுக்கிறார்களே என்று முகம் சுளித்தாலோ, அவர்களுக்குத் திருப்தி தரும் விதத்தில் பேசாவிட்டாலோ மிகவும் வருத்தப்பட்டு விடுவார்கள்.

அந்தச் சமயத்தில், 'உங்களுக்கென சொந்தமாக ஒரு குழந்தை வேண்டும் என்றால், தயவு செய்து ஒரு வருடம் காத்திருங்கள். என்னிடம் ஏதாவது அபூர்வ சக்தி இருந்து, ஒரே நாளில் குழந்தை வரம் கொடுக்க முடியும் என்றால், நீங்கள் வந்த அன்றைக்கே அதைக் கொடுத்திருக்க மாட் டேனா? அப்படி ஒரு சக்தி இருந்தால், இரவு பகல் கண் விழித்து ஒவ்வொன்றாகப் பார்த்துப் பார்த்து செய்யும் சிரமமான வேலைகளும் இருக்காது. கையை நீட்டி வரம் கொடுத்துவிட்டு, சுபலமாக காசு வாங்கிப் போட்டுக்கொள்ள லாமே' என்று நகைச்சுவையாகச் சொல்வேன்.

போனாக இருந்தால், மறுமுனையில் சிரிப்பொலி கேட்கும். நேரில் வந்திருந்தால், 'சரிங்க டாக்டர். கொஞ்சம் பார்த்து செய்யுங்க' என்பார்கள்.

இப்படி அவர்கள் மனம் ஆறுதல் அடைவதுபோல் பேசுவதைத் தவிர எதைச் சொல்லி தேற்றினாலும் அவர்கள் சீக்கிரத்தில் ஆறுதல் அடைய மாட்டார்கள்.

இத்தனை ஆண்டு காலமாக காத்திருந்தவர்களுக்குக் கண்டிப் பாக குழந்தை பிறக்கும் என்ற நம்பிக்கை வந்த பிறகும் கூட, ஓராண்டு காத்திருப்பது என்பது ஒரு யுகம்போல் தெரியும்.

சிகிச்சையைப் பற்றியும், தங்களுடைய பிரச்னையைப் பற்றியும் பல்வேறு கேள்விகளைக் கேட்டு நம்மை கோபப் படுத்துவார்கள். இயலாமை ஏற்படுத்தும் எரிச்சலில் அவர் களும் கோபப்பட்டு சங்கடப்படுவர்.

சில வேளைகளில், கருவாக்கம் நாள் கணக்கிலோ மாதக் கணக்கிலோ நீளும்போது அவர்கள் முகம் கொடுத்துப் பேசாத சூழ்நிலைகளும் இருக்கத்தான் செய்யும். இது ஏன் என்பது அவர்களுக்குத் தெரியாது. 'டாக்டர் பணம் வாங்கறாங்க. ஆனால் பலன் வந்தபாடில்லையே' என காதுபட புலம்புபவர்களும் உண்டு.

பல இடங்களுக்குச் சென்று காலத்தைக் கடத்தியவர்கள், வாய்ப்பு இருக்கும் இன்னும் சிறிது காலத்துக்குள்ளாகவே குழந்தை பெற்றால் ஆயிற்று, இல்லாவிட்டால் இத்தனை காலம் பட்ட கஷ்டங்கள் அத்தனையும் வீணாகிப் போய் விடும் என்ற ஆதங்கத்தால் புலம்புவது வாடிக்கை.

இவர்கள், சிகிச்சைக்கு வரும் பிற நோயாளிகளிடம்கூட சேராமல் தனித்திருப்பார்கள். எதையோ பறிகொடுத்துவிட்டு வந்ததைப்போன்ற சோகம் அவர்கள் முகத்தில் இழை யோடும்.

இதையெல்லாம் கவனிக்கும்போது, அவர்களுக்காக நாம் மனத்தளவில் துன்பப்படவேண்டி இருக்கும். நமது ஆதங்கத்தை அவர்களுக்குப் புரிய வைக்கவும் முடியாது. புரிய வைப்பதற்கான புத்தகங்களும், வழிகாட்டி நூல்களும் கிடையாது. அப்படியே ஒன்றிரண்டு இருந்தாலும் அவற்றை வாங்கிப் படிப்பவர்களும் குறைவு.

குழந்தை இல்லாத பிரச்னையை விபத்துபோல் தீவிரமாகக் கவனித்து சிகிச்சை அளிக்க வேண்டும் என எதிர்பார்ப்பவர் களும், தீர்க்க முடியாத நாள்பட்ட நோய்களால் அவதிப் படுபவர்கள் தங்களுக்கு ஒரு நிரந்தரமான தீர்வு கிடைத்து அதன் மூலம் நிவாரணம் வேண்டும் என எதிர்பார்ப்பவர் களைப் போலவும் இரண்டுவிதமாக நடந்துகொள்கிறார்கள்.

முப்பது வயதில் இருக்கும் ஒரு தம்பதியினர், குழந்தைப் பேற்றைத் தள்ளிப்போடுவதற்காக பத்தாண்டுகளாகக் கருத் தடைச் சாதனங்கள் மற்றும் மாத்திரைகளைப் பயன்படுத்தி வந்ததாகவும், இப்போது குழந்தை பெற்றுக்கொள்ள விரும்புகிற நேரத்தில் அதற்கான வாய்ப்பு குறைந்திருப் பதைப் பார்த்து தங்கள் மீதே ஆத்திரப்பட்டுக்கொள்வதாவும் சொன்னார்கள்.

பத்தாண்டு காலத்தை வீணாக்கிவிட்டோமே, கருவாக்க சிகிச்சை மேற்கொள்வதற்கான ஆண்டுகளின் எண்ணிக்கையும் மிகவும் குறைந்துவிட்டதே என்ற புலம்பலில், எப்படியாவது சீக்கிரம் ஒரு குழந்தை பெற்றுக்கொள்ள உதவ வேண்டும் என்று என்னை அவசரப்படுத்திக்கொண்டிருந்தார்கள்.

ஏதோ ஒரு கொடிய சோகம் அவர்கள் முகங்களில் எப்போதும் நிழலாடுவதைப் பார்க்க முடிந்தது. அவர்களிடம் டெம்ப்ரேச்சர் சார்ட், விந்து பரிசோதனை விவரம், சராசரியாக எத்தனை முறை உடலுறவு கொண்டார்கள் என்ற விவரம் ஆகியவற்றைக் கேட்டபோது அவர்கள் ஒருவர் முகத்தை ஒருவர் பார்த்துக்கொண்டார்கள்.

இருவரும் சிகிச்சைக்கு வந்த காலத்தில் இருந்தே ஒருவரோடு ஒருவர் பேசிக்கொள்வதில்லையாம். ஒருவர் மீது ஒருவர் குற்றம் சாட்டிக்கொள்வதே இதற்குக் காரணம்.

இப்படி இருந்தால் எப்படி கருவாக்கம் சாத்தியமாகும்?

முதலில் அவர்களுக்கு கவுன்சலிங் கொடுத்து இரண்டு பேரும் சேர்ந்து தாம்பத்தியத்தில் ஈடுபட வேண்டும் என்று வற்புறுத்தினேன்.

‘கருவாக்கம் செய்துகொள்ள வரும்போது இரண்டு பேருக்கும் நல்ல மனநிலை இருக்க வேண்டும். இரண்டு மனமும் ஒன்றையொன்று நம்புவதாக - ஒன்றுக்கொன்று ஆறுதலாக இருக்க வேண்டும். மனநலம் நன்றாக இருந்தால்தான் உடல் நலம் நன்றாக இருக்கும். உடல் நலன் இடம் கொடுத்தால்தான் குழந்தைப் பேறுக்கான வாய்ப்பு அதிகரிக்கும். மன இறுக்கம் தொடர்ந்து அதிகமாக இருந்தால் என்ன சிகிச்சை செய்தாலும் குழந்தைப் பேறு வாய்ப்பு அரிதான ஒன்று என்பதைக் கவனத்தில் வைத்துக்கொள்ளுங்கள்’ என்ற கவுன்சலிங்கை அன்பான ஆலோசனையாகச் சொன்னேன். அதற்குப் பிறகு சிகிச்சையில் நல்ல முன்னேற்றமும், அதற்கான சிறந்த பலனும் விரைந்தே கிடைத்தன.

இந்த அணுகுமுறை, மருத்துவருக்காக மட்டும் என நினைத்துவிடாதீர்கள். கருவாக்கம் செய்துகொள்ள விரும்பும் கணவன் - மனைவி இருவருக்கும்கூடத்தான்.

ஒரு கருவாக்கம் வெற்றிகரமாக நடைபெற வேண்டுமானால் அதற்கான ஒரு திட்டம் இருக்க வேண்டும். அதை நான் வகுத்துள்ளேன். அந்தத் திட்டப்படி நடந்துகொண்டால் குழந்தைப் பேறு எளிது மட்டுமல்ல, நிச்சயமானதும்கூட.

அந்த சிகிச்சைத் திட்டம் என்பது, ஒரு ஐந்து அம்சத் திட்ட மாகும்.

ஐந்து அம்சத் திட்டம்

நாட்டுக்குத்தானே ஐந்து அம்சத் திட்டம், நமக்குக்கூடவா? என நினைத்துவிடாதீர்கள். இது கருவாக்கம் செய்துகொள்ள வருபவர்களுக்கான வெற்றி பார்முலா.

கருவாக்க சிகிச்சை மூலம் குழந்தைப் பேறு உண்டாக்கப் போவது நானாக இருந்தாலும், அதற்கான பொறுப்பாளி யாக, பயனாளிகளை மாற்றுவதற்காகத்தான் ஐந்து அம்சத் திட்டம் ஒன்றை உருவாக்கி நடைமுறைப்படுத்தி வரு கிறேன். என்னுடைய வெற்றிக்கு முக்கியக் காரணமும் இதுதான். இந்தத் திட்டத்தைப் பற்றி விரிவாகப் பார்ப்போம்.

1. தம்பதியருடன் கலந்துரையாடுதல்

கருவாக்கச் சிகிச்சைக்கு முன் அனுமதி கோரி அணுகும் போதே, ‘வரும்போது தேவையான டாக்குமெண்டுகளை எடுத்துக்கொண்டு தம்பதியர் இருவரும் வாருங்கள். முதலில் உங்கள் பிரச்னைகளைப் பற்றி பேச வேண்டும்’ எனக் கூறிவிடுவேன்.

இந்த முதல் சந்திப்பில் அவர்களுடைய கடந்த கால மற்றும் தற்போதைய உடல் நலம் சார்ந்த விஷயங்கள் அதாவது மருத்துவ வரலாறுகள், இருக்கிற - இருந்த நோய்கள் பற்றிய தகவல்கள், குடும்பச் சூழல், எதிர்காலத் திட்டம் ஆகிய வற்றைப் பற்றி விரிவான ஆலோசனை இருக்கும்.

நான் மட்டுமே பேசமாட்டேன். அவர்களையும் முழுமை யாகவும், சுதந்தரமாகவும் பேசவைத்து, கருத்துகளைத் தைரியமாக எடுத்துக் கூற வைப்பேன். இதிலேயே அவர்கள் என்னோடு நெருங்கிப் பழக ஆரம்பித்துவிடுவதோடு, கருவாக்கம் தொடர்பான சந்தேகங்கள், சிகிச்சைக்கு ஆகும் காலம், செலவு விவரங்கள், சாத்தியக்கூறுகள், சாத்தியம்

இல்லாவிட்டால் என்ன செய்யலாம் போன்ற விவரங்களை விவாதித்து தெரிந்துகொள்வார்கள்.

சிகிச்சைக்கு வரும் பலர், மாற்று மருத்துவர்களிடமோ அல்லது மற்ற மருத்துவர்களிடமோ சிகிச்சை பெற்று இரண்டாண்டு, மூன்றாண்டுகளை வீணாக்கியிருப்பார்கள். இங்கு சிகிச்சைக்கு வந்த பிறகும் இத்தகைய நிலை நீடிக்கலாம் என்ற நினைப்பு அவர்களுக்கு ஏற்படலாம்.

தம்பதியருள் ஒருவர் சிகிச்சையை விரும்பி, இன்னொருவர் விரும்பாத சூழலில், ஒத்துழையாமைப் பிரச்னை வரலாம். சிகிச்சை காலத்தில் வேறு திட்டங்களை அவர்கள் வைத்திருக் கலாம். பொருளாதாரத் தேவைகளைச் சரி செய்ய வேண்டி யது இருக்கலாம். இந்த விஷயங்களில் இணக்கமான தம்பதியர்கூட முரண்பட நேரிடும். இப்படி, எதிர்வரும் பிரச்னைகளைக் களைந்து இருவருமே ஒருமனப்பட்டு சிகிச்சை பெறுவதற்கான வசதியை ஏற்படுத்துவதுதான் இந்த சிகிச்சைத் திட்டத்தின் நோக்கம்.

முதல் அணுகுமுறையிலேயே தம்பதியர் நம்மைப் புரிந்து கொள்வதால், சிகிச்சை அளிப்பதில் சிரமமோ, என்னிடம் கேள்விகள் கேட்க அவர்களுக்குத் தயக்கமோ இருக்காது. சிகிச்சையை வெற்றிகரமாகச் செய்வதற்கு ஒரு கூட்டு வாய்ப் பாக இந்த முதல் சந்திப்பு அமையும். அவர்கள் விரும்பாத பட்சத்தில் சிகிச்சை கைவிடப்படுவதற்கு இது நல்ல சந்தர்ப்பம்.

முதலிலேயே சிகிச்சைத் திட்டம் தெரிந்துகொண்டவர்கள், நான் என்ன சொன்னாலும், அதைத் தவறாமல் மேற்கொள் வார்கள்.

இன்றைக்கு பரிசோதனை என்றால், வந்துவிடுவார்கள்.

'மாதவிலக்கு அட்டவணையைப் பார்க்க வேண்டுமே' என்றால், நான் கேட்க மறந்தாலும் கொண்டுவந்து காட்டி விடுவார்கள்.

கணவரை மட்டும் பரிசோதிக்கவேண்டி இருக்கிறது என்றால், குறிப்பிட்ட நேரத்துக்கு முன்னதாகவே மனைவி யுடன் ஆஜராகிவிடுவார்.

அதுமட்டுமல்ல, நான் ஒரு சிறந்த கருவாக்க நிபுணர் என்ற எண்ணம் அவர்கள் மனத்துக்குள் வேரூன்ற ஆரம்பித்து விடும். உண்மை என்னவென்றால், அவர்கள் தவறாமல் வந்து பரிசோதனை மற்றும் சிகிச்சை பெற்றுக்கொள்வதன் மூலம் அவர்கள்தான் என்னை சிறந்த கருவாக்க நிபுணராக உருவாக்குகிறார்கள். அவர்கள் ஒத்துழைக்காவிட்டால் என்னால் கருவாக்கம் செய்யமுடியுமா?

2. சிபாரிசு செய்தல்

சிகிச்சைத் திட்டத்தில் அவர்களுடைய கூட்டு பங்குதாரராகிய நான், அவர்கள் மேற்கொள்ள வேண்டிய பரிசோதனை முறை களைப் பற்றி எடுத்துச் சொல்வேன். மருந்து எடுக்கும்போது ஏற்படும் பக்கவிளைவுகள், மாற்று வழிகள், வெற்றிகரமான குழந்தைப் பேற்றை உருவாக்குவதற்கான வழிமுறைகள், அவர்கள் விரும்பி மேற்கொள்ள வேண்டிய விருப்பப் பரிசோதனை, தேவையான பரிசோதனை, அத்தியாவசிய மான பரிசோதனை என பிரித்துக் கூறுவதால் அவர்கள் தங்களது விருப்பத்துக்கேற்ற தேவையான பரிசோதனை களை மேற்கொள்வார்கள்.

3. மனநிலை மற்றும் பொருளாதாரத்துக்கு ஏற்றவாறு சிகிச்சை

சிலர் மிகத் துரிதமாக சிகிச்சை நடைபெற வேண்டும் என அவசரப்படுத்துவார்கள். சிலருக்கு மெதுவாக சிகிச்சை நடந்தால் போதும் என்ற எண்ணம் இருக்கும். இவர்கள் இருவருக்கும் ஏற்றார்போல் சிகிச்சையை பேலன்ஸ் செய்து எடுத்துச் செல்ல வேண்டும்.

அவ்வப்போது சிகிச்சைத் திட்டத்தில் ஏதேனும் மாற்றம் உள்ளதா என்பதைப் பற்றிய விவரங்களைக் கேட்டுத் தெரிந்து கொள்வேன்.

பலர் தங்களது பொருளாதாரம், தாங்கள் வந்து செல்லக் கூடிய நாள்களின் எண்ணிக்கை, பிற வசதிகள் ஆகியவற்றைக் கருத்தில் கொண்டு நடந்துகொள்வார்கள். அதைவிட கூடுதல் செலவோ, நாள்களோ ஆனால் அவர்களுக்கு மனக் கஷ்டம், பணக் கஷ்டம் ஏற்படும்.

இவற்றையெல்லாம் சரி செய்ய இத்தகைய அணுகுமுறை அவசியமாகிறது. அதிகமாகும் செலவுகள் அவர்களுக்கு மன இறுக்கத்தை உண்டாக்குமல்லவா?

இரண்டு பேருக்கும் தீவிரமான பாதிப்பு இருக்கிறது என்றால், 'எனக்கு வேண்டாம், என் மனைவி கருத்தரிக்க வேண்டும், அதற்காக என்னிடம் இருந்து அணுக்களை எடுத்து சிகிச்சை செய்யுங்கள். இந்தப் பிரச்னை எனக்கு இருந்துவிட்டுப் போகிறது' என்று சொல்பவர்களும் இருக்கிறார்கள்.

வாடகைத் தாய், செயற்கை முறை விந்தேற்றம் போன்ற பல வழிகளை நாடுவோரும் உண்டு. அதாவது செலவைக் குறைக்க விரும்பி இந்த வழிகளை மேற்கொள்பவர்களும் இருக்கிறார்கள்.

அவர்கள் மனநிலைக்கு ஏற்ப நடந்துகொள்ள வேண்டும். அப்போது சிகிச்சை சுலபமாகவும், வெற்றிகரமாகவும் இருக்கும்.

4. கேள்விகளுக்குப் பதில் அளிக்கத் தயாராகவும், கேள்வி கேட்க ஆதரவாகவும் இருத்தல்

சிகிச்சை பெறுவோருக்கு தேவைப்படும் நேரம், தகவல், மற்றும் ஆலோசனை என அனைத்தையும் வழங்குவதற்கு தயார் நிலையில் எனது மருத்துவ சகாக்களையும், என்னையும் தயாராக வைத்துக் கொள்வேன். எந்த நேரத்தில் அவர்கள் சிகிச்சை தொடர்பான விஷயங்களைக் கேட்டாலும் அவர் களுக்கு சரியான தகவல்கள் கிடைக்கும்.

5. சிகிச்சையில் பயன் அடைந்தவர்களுடன் கலந்துரையாட வைத்தல்

இந்த முறையில், சிகிச்சை பெறுவோருக்குத் தேவையான தகவல்களை அச்சிட்ட புத்தகங்களாகக் கொடுத்து படிக்க வைப்போம். படிக்க அவகாசம் இல்லாதவர்கள் ஏற்கெனவே சிகிச்சை பெற்றுப் பயன் அடைந்தவர்களோடு கலந்துரை யாட வைத்து, சிகிச்சை பற்றிய விஷயங்களைத் தெரிந்து கொள்ள வைப்போம்.

இது தவிர, சிகிச்சைக்கு மறைமுகக் கட்டணம் வசூலிக்கப் படலாம் அல்லது வேறுவித சிக்கல்கள் இருக்கலாம் என

சந்தேகப்படுபவர்களுக்கும், எந்தெந்த பரிசோதனைகளை எங்கு மேற்கொள்ளலாம், எந்த வழிகளில் பணத்தை மிச்சப் படுத்தலாம், சிகிச்சை காலத்தில் உடல் நிலையை எப்படிக் கவனித்துக்கொள்ளலாம் என்பது போன்ற விஷயங்களை கலந்துரையாடல் மூலம் புதிதாகச் சிகிச்சை பெற வருபவர் கள் தெரிந்துகொள்ள வாய்ப்பு ஏற்படும்.

பல தம்பதியினர் தனித்துவிடப்பட்டதைப் போன்ற உணர்வில் வருவார்கள். தாங்கள் ஒரு துர்ப்பாக்கியசாலிகள் என்ற எண்ணத்தில்கூட அவர்கள் இருக்கலாம். ஏற்கெனவே சிகிச்சை பெற்றவர்களோடு கலந்துரையாடியதன் மூலம், அந்த எண்ணங்கள் அவர்களை விட்டு நீங்கும்.

மேற்கண்ட ஐந்து அம்சத் திட்டங்களை நல்ல முறையில் நடைமுறைப்படுத்திய பிறகு சிகிச்சை பெறுவோருக்கு எந்தவிதமானப் பிரச்னைகளும் ஏற்படுவதில்லை. அவர்கள் தங்கள் வீட்டில் குழந்தைகள் பிறக்க வேண்டும் என்ற ஆவலில் சிகிச்சைக்கு ஆயத்தமாகிவிடுவார்கள்.

2

குழந்தை பெற்றுக்கொள்ள விருப்பமா?

குழந்தை பெற்றுக்கொள்ள விருப்பமா? என்று உங்களைக் கேட்டால், ‘என்ன கேள்வி இது, அதற்காகத்தானே வந்திருக்கிறோம்’ என்று பதில் கேள்வி கேட்பீர்கள்.

இயல்பாகக் குழந்தை பெற்றுக்கொள்வது என்பது வேறு, நவீன சிகிச்சை முறைகள் மூலம் குழந்தை பெற்றுக்கொள்வது என்பது வேறு. நவீன சிகிச்சைக்கு வருகிறீர்கள் என்றால், உங்கள் இருவருக்குமோ, உங்களில் யாரேனும் ஒருவருக்கு மட்டுமோ பிரச்னை ஏதேனும் இருக்கலாம்.

இந்தப் பிரச்னையின் தன்மைகள் எப்படி வேண்டுமானாலும் இருக்கலாம் அல்லது இதுவரை நீங்கள் மேற்கொண்ட சிகிச்சையால் மனம் நொந்துபோய் கடைசியாக இந்த சிகிச்சையை நாடலாம் என வந்திருக்கலாம். எப்படியிருந்தாலும் குழந்தைப்பேற்றை நாடியிருக்கும் நீங்கள் சில விஷயங்களைத் தெரிந்துகொள்ள வேண்டும். அந்த விஷயங்கள் என்னென்ன என்பதைப் பார்க்கலாம்.

இல்வாழ்க்கை என்பது அர்த்தம் உள்ளாதாக இருக்க வேண்டும் என்றால் ஒரு குழந்தை வேண்டும் என்பவர்கள், சொத்துக்கு அடுத்த வாரிசு வேண்டும்

என நினைப்பவர்கள், பேர் சொல்ல பிள்ளை வேண்டும் என நினைப்பவர்கள் என்று பலர் இருக்கிறார்கள்.

'இவை எதற்குமே இல்லை, நன் ஆண் மகன் என்பதை நிரூபிப்பதற்கு, நான் மலடி என தூற்றப்பட்ட அவச்சொல் நீங்குவதற்காக மட்டுமே குழந்தை வேண்டி வந்திருக்கிறேன்...' என யாரும் வருவதில்லை. அப்படியே இருந்தாலும், அப்படிப்பட்டவர்களின் எண்ணிக்கை மிகமிகக் குறைவுதான். எப்படி இருந்தாலும், தங்களுக்கு ஒரு குழந்தை வேண்டும் என்ற எண்ணத்தில்தான் வருவார்கள். அப்படி குழந்தை வேண்டும் என வருவோர் என்ன செய்ய வேண்டும்? கலந்து பேச வேண்டும். ஏன் தம்பதியர் கலந்து பேச வேண்டும்.

மகப்பேறு சிகிச்சைக்கு வரும் கணவன் - மனைவி இருவரையும் தனித்தனியாக அழைத்து பரிசோதனை செய்யும்போது, கேள்வி கேட்டால், ஒருவர் மீது மற்றொருவர் குற்றம் சுமத்திப் பேசுவார்கள்.

கணவர் சொல்லும்போது, 'எனக்காக இல்லைங்க டாக்டர், என் மனைவிக்காகத்தான். அவள் வருத்தப்படக் கூடாதே என்றுதான் இந்தச் சிகிச்சையை மேற்கொள்ள முன்வந்தேன்' என்று சொல்வார்.

இதே கேள்வியை அவருடைய மனைவியிடம் கேட்டபோது, 'நான் ஒரு குழந்தையைப் பெற்றுக்கொள்ளாவிட்டால் அவர் வீட்டில் இதையே காரணம் காட்டி அவருக்கு வேறு ஒரு பெண்ணைத் திருமணம் செய்துவைத்துவிடுவார்கள். அவரும் அந்த மூடில்தான் இருக்கிறார். அதனால் அவருக்காகத்தான் குழந்தையைப் பெற்றுக்கொள்ள வந்திருக்கிறேன்' என்பார்.

ஒவ்வொருவருக்கும் குழந்தை பெற்றுக்கொள்ள வேண்டும் என்ற ஆசை இருக்கிறது. ஆனால், அந்த ஆசையை, தேவையை அடுத்தவருக்காக என்று 'குற்றச்சாட்டு'போல் மாற்றிச் சொல்வதும் இருக்கலாம்.

மற்றவரின் மனத்தில் உள்ள ஆசையை / எண்ணத்தை அறியாமல் இப்படி தம்பதியர் சொல்வதாக இருந்தால், அவர்களிடயே புரிந்துகொள்ளுதலும், அவர்கள் பேசிக்

கொள்வதும் குறைவு என்றுதான் அர்த்தம் கொள்ள வேண்டும். இந்தக் காரணத்தால்தான் ஒருவர் மீது இன்னொருவர் குற்றம் சுமத்துகிறார்கள்.

என்னிடம் சிகிச்சைக்கு வந்து இதேபோல் ஒருவர் மீது இன்னொருவர் குற்றம் சுமத்திய கணவன் - மனைவி இருவரிடமும் கலந்து பேசியபோது நிறைய விஷயங்களைப் பகிர்ந்துகொண்டார்கள். இருவருமே குழந்தையை விரும்புவதை ஒப்புக்கொண்டார்கள். இணக்கம் அதிக மானது. இறுக்கமும் அதிகமானது என்பதற்கு அடையாளம், அந்தப்பெண் கர்ப்பிணியானது.

குழந்தையே இல்லாவிட்டால் வாழ்க்கைக்கே அர்த்தம் இல்லை என்பதுதான் குழந்தை இல்லாத பல தம்பதியரின் நிலை. 'அதற்கு என்ன விலை கொடுத்தாவது குழந்தை பெற்றுக்கொள்வேன்' என்று பல பெண்கள் உறுதியாக இருக்கிறார்கள். ஆனால், அதற்கு மாறாக, திருமணம் செய்து கொண்டபோது இருந்த மகிழ்ச்சி, குழந்தை பெற்ற பிறகு நீடிக்கிறதா என்றால், இல்லை என்பதுதான் பலரது பதில். இதற்குக் காரணம், கணவன் - மனைவி இருவரின் நோக்கமும் 'குழந்தை - அதன் எதிர்காலம்' என வேறு திசையில் மாறி விடுவதால் ஒருவரை ஒருவர் நேசிப்பது குறைகிறது. இருவருக்கும் இடையே புரிதலும் குறைந்துபோகிறது.

இதே பிரச்னை, குழந்தை பெறாத தம்பதியினரிடமும் இருந் தால், அவர்களால் ஒன்றிணைந்து சிகிச்சையை வெற்றிகர மாக முடிக்க முடியாது.

3

காதால் கேட்டவை நிஜம் அல்ல

எங்களிடம் நேரடியாக சிகிச்சை பெற வருபவர்களுக்கும் சரி, குழந்தைப் பேறின்மை குறித்தும், அந்தக் குறையைப் போக்கும் நவீன சிகிச்சை முறைகள் குறித்தும், நேரடியாகவும், கண்காட்சிகள், கருத்தரங்குகள், புத்தகங்கள் என எவ்வளவோ முறைகளில் பொது மக்களுக்கும் விழிப்புணர்வை ஏற்படுத்துவதற்கான முயற்சிகளை மேற்கொண்டு வருகிறோம்.

ஆனால், எத்தனை புதிய தகவல்களை அளித்தாலும் பலர் இன்னும் பழைய காலத்துத் தகவல்களின் அடிப்படையிலேயே, மூட நம்பிக்கைகளிலேயே உழன்று தங்கள் வாழ்க்கையைச் சீரழித்துக்கொள்பவர்களாக இருக்கிறார்கள் என்பதுதான் வேதனையான உண்மை. அவற்றுள் சிலவற்றைத் தெரிந்து கொள்ளுங்கள்.

1. குழந்தைப் பேறின்மை, பெண்கள் பிரச்னை

பல நூற்றாண்டுகளாக, குழந்தைப் பேறின்மை என்பது பெண்களின் பிரச்னை என்றுதான் சொல்லப் பட்டு வந்தது. இன்றும் இருக்கிறது.

குழந்தைப்பேறு இல்லாத பெண்கள் சமூகத்தில் இருந்து தள்ளிவைப்பது, அவர்களுடைய

கணவர்களை சடங்கு சம்பிரதாயங்களில் கலந்துகொள்ளாமல் ஒதுக்கிவைப்பது போன்ற நிலை இருந்தது.

குழந்தை இல்லாதவர்களுக்கு சொர்க்கம் கிடையாது என்று கூட சொல்லி நம்ப வைத்திருந்தார்கள். இந்த அவலத்தைப் போக்க பலவித யாகங்களும், வேள்விகளும், யாத்திரையும் மேற்கொள்ள வேண்டிய நிலைக்குப் பலர் தள்ளப் பட்டனர்.

ஆண்கள் அனுபவிக்கும் இந்தச் சமூக இழுக்குக்கு பெண்கள் தான் காரணம் என்று குற்றம் சுமத்தப்பட்டு, பல நாடுகளில் குழந்தை பெறாத பெண்ணுக்கு சவுக்கடிகளும், மரண தண்டனையும்கூட விதிக்கப்பட்டன. பாதிக்கப்பட்டதாக நம்பப்பட்ட ஆண்கள், இரண்டாவது திருமணம் செய்து கொள்ள அனுமதிக்கப்பட்டார்கள்.

உண்மை என்னவென்றால், இந்தப் பிரச்னைக்கு ஆணுக்கும் பெண்ணுக்கும் சம பங்கு உள்ளது என்பதுதான். இந்த உண்மை நிலையை உணர, பல நூறு ஆண்டுகள், பல நூறு தண்டனைகளைப் பெண்கள் சந்திக்கவும், சகிக்கவும் வேண்டி இருந்தது. அவர்களுக்காக, மருத்துவ விஞ்ஞானமும் அடுத்த அடுத்த கட்டத்துக்கு வளரவேண்டி இருந்தது.

குழந்தைப் பேறின்மைக்கான காரணங்களைப் பற்றிய புள்ளி விவரங்களை எடுத்தால் மூன்றில் ஒரு பங்கு ஆணும், மூன்றில் ஒரு பங்கு பெண்ணும் இந்தப் பிரச்னையால் பாதிக்கப்படுகிறார்கள். ஐந்து முதல் பத்து சதவீதம், பிரச்னைக்கு யார் காரணம் என்பது கண்டறிய முடியாத குழப்ப நிலை இன்றும் இருக்கிறது. மற்றபடி ஆணும் பெண்ணும் சம அளவிலேயே காரணகர்த்தாக்களாக இருக்கிறார்கள் என்பது தெரியவருகிறது.

ஒரு பெண்ணுக்குக் கருமுட்டை வெளியாவதில் பிரச்னை என்றால், அவரது கணவருக்கு ரத்தநாளம் சுருண்டுவிடுதல் போன்ற பிரச்னை உள்ளது.

விந்தில் குறைவான உயிரணுக்கள் உள்ள ஓர் ஆணைத் திருமணம் செய்துகொண்ட பெண்ணுக்கு அறுவைச் சிகிச்சை செய்தாலும் குழந்தைப்பேறு வாய்க்காது.

தம்பதியர் இருவருமே சரியான நேரத்தில் பரிசோதனைகளை மேற்கொண்டு, முறையான சிகிச்சை பெற்றால்தான் குழந்தைப் பேறு வாய்க்கும் என்பதைப் புரிந்துகொள்ள ஒருவர் மீது மட்டுமே பழிபோடும் மனோபாவத்தை மாற்றிக் கொள்ள வேண்டும். சிகிச்சைக்கு இருவருமே வர வேண்டும்.

2. இடத்தை மாற்றினால் குழந்தை பிறக்கும்

இடத்தை மாற்றினால் குழந்தை பிறக்கும் என்பதற்காக, குழந்தைப் பேறு அற்ற பல தம்பதியர் வேறு இடங்களுக்குச் செல்லும் பழக்கம் எங்கும் இருக்கிறது. மன இறுக்கம் நிறைந்த சூழலும், டென்ஷன்கள் நிறைந்த வாழ்க்கையும் தாம்பத்திய ஆசையைக் குறைத்து, படுக்கை அறை வாழ்க்கையைத் தவிர்த்து, குழந்தைப் பேற்றைத் தள்ளிப் போடுவதால், இடத்தை மாற்றினால் குழந்தை பிறக்கும் என்ற கருத்து அவர்களிடம் நிலவுகிறது. மன இறுக்கத் துக்கும் மலட்டுத்தன்மைக்கும் நேரடியான தொடர்பு இருப்ப தாக விஞ்ஞானம் இன்னும் நிரூபிக்கவில்லை. எல்லாமே பற்றாக் குறையாக உள்ள ஏழைகள்தான் நிறைய பிள்ளை களைப் பெறுகிறார்கள்.

ஏழைகளின் செல்வம் பிள்ளைகள் என்று பிள்ளை பெறு வதைப் பெருமையாகவும் சொல்லிக்கொள்கிறார்கள்.

மன இறுக்கம் மற்றும் பதற்றத்தின் விளைவாக மாதவிலக்கு ஒழுங்கீனங்கள் தோன்றலாம். இதனால் தாற்காலிகப் பிரச்னை வரும். இந்தப் பிரச்னைகள் மருத்துவ ரீதியாகச் சரி செய்யப்பட்டுவிடுகின்றன. பாலின்ப வேட்கைகள் குறை வதற்கான காரணங்களைக் கண்டுபிடித்து அது இல்லாமல் நீக்கினால் இடத்தை மாற்றத் தேவையில்லை.

3. கர்ப்பம் தரிப்பதாக இருந்தால் மணமான இரண்டே மாதத்தில் கருத்தரிக்க வேண்டும்

திருமணமானவர்களில் சுமர் 20 சதவீதத்தினர்தான் மணமான முதல் மாதத்திலேயே கருத்தரிக்கிறார்கள். அடுத்த மாதத்தில் மற்றவர்கள் கருத்தரிக்கிறார்கள் என்று நினைத்துவிடாதீர்கள். மீதம் உள்ள 80 பேரில் 20 பேர் மட்டுமே மட்டுமே கருத்தரிக் கிறார்கள்.

உதாரணத்துக்கு, ஜனவரி மாதம் நூறு தம்பதியினர் கருத்தரிக்க முயற்சிப்பாக வைத்துக்கொள்வோம். அவர்களில் 20 பேர்தான் கருத்தரிக்கிறர்கள். மற்ற 80 பேரும் பிப்ரவரியில் மீண்டும் முயற்சிக்கிறார்கள்.

பிப்ரவரியில் 16 முதல் 20 பேர் கருத்தரிக்கிறார்கள். மற்றவர்கள் மார்ச் மாதத்தில் முயற்சிக்கிறார்கள். அவர்களில் 20 பேர்தான் கருத்தரிப்பார்கள். 52 சதவீதத்தினர் ஏப்ரல் மாதம் கருத்தரிக்க முயற்சிப்பார்கள்.

ஆக, மூன்று மாதத்தில் நூறில் ஐம்பது பேர் கருத்தரிப்பார்கள். மற்றவர்கள் கருத்தரிக்க மாட்டார்கள். ஏழாவது மாதத்துக்குப் பிறகு 22 பேர் கருத்தரிக்க மாட்டார்கள். இரண்டு ஆண்டுகளுக்குப் பிறகு பார்த்தால் அவர்களில் 10 முதல் 15 பேர் கர்ப்பம் அடைந்திருக்க மாட்டார்கள்.

தங்களுக்கு எந்தப் பிரச்னையும் இல்லை என்ற நிலையில் உள்ள தம்பதியினர் 35 வயதுக்குக் கீழானவர்களாக இருந்தால் அவர்கள் தேவையில்லாமல் சிகிச்சைக்கு வரத் தேவையில்லை.

35 வயதுக்கு மேற்பட்டவர்களாக இருந்தால், ஆறு மாதத்துக்கு ஆரம்பக்கட்ட சிகிச்சைகள் பெற்றால் போதும். அதிலேயே கர்ப்பமாகிவிடுவார்கள்.

செயற்கை முறையில் விந்தேற்றம் செய்தவர்கள் அதோடு நிறுத்தத் தேவையில்லை, உடலுறவும் வைத்துக்கொள்ள வேண்டும். இது குழந்தைப் பிறப்பதற்கான வாய்ப்பை அதிகப்படுத்தும்.

இப்படிப்பட்ட சிகிச்சைக்கு வருபவர்களிடம் நான்கு ஐந்து முறை முயற்சி செய்தால் பிறகு கருத்தரிக்கலாம் என்று சொல்வேன். ‘டாக்டர், நீங்க நாலஞ்சு முறை ஆகும் என்று சொன்னீர்கள். ஆனால் முதல் முறையிலேயே நான் கர்ப்பமாகி விட்டேனே’ என்பார்கள்.

இதெல்லாம் சிகிச்சையின்போது நடைபெறும் விஷயங்கள். விரைவில் கருவுற்றால் வந்தவர்களுக்கும் மகிழ்ச்சி. எனக்கும் சந்தோஷம்தான்.

வயதுக்கும் கருத்தரிப்புக்கும் இடையே உள்ள தொடர்பு

வயது - 20களின் துவக்கம்

கருத்தரிப்பு :	முதல் மாதம்	25%
	முதல் ஆண்டு	94%

வயது - இருபதுக்குப் பிறகு - முப்பது வயதின் துவக்கம்

கருத்தரிப்பு :	முதல் மாதம்	15%
	முதல் ஆண்டு	70-85%

வயது - முப்பதுக்குப் பிறகு

கருத்தரிப்பு :	முதல் மாதம்	8-10%
	முதல் ஆண்டு	65-70%

ஆறு மாதத்தில் கருவுறுதல் விகிதம்

வயது 20	-	75%
வயது 20க்குப் பிறகு	-	47%
வயது 30ன் துவக்கம்	-	38%
வயது 30க்குப் பிறகு	-	24%
வயது 40	-	22%

கருவுற சராசரி காலம்

வயது 20ன் துவக்கம்	-	4-5 மாதம்
20க்குப் பிறகு	-	5-7 மாதம்
30ன் துவக்கம்	-	7-10 மாதம்
30க்குப் பிறகு	-	10-12 மாதம்

4. குழந்தையைத் தத்து எடுத்தால், கண்டிப்பாகக் குழந்தை பிறக்கும்

தத்து எடுப்பவர்களில் 5 முதல் 10 சதவீதத்தினர் அடுத்த சில ஆண்டுகளில் கர்ப்பம் தரிப்பதாக புள்ளி விவரங்கள் கூறு கின்றன.

குழந்தையைத் தத்து எடுத்ததுதான் கருவுற்றதற்குக் காரணம் என்று சொல்ல முடியாது. ஒவ்வொரு முறையும் நாம் ஒவ்வொரு சூழலில் வசிக்கிறோம். ஒரு சூழல் கருத்தரிக்க வாய்ப்பு அற்ற நிலைமையை உண்டாகலாம். மறு வாய்ப்பு கிடைத்து, பிரச்னைகள் தீர்ந்துவிடும் நிலை வரும்போது குழந்தைப் பேறு வாய்க்கும்.

எல்லோரும் தத்து எடுத்துக்கொள்கிறார்களா என்றால், இல்லை. என்னதான் தத்து எடுத்தாலும் அது நம் பரம்பரைப் பண்பை அடுத்த தலைமுறைக்குக் கொண்டு செல்லும் குழந்தை இல்லையே என்ற எண்ணத்தில் சிகிச்சைக்கு வருபவர்களும் இருக்கிறார்கள். மருத்துவ ரீதியாகக் குழந்தை பெறாத நிலையில் இருப்பவர்கள் தத்து எடுத்துக் கொள்வதில் தவறில்லை. வாய்ப்ப் இருக்கும்போது அதை முயற்சித்துப் பார்ப்பது நல்லது.

5. நீங்கள் ஒருமுறைகூட கருத்தரிக்கவில்லை என்பது உறுதி யானால் எப்போதுமே குழந்தை பெற இயலாது

ஒருமுறை பரிசோதனைக்காகச் செல்வார்கள். உங்களுக்கு குழந்தை பிறக்க வாய்ப்பு இல்லை. பிரச்னைகள் இருக்கிறது என்று சொல்லிவிட்டால் போதும். அதற்காகவே காத்திருந் ததைப்போல், அடுத்து என்ன செய்யலாம் என்று யோசிக் காமல் பலர் சிகிச்சையைக் கைவிட்டுவிடுகிறார்கள்.

மருந்து, மாத்திரைகள், தற்போது உள்ள நவீன வசதி வாய்ப்பு கள் மூலம் குழந்தைப் பேற்றை உருவாக்கிக்கொள்ளலாம் என்பதை அவர்கள் புரிந்துகொள்வதில்லை. அதேபோல், தாற்காலிக மலட்டுத்தன்மை என்பது எல்லோருக்கும் ஏதேனும் ஒரு சூழலில் வரும்.

இந்தப் பிரச்னை உள்ளவர்களில் பத்து சதவீதத்தினர் வரை சிகிச்சையே தேவைப்படாமல் குழந்தை பெற்றுக்

கொள்கிறார்கள். 60 சதவீதத்தினருக்கும் மேற்பட்டவர்கள் சிகிச்சை மூலம் குழந்தை பெற்றுக்கொள்கிறார்கள்.

இப்படிப்பட்ட அற்புதங்கள் மருத்துவத்தின் மூலம் உங்களுக்குக் கிடைக்கவேண்டும் என்றால் கொஞ்சம் காத்திருக்க வேண்டும்.

6. மனைவியைக் கர்ப்பமாக்கினால்தான் ஆண் மகன்

ஒவ்வோர் ஆணும் கூடுமானவரை திருமணம் ஆன உடனேயே குழந்தை பெறுவதை விரும்புகிறார். அதே சமயம், ஒவ்வொரு பெண்ணும் திருமணம் முடிந்த பிறகு தனது கணவரோடு சேர்ந்து வாழ்வதையே பெரும்பாலும் விரும்புகிறார். பெண் என்பவள் பிள்ளை பெறும் மிஷின் என்பது போலவும், அவளுக்கு 'அதை உண்டாக்குவதே' ஆண்களின் நிஜ அடையாளம் என்றும் போதிக்கப்பட்ட தவறான கருத்துகளைக் காலம் காலமாக நம்பி வரும் ஆண்கள்தான் திருமணம் ஆனதுமே மனைவியைக் கருத்தரிக்க வைப்பதிலேயே நோக்கமாக இருக்கிறார்கள்.

தங்களுடைய ஆண்மையை மலட்டுத்தன்மை அச்சுறுத்துவதாகப் பலர் பயப்படுகிறார்கள். இதனால்தான், பல ஆண்கள் சாதாரண விந்துப் பரிசோதனைக்குக்கூட விந்து கொடுக்க முன் வருவதில்லை. இந்தப் பரிசோதனையின் மூலம் தான் ஒரு ஆண் இல்லை எனத் தெரிந்துவிட்டால் என்ன செய்வது என்ற பயம்தான் இதற்குக் காரணம்.

விந்துப் பிரசோதனையில் தெரியவரும் உயிரணு இல்லாமைக்கும் ஆண்மைக்கும் தொடர்பே கிடையாது என்ற உண்மை பலருக்குத் தெரிவதில்லை.

பரிசோதனைகளை ஏன் செய்கிறார்கள் என்பதையும், இவை சிகிச்சைக்கு எந்த விதத்தில் உதவும் என்பதையும் தெரிந்து கொண்டால் ஒத்துழைப்பு தருவார்கள். பிரச்னை தீர்ந்து விடும்.

7. உங்கள் கருச்சிதைவுக்கு நீங்களே காரணம்

பத்து முதல் பதினைந்து சதவீத கர்ப்பங்கள் சிதைந்து விடுகின்றன. இதில் அறுபது சதவீதம் அளவுக்கு பரம்பரைக்

காரணிகளே காரணமாக இருக்கும். சில சமயம், வெறும் பனிக்குடம் மட்டும் இருக்கும், கரு இருக்காது. ஆனால், பரிசோதனையில் கர்ப்பம் உறுதி என்பதாகத் தெரியவரும். இயல்பு நிலையில் இல்லாத கருவை கருப்பை வெளியே தள்ளிவிடுவதுதான் கருச்சிதைவு. இதற்காகக் கவலைப்படக் கூடாது. அடுத்த முறையும் இப்படி ஆகுமா என்றால் பத்து முதல் பதினைந்து சதவீதம் ஆக சாத்தியம் இருக்கிறது.

தொடர்ச்சியாகக் கரு கலைந்தால் அது உடலியல் சார்ந்த காரணமாக இருக்கலாம். கருப்பை வாய் சரியாக இல்லாமல் இருக்கலாம். கருப்பையில் நார்க் கட்டிகள் பெரிதாக இருக்கலாம். ஹார்மோன் பிரச்னை காரணமாக இருக்கலாம். உடல் செல்கள் தங்களைத் தாங்களே அழித்துக்கொள்ளும் நிலையில் இருக்கலாம். கருப்பை அல்லது அது சார்ந்த பகுதிகளில் வடுக்கள் ஏதேனும் இருக்கலாம். இப்படிப்பட்ட காரணங்களால் ஆகும் கருச்சிதைவை தகுந்த சிகிச்சைகள் மூலம் சரிப்படுத்தலாம்.

8. நீண்ட காலம் கருத்தடைச் சாதனம் பயன்படுத்தினால் குழந்தை பிறக்காது

கருத்தடைச் சாதனங்கள், குழந்தைப் பேற்றைத் தடுக்க உதவுகின்றன என்பது உங்களுக்குத் தெரியும். இந்தச் சாதனங்களை அகற்றிவிட்ட பிறகும் குழந்தைப் பேறு வாய்க்காமல் போவதற்கு கருவிகளைப் பயன்படுத்தியது தான் காரணம் என பலர் நினைத்து வருகிறார்கள். இது உண்மை அல்ல.

சிலர் கருப்பைக்குள் பொருத்தும் கருத்தடைச் சாதனங்களைப் பயன்படுத்துகிறார்கள். சிலர் வாய் வழி கருத்தடை மாத்திரைகளைப் பயன்படுத்துகிறார்கள். கருத்தடைச் சாதனங்களைப் பொருத்தும்போது ஏற்படும் காயங்களின் விளைவாக வரும் வடுக்கள், நோய்த் தொற்றுகள் ஆகியவை குழந்தைப் பேறின்மை உண்டாகக் காரணமாக அமையலாம்.

ஏற்கெனவே மாதவிலக்கு விட்டுவிட்டு வரும் பிரச்னை உள்ள பெண்கள், கருத்தடைக்காக மாத்திரை போன்ற வற்றைப் பயன்படுத்தினால் குழந்தையின்மை உண்டாக வாய்ப்பு இருக்கிறது.

ஆராய்ச்சிகளின்படி கருத்தடை மாத்திரைகளைப் பயன் படுத்தும் பெண்களில் மூன்று சதவீதத்தினருக்கு கருமுட்டை வெளியாவதில் பிரச்னைகள் இருப்பது தெரியவந்துள்ளது. இவற்றை மருத்துவச் சிகிச்சையின் மூலம் சரி செய்யலாம் என்றாலும், பிரச்னை பெரிதாகாமல் பார்த்துக்கொள்வது நல்லது.

வயதாகும் சில காரணிகள், குழந்தை உருவாகும் நிலையைச் சீரழிக்கின்றன. முட்டை முதிர்ச்சி அடைவதும், வெளி வருவதும் குறைந்துவிடுகிறது. இந்த நிலையில் சரியான சுத்தத்தைக் கடைப்பிடிக்காமல் கருத்தடைச் சாதனங்களைப் பயன்படுத்தும்போது உண்டாகும் நோய்த்தொற்றுகளும், காயங்களும் குழந்தைப் பேறின்மையைத் துரிதப்படுத்து கின்றன.

வயதாவதோடு, கருப்பை சுவரில் சதை வளர்ச்சி, மாத விலக்கின்போது வலி போன்ற பிரச்னைகளைத் தீர்க்க மருத்துவ ஆலோசனையைப் பெற வேண்டும்.

9. அடிக்கடி கருக் கலைப்பு செய்துகொள்வதால் குழந்தைப் பேறின்மை உண்டாகும்

அடிக்கடி கருக் கலைப்பு செய்துகொள்வதால் கரு கலைந்து விடும் என்பது முற்றிலும் உண்மையல்ல. முறையற்ற வழி களில் கருவைக் கலைப்பதுதான் குழந்தைப் பேறின்மையை உண்டாக்கும்.

அடிக்கடி கருக் கலைப்பு செய்துகொள்பவர்கள் பெரும் பாலும் நாட்டு வைத்தியர்களிடம் செல்கிறார்கள். கருப் பைக்குள் குச்சியைச் செருகி கருவைக் கலைப்பது, வேறுவித பொருள்களை வைத்து கருவைக் கலைப்பது போன்ற வற்றால் கருப்பை பாதிக்கப்படுவதோடு உள்ளுறுப்புகளில் நோய்த் தாக்கமும் அதிகரிக்கும்.

ஒரே வார்த்தையில் சொல்வதெல்றால் கருக் கலைப்பின் போது தாய் உயிர் பிழைப்பதே அரிது என்றுதான் சொல்ல வேண்டும். மூன்று மாதக் கருவாக இருக்கும்போது கருக் கலைப்பு செய்துகொண்டால் பிரச்னை பெரிதாக இருக்காது. அதற்குப் பிறகு கருக் கலைப்புச் செய்தால் அடுத்த முறை உருவாகும் கருவும் தானாகக் கலைய வாய்ப்பு இருக்கிறது.

அடிக்கடி தவறான நபர்களிடம் சென்று கருக் கலைப்பு செய்துகொள்ளும் பெண்களிடையே மரண விகிதம் அதிகமாக உள்ளது. உயிரோடு இருந்தாலும் அடுத்தமுறை, குறைப் பிரசவம், கருத்தரிக்காமை போன்றவை ஏற்படும்.

10. தாராளமான செக்ஸ் வாழ்க்கையால் குழந்தைப் பேறு வாய்க்காது

திருமணத்துக்கு முன்பாக உடலுறவு வைத்துக்கொள்வதாலோ, பலருடன் உறவு வைத்துக்கொள்வதாலோ குழந்தை பிறக்காது என்பதெல்லாம் பொய்.

கருவுறுப்புகள் நோயுற்றும், குறையற்றும் இருந்தாலும் குழந்தை பிறக்கும். ஆனால், பாதுகாப்பற்ற முறையில் பலருடன் உடலுறவு கொள்வோருக்கு தொற்றுநோய்கள், பால்வினை நோய்கள் போன்றவை ஏற்படுவதால் கருவுறுப்புகளில் அழற்சி ஏற்பட்டு மருத்துவமனையில் தங்கவேண்டிய நிலைகூட உண்டாகிறது.

ஒருமுறை கருவுறுப்பில் அழற்சி ஏற்பட்டால், இருபது மடங்கு குழந்தை பிறக்காத நிலை உண்டாக வாய்ப்பு இருக்கிறது.

பால்வினை நோய்கள் உடலில் எந்தவொரு அறிகுறியையும் ஏற்படுத்தாது என்பதால், நிறைய பேர் இதைக் கவனத்தில் எடுத்துக்கொள்வதில்லை. இந்த நோயால் கருக்குழாயில் தொற்றுகளும் அவற்றால் வடுக்களும் உண்டாகின்றன என்பது பலருக்குத் தெரிவதில்லை.

மாதவிலக்கின் இடையிலோ, வேறு சமயத்திலோ இடுப்புப் பகுதியில் வலி போன்றவை வருகிறது என்றால், இடுப்புப் பகுதி உறுப்புகளைப் பரிசோதனை செய்துகொள்ள வேண்டும். பால்வினை நோயின் பாதிப்பு கருவுறுப்புகளைத் தாக்க ஆரம்பித்துவிட்டது என்பதுதான் இதற்குப் பொருள்.

11. உடல் வெப்பநிலை உயர்வது, நீங்கள் கருத்தரிக்கும் ஆற்றல் உள்ளவர் என்பதால்தான்

அதிகாலையில் தூக்கத்தில் இருந்து விழித்து, படுக்கையை விட்டு எழுந்திருக்காமல் இயல்பாகப் படுத்திருக்கும்போது பெண்ணின் உடல் வெப்ப நிலையைக் கணிப்பது கர்ப்பத்தை

உறுதிப்படுத்தும் வழிமுறைகளில் ஒன்று. இந்தப் பரி சோதனையை வைத்து பெண்ணுக்கு மாதா மாதம் முட்டை வெளியாகிறதா என்பதை அந்தப் பெண்ணும் சிகிச்சை தரும் மருத்துவரும் தெரிந்துகொள்ள முடியும்.

மாதவிலக்குக்குப் பிறகு உடல் வெப்பநிலை உயர்வது என்பது உங்களுக்கு புரொஜெஸ்டீரான் ஹார்மோன் சுரந்து இருக்கிறது; அதாவது கருமுட்டை வெளியாகி 24 மணி நேரம் ஆகியிருக்கிறது என்று பொருள்.

முட்டை வெளியானதுமே விந்தணு அதைச் சந்தித்தால்தான் கருத்தரிக்கும். ஒரு மாதம் வெப்பநிலை எந்த நாளில் உயர்கிறது என்பதைத் தெரிந்துகொண்டு மறுமாதம் அந்த நாளில் உடலுறவு வைத்துக்கொள்வது அல்லது தினமும் உடலுறவு கொள்வது கருத்தரிக்கும் வாய்ப்பை அதிகரிக்கும்.

பல சூழல்களில் உடல் வெப்பம் உயர்ந்தாலும் கருவாக்கப் பிரச்னைகள் இருக்கத்தான் செய்கின்றன. அவற்றுக்கான காரண காரியங்களை அடுத்தடுத்த அத்தியாயங்களில் தெரிந்து கொள்ளுங்கள்.

இறுதியாக...

நான் சந்தோஷமாக இருக்க வேண்டும் என நினைக்கிறேன். ஆனால் முடியவில்லை என்று பலர் புலம்புவார்கள். கோபம், தாபம், சோகம், எரிச்சல் போன்ற எல்லாம் இருப்பது நல்லது தான். இல்லாமல் போனால்தான் உங்கள் மனநிலையைச் சந்தேகிக்க வேண்டும். எந்தப் பிரச்னையாக இருந்தாலும், அது உடல் சார்ந்தோ, மனம் சார்ந்தோ, எதுவாக இருந்தாலும் உங்கள் மருத்துவரைக் கலந்து ஆலோசித்து அவற்றை தீர்த்துக்கொள்ள முன்வர வேண்டும்.

இப்போது, கர்ப்பம் தரிக்க முடியாமல் இருக்கிறேனே என நினைத்து வருத்தப்படுபவரா நீங்கள்?

இந்த நிலையை மறந்துவிடுங்கள். மணமான புதிதில் எவ்வளவு மகிழ்ச்சியாக இருந்தீர்கள் என்பதை மட்டும் நினைத்துக்கொள்ளுங்கள். மகிழ்ச்சி மீண்டும் வரும். அதைத் தொடர்ந்து மகப்பேறும் கைகூடும்.

4

சிகிச்சைத் திட்டம் – தம்பதியர் புரிந்துகொள்ள வேண்டியவை

உங்களுக்கு மகப்பேறு அற்ற நிலை ஏற்பட்டுள்ளது என்ற எண்ணம் உண்டாவதற்கு முன்பு இருந்த திருமண வாழ்க்கையைப் பற்றி ஒரு கணம் நினைத்துப் பாருங்கள்.

மகிழ்ச்சியாக, எதையும் பாசிடிவ்வாக எடுத்துக் கொள்ளும் மனப்பக்குவத்தில் நீங்கள் இருவரும் இருந்திருப்பீர்கள். இருவரும் சேர்ந்து ஒரு புதிய உலகை உருவாக்கபோகிறோம் என்ற எதிர்பார்ப் பில் புதிய வாழ்க்கையை ஆரம்பித்திருப்பீர்கள்.

மேற்படிப்பை முடிப்பதற்காகவோ, வேலை வாங்க வேண்டும், சொந்தமாக ஒரு வீடு கட்ட வேண்டும், நமது கனவுகள் நிறைவேற வேண்டும் என ஏதோ ஒரு காரணத்துக்காக இருவரும் சேர்ந்து இப் போதைக்கு குழந்தை வேண்டாம் என குழந்தைப் பேற்றைத் தள்ளிப் போட்டிருப்பீர்கள்.

வசதியான வாழ்க்கையை வாழ்வதற்கான ஒரு அடித் தளத்தை, பிறக்கப்போகும் தனது குழந்தை இந்த உலகத்தில் கஷ்டப்படாமல் வாழ வேண்டிய நிலையை உருவாக்க வேண்டும் என்ற ஆசைக் கனவுகள் நிறைவேறவும் இத்தனை காலம் உங்கள்

குழந்தையின் வரவை ஒத்திவைக்க வேண்டியிருந்திருக் கலாம்.

இப்படி இருந்த உங்கள் நிலை இப்போது எப்படி இருக்கிறது என்பதை யோசித்துப் பாருங்கள்.

‘இவர் இந்த யோசனையை சொன்னபோதே, முதல் குழந்தையைப் பெற்றுக்கொள்ளலாம், அடுத்த குழந்தையை வேண்டுமானால் தள்ளிப்போடலாம் என்று எவ்வளவோ எடுத்துச் சொன்னேன். இவர்தான் கேட்கவே இல்லை, பணம் பணம் என்று அலைந்தார். இப்போ, முதல் குழந்தைக்கே வழியைக் காணோம்’ என்று கணவன் மீது குறை என்ற கணைகளை மனைவி வீசுவார்.

‘தள்ளிப்போட்ட நிறைய பேருக்குக் குழந்தை பிறப்பதே சிரமமாக இருக்கிறது. பெற்றுக்கொண்டு யோசிக்கலாம் என என் அக்கா சொன்னதைக் கேட்காமல் போனேன். சொன்னதும், சரி சரின்னு தலையை ஆட்டிட்டா. நான்தான் சொல்கிறேன் என்றால், வேண்டாம் என மறுத்திருக்கலாமே. அவளுக்கும் இன்ட்ரஸ்ட் இல்லை. இப்போ அதன் பலனை அனுபவிக்கிறேன். இதற்குக் காரணம் நான் இல்லை, இவள்தான். என்னைப் பற்றி தப்புத் தப்பாகப் பேசுவார்கள் என்பது தெரியாமல் போச்சு. இவள்தானே எனக்கு அதைப் பற்றி எடுத்துச் சொல்லியிருக்க வேண்டும். இன்றைக்கு வெளியில் தலை காட்ட முடியவில்லை. எல்லோரும் என்னை கேவலமாகப் பார்க்கிறார்கள்’ - இது கணவர்.

இப்படி ஒருவர் மீது ஒருவர் குறை சொல்லிக்கொண்டும், இந்தக் குறையைச் சாக்காக வைத்துச் சண்டை போட்டுக் கொள்வதும், அன்றாட வாழ்வின் ஓர் அங்கமாகிவிட்டது அல்லவா? அல்லது அப்படியொரு நிலை காத்திருக்கிறது என உங்களுக்குத் தெரிகிறது அல்லவா?

இது சிகிச்சைக்கு வரும் முன்னர் இருக்கும் நிலை.

அடுத்த ஒரு வகை இருக்கிறது. கொஞ்சம் வித்தியாசமானது. உதாரணத்துக்கு, என்னிடம் சிகிச்சைக்கு வந்து பரிசோதனை செய்துகொண்ட ஒரு பெண் சொன்னதை இன்னமும் மறக்க முடியவில்லை.

'நான் இதுவரைக்கும் சந்தோஷமாகத்தான் இருந்தேன். டாக்டர் கிட்டே எப்போ டெஸ்ட் பண்ண போனேனோ, அப்பவே என் வாழ்க்கையில் ஏதோ இருள் சூழ்ந்துவிட்டது என மனசு புலம்ப ஆரம்பித்துவிட்டது.

இது சின்னப் பிரச்னைதான். ஒரு வருஷமோ, ஆறு மாசமோ காத்திருந்தால் போதும். தானாகவே குழந்தை பிறக்கும். தேவை இல்லாமல் செலவு செய்யணுமா?' என்று அவர் என்னைக் கேட்டார்.

ஏதேதோ மிஷின்களை வைத்து டாக்டர்கள் தேவையில் லாமல் டெஸ்ட் செய்வார்கள். சர்ஜரி என்பார்கள்.

முள் குத்தினாலே வலிக்கும். ஆபரேஷன் என்றால் எப்படி இருக்கும். தேவையில்லாமல் சிக்கிக்கொண்டோம் என நினைத்து, என் கணவருடைய ஆலோசனைக்கு ஒத்துழைப்ப தாக நினைத்து, குழந்தை இப்போது வேண்டாம் எனத் தள்ளிப்போட்ட விஷயம்தான் தடையாக வளர்ந்து நிற்கிறது.

நாங்கள் அப்போது இயல்பாக எடுத்துக்கொண்டு தள்ளிவந்த விஷயம் இப்போது எந்த அளவுக்கு வலியைக் கொடுக்கிறது என்பதை வெளியே சொல்ல முடியவில்லை.

என்னோட டியூப் இரண்டுமே அடைபட்டிருப்பதாகவும், அவற்றை ஆபரேஷன் மூலம் சரி செய்துவிடலாம் எனவும் அப்பவே டாக்டர் சொன்னார். அந்தப் பாதிப்பு பெரிதாகும் முன் சிகிச்சை செய்துகொள்ள வேண்டும் என நீங்கள் சொல்கிறீர்கள். இதைக் கேட்ட பிறகு, என் குழந்தையைச் சுமக்காமல் தடுத்த என் வயிற்றை கல் எடுத்துக் குத்திக் கொள்ளலாம் என்று தோன்றுகிறது. ஆனால், அறுவைச் சிகிச்சையால் வரும் வலியையும், செலவையும் நினைத்து சிகிச்சையைத் தவிர்த்த என் மனசை என்ன செய்வது...'

என தொடர்ச்சியாக அந்தப் பெண் புலம்பியதைப் பார்க்க பரிதாபமாக இருந்தது.

ஆனால், சிகிச்சைக்குப் பிறகு, தன் குழந்தையை இடுப்பில் தூக்கி வைத்துக்கொண்டு குழந்தைக்குத் தடுப்பூசி போட வரும்போது, அவரைப் பார்க்கும்போதெல்லாம் அவர் புலம்பியது என் நினைவுக்கு வரும். அவரும் வெட்கத்தால் சிரிப்பார்.

முப்பதைந்து வயதுக்கு மேல் ஆகிவிட்டது. இன்னமும் எனக்கு குழந்தையில்லை என சொல்லிக்கொண்டு வந்த அந்தப் பெண்ணைப் பரிசோதித்தபோது கருக் குழாய்கள் பாதிக்கப்பட்டிருந்தது தெரிந்தது.

அதைச் சரி செய்த பிறகு, வேறுவித சிகிச்சை தேவைப்படாமலேயே கருத்தரித்து குழந்தையும் பெற்றுக்கொண்டார். இப்போது மீண்டும் கருவுற்றிருப்பதாக போன் செய்து சொன்னபோது மகிழ்ச்சியாக இருந்தது.

அந்தப் பெண்ணைப்போல், எல்லாப் பெண்களும் உடனடியாகக் கருத்தரித்து குழந்தை பெற்றுக்கொள்ள வேண்டும் என்பதுதான் எனது ஆசை. ஆனால் எல்லோருக்கும் இப்படி அமைவதில்லையே.

ஒரே நேரத்தில் கருக் குழாய்களில் அடைப்பு, சினைப்பைகள் வளர்ச்சியின்மை, கருப்பை வாய்ப் பகுதியில் சளிச் சுரப்புப் பிரச்னை என்றெல்லாம் வருகிறார்கள். கருப்பைக் குழாய் பாதிப்புடன் வரும் தம்பதியினரில்கூட சிகிச்சைக்குப் பிறகு கருத்தரிக்கும் வாய்ப்பு குறைந்தவர்களாகப் பலர் இருக்கிறார்கள்.

இதற்கு முக்கியக் காரணம், இவர்கள் பின்பற்றும் வாழ்க்கை முறை. வாழ்க்கை முறையில் சிக்கல்களை வைத்துக்கொண்டு குழந்தை இல்லை என்று வருபவர்களிடம், உங்கள் வாழ்க்கை முறையை மாற்றுங்கள் என்பதுதான் நான் கூறும் முதல் ஆலோசனை. இந்த ஆலோசனை எந்த அளவுக்கு வெற்றியாக அமைந்தது என்பதற்கு இன்னொரு தம்பதியினர் மிகச் சிறந்த உதாரணம்.

அவர்களுக்குக் கொடுத்த அதே ஆலோசனை இதோ...

தனது குடும்பத்து பெண்களுக்கும், காதலித்துத் திருமணம் செய்துகொண்ட தன் மனைவிக்கும் இடையே அன்றாடம் நடக்கும் உணர்ச்சிப் போராட்டத்தில் சிக்கித் திணறிக் கொண்டிருந்தார் கணவர்.

‘குழந்தை பெற்றுக்கொடுக்காத இவளை டைவர்ஸ் செய்துவிட்டு, வேறு திருமணம் செய்துகொள்’ என அவரது அம்மாவும், சகோதரிகளும் நச்சரிக்க, கடைசி முயற்சியாக

மருத்துவரைப் பார்த்துவிடலாம் என்றுதான் மனைவியை ஒரு பெண் மருத்துவரிடம் அனுப்பி வைத்திருக்கிறார்.

பரிசோதனையில், அந்தப் பெண்ணின் கருப்பையில் சதை வளர்ச்சி ஏற்பட்டு, ஒட்டுமொத்த கருவுறுப்பும் பாதிக்கப் பட்டுள்ளதாகவும், இதைச் சரி செய்ய இயலாது, கருப்பை நீக்கம்தான் ஒரே தீர்வு என்றும் பரிசோதித்த இடத்தில் சொல்லியிருக்கிறார்கள். ஏற்கெனவே மாதவிலக்குப் பிரச்னை, வயிற்று வலி, வீட்டில் இருப்பவர்களின் கேலிப் பேச்சு என தொல்லைகளை அனுபவித்து வந்த அந்தப் பெண், இதைக் கேட்டதுமே மனம் உடைந்து போயிருக்கிறாள்.

'கர்ப்பப் பையில் பிரச்னை இருக்கிறது. ஏற்கெனவே சிகிச்சை பெற்ற ஒருவர் கூறித்தான் இங்கு வந்திருக்கிறேன். குழந்தை பிறக்க வைக்கிறோம் என்று சொல்லி பலர் எங்களைக் கடன்காரர்களாக ஆக்கியதுதான் மிச்சசம். எந்த சிகிச்சையை நம்பி எடுப்பது என்றே தெரியவில்லை. பல இடங்களில் அலைந்தும், பணம் விரயம் ஆனதும்தான் மிச்சம். இதற்கு முன் சிகிச்சை பெற்ற ஒரு பெண் சொல்லித் தான், கடைசி முயற்சியாக இங்கு வந்திருக்கிறேன். எப்படி யாவது என் பிரச்னையைச் சரியாக்கி குழந்தை பெற வைக்க வேண்டும்' என்று விரக்தியாகச் சொன்னார்.

கருப்பையில் உள்வரிச் சவ்வு பெரிய அளவில் வளர்ந்திருப்பதே அவர் கருத்தரிக்காமல் இருப்பதற்கான காரணம் என்பதை அவர் சொன்ன வார்த்தைகளில் இருந்தே தெரிந்துகொண்டேன். ஏதோ பிரச்னை ஏற்பட்டு, அதற்காக சிகிச்சை பெற்றும் குழந்தைப் பேறு வாய்க்கவில்லை என்று சொன்ன அந்தப் பெண்ணின் பேச்சில் இருந்த தன்னம்பிக்கைக் குறைவுக்கு, அவரது கணவர்தான் காரணம் என்பது தெரிந்தது.

மனைவிக்குப் பிரச்னை என்று தெரியவந்ததும், மனைவியுடன் தாயாரை அனுப்பி, ஒன்று இன்னொன்று என மருத்துவமனை களையும், ஆங்காங்கே பரிசோதனைகளையும் மாற்றிக் கொண்டே இருந்திருக்கிறார்கள். கைமேல் பலனை எதிர் பார்த்து மனம் வெறுத்துப்போன கணவரின் தாயார், கடைசி யாக சிகிச்சைக்கு ஒத்துழைக்க மறுத்துவிட்டார்.

அடுத்த முறை வரும்போது கணவரை அழைத்துவரும்படி அந்தப் பெண்ணிடம் சொல்லி அனுப்பினேன். அடுத்த முறை

இருவரும் வந்தனர். கணவரைப் பரிசோதித்தபோது அவருடைய விந்தில் உயிரணுக்களே இல்லாதது தெரியவந்தது. இந்த நிலையில், அவர் எப்படி வேறு திருமணத்துக்கு முன்வந்தார் எனக் கேட்டபோது, 'இப்படியொரு நிலை இருப்பது எனக்கு நிச்சயம் தெரியாது. வீட்டாரின் வற்புறுத்தலில்தான் ஏதாவது ஓரிடத்திலாவது தீர்வு கிடைக்காதா என்று எதிர்பார்ப்பில் சுற்றிக்கொண்டிருக்கிறோம்' என்றார்.

'உங்கள் மனைவியின் பிரச்னை தீர்ந்திருந்தாலும் அவரால் கருத்தரித்திருக்க முடியாதே. உங்களுக்கும் பிரச்னை இருக்கிறதே' என்றேன்.

நடக்காத ஒன்றை எதிர்பார்த்துக் காத்திருப்பது எவ்வளவு தவறு என்று தெரிந்ததும், நாங்கள் முயற்சித்துக்கொண்டிருக்கிறோம். நீங்கள்தான் உதவவேண்டும் என்றார் மனைவி.

கருப்பை உள்வரிச் சவ்வுப் பிரச்னை, விந்தில் உயிரணுக்கள் இல்லாத நிலை என்ற பிரச்னைகளுடன் இருந்த அந்த இருவருக்கும் சிரமப்பட்டு சிகிச்சை அளித்து பிரச்னையைச் சரி செய்தோம். பிறகு அவர்கள் குழந்தையும் பெற்றார்கள்.

மேற்கண்ட பிரச்னைகள், குழந்தைப் பேற்றை எவ்வாறு தடுக்கிறது என்பதைப் பற்றி புத்தகத்தில் விரிவாகத் தெரிந்து கொள்வோம்.

அடுத்து, இன்னொரு பெண்ணின் நிலை மிகவும் வித்தியாசமானது.

தொடர்ந்து மாதவிலக்கு வந்துகொண்டே இருந்திருக்கிறது. கருத்தரித்தாலும், மாதவிலக்கு வந்து கரு தானாகக் கலைந்துவிடும். ஏற்கெனவே இரண்டு முறை கரு கலைந்துவிட்டது. இன்னொரு முறை கலைந்தால் என்ன செய்வதென்றே தெரியவில்லை என்று சொல்லி சிகிச்சைக்கு வந்தார். அவரது கருப்பைக் கழுத்துப் பகுதியைச் சீரமைத்து பிரச்னையைத் தீர்த்தேன்.

இந்தப் பிரச்னை, குழந்தைப் பேறின்மையை எப்படி உண்டாக்குகிறது என்பதையும் பிறகு விரிவாகப் பார்ப்போம்.

ஓட்டப்பந்தய வீராங்கனையான ஒருவருக்கு மாதவிலக்கு வரவே இல்லை என்ற குறை. பயிற்சி செய்து முறுக்கேறிப் போயிருந்த உடல் வாகு. ஏறக்குறைய, பார்த்தால் ஆண் போன்ற தோற்றம். தன் உடல் இப்படியே இருக்க வேண்டும். ஆனால், குழந்தையும் பெற்றுக்கொள்ள வேண்டும் என்று முதன்முறையாக சிகிச்சைக்கு வந்தார்.

அவரது கணவரும் விளையாட்டு வீரர் என்பது தெரியவந்தது. விளையாட்டு வீரருக்கு ஆண்மைக் குறைவு இருக்கும் என பலர் கூறுவதாகவும், இதனால்தான் குழந்தைப் பேறு இல்லாமல் போய்விட்டது என்றும் பேசுவதாகச் சொன்னார்.

அவர்கள் இருவரையும் பரிசோதித்தபோது, கணவருக்கு விரைப்பையில் உள்ள நாளங்கள் அடைபட்டிருப்பதும், பழுது அடைந்திருப்பதும் தெரியவந்தது. இதனால், உயிரணு உற்பத்தி இல்லாமல் குழந்தைப் பேறு வாய்க்கவில்லை என்ற விவரத்தையும் தெரிந்துகொண்டேன்.

இந்தப் பிரச்னை எப்படி தீர்க்கப்பட்டு, குழந்தைப் பேறு உண்டாக்கப்பட்டது என்பதையும் பிறகு பார்க்கலாம்.

தம்பதியரின் பிரச்னைகள் பரிசோதனை மூலமாகத் தெரிய வரும்போது, எத்தகைய சிகிச்சைகளை அவர்கள் மேற் கொண்டால், எப்படி விரைவாகக் குழந்தை பெற்றுக்கொள்ள முடியும் என்பதை விளக்கும்போது, அவர்கள் அதைத் தொடர்ந்து கடைப்பிடித்து, சற்றும் மனம் தளராத விக்கிரமாதித்தனைப்போலல் மீண்டும் மீண்டும் முயன்று தங்கள் இலக்கை அடைந்தார்கள் என்பதையும் விரிவாகச் சொல்லியிருக்கிறேன்.

அடுத்து இன்னொரு தம்பதியினர்.

படித்து ஒரு பெரிய வேலைக்குப் போவதையே நோக்கமாகக் கொண்ட ஒரு பெண், தன் கணவருடன் கலந்து பேசி குழந்தைப் பேற்றைத் தள்ளிப்போட்டிருக்கிறார். நல்ல வேலை கிடைத்து வாழ்க்கையில் செட்டிலாகும்போது அந்தப் பெண்ணுக்கு வயது 31.

கருத்தடைச் சாதனங்களை நீக்கியும், கருத்தடை மாத்திரை பயன்படுத்துவதை நிறுத்தியும்கூட ஓராண்டுகளாக

குழந்தைப் பேறு வாய்க்காத நிலையில், தன்னுடைய 32-வது வயதில் என்னிடம் வந்தார்.

மருத்துவப் பரிசோதனையில், அந்தப் பெண்ணுக்கு 23 வயதில் குடல் வால் பிரச்னை இருந்ததாகவும், அதற்கு அறுவைச் சிகிச்சை மேற்கொண்டதும் தெரியவந்தது.

அந்தப் பாதிப்பின்போது குடல் வால் கிழிந்து அதில் இருந்த கிருமிகள் பரவி, கருக் குழாய்கள் ஒட்டியிருக்கக்கூடும் என்று நான் சந்தேகித்தேன்.

கருக் குழாய்களை எக்ஸ்-ரே மூலம் பரிசோதித்தபோது, எனது சந்தேகம் சரியானது என்று தெரிந்தது. இரண்டு கருக் குழாய்களிலும் அடைப்பு இருந்தது. இதைத்தவிர வேறுவித பிரச்னைகளும் இருந்தன.

கணவரின் உயிரணுக்களைப் பரிசோதித்ததில், புகைப் பழக்கம் காரணமாக அவரது உயிரணுக்கள் பாதிக்கப்பட்டு கருவாக்கம் செய்யத் தகுதி அற்றவையாக இருந்தன.

மைக்ரோ சர்ஜரி மூலம் கருக் குழாய் அறுவைச் சிகிச்சை செய்த பிறகும்கூட, அந்தப் பெண்ணுக்கு கருத்தரிப்பு நிகழவில்லை. பிறகு, சோதனைக் குழாய் மூலம் கருவாக்கம் செய்து குழந்தைப் பேற்றை உண்டாக்கினோம்.

இப்படி ஒவ்வொரு தம்பதியினரும் ஒவ்வொரு விதமான பிரச்னைகளுடன் வருகிறார்கள். அவர்களுடைய பிரச்னை களை எப்படித் தீர்த்து அவர்களுக்குக் குழந்தை பிறக்க வழி செய்தோம் என்பதை அடுத்து வரும் அத்தியாயங்களில் விரிவாகச் சொல்லப்பட்டிருக்கிறது.

அவற்றைப் படிப்பதன் மூலம், என்ன ஆகுமோ, எப்படி நடக்குமோ என பதற்றத்துடன் இருக்கும் குழந்தை இல்லாத தம்பதியினரின் மனச் சுமை குறையும், திட்டமிட்டு அவர்களாலும் குழந்தை பெற்றுக்கொள்ள இயலும் என நினைக்கிறேன்.

5

சிகிச்சைக்குத் திட்டமிடுதல் – விருப்பத்தை நிறைவேற்றும் வழிகளை அறிதல்

'குழந்தை இல்லாத வாழ்க்கை அர்த்தம் இல்லாதது'.

'குழந்தைகளோடு இருக்கும் எனது நண்பர்களுடன் ஒப்பிடும்போது, எல்லாம் இருந்தும் எதுவும் இல்லாத நிலையில் இருப்பவனாக உணர்கிறேன்.'

'திருமணத்தை மகிழ்ச்சியாக்குவதும், நிலைத்து இருக்கச் செய்வதும் மழலைச் செல்வங்களே.'

'குழலினிது யாழ்இனிது என்பர் தம்மக்கள்

மழலைச்சொல் கேளா தவர்.'

'பெண்மையின் மென்மை அவள் கருவுற்றிருக்கும் போதுதான் மிளிருகிறது.'

- இப்படிப் பல எடுத்துக்காட்டுகளைப் படிக்க நேரிடும் எல்லோரும் பிறருக்கு எடுத்துச் சொல்வார்கள். ஆனால், குழந்தை இல்லாதவர்கள் மனத்தைத் திறந்து எதையும் சொல்லவே மாட்டார்கள். ஏனெனில், அவை அவர் களுடைய மனத்தைப் பாதித்திருக்கும். குழந்தை இல்லாததைப் பற்றியோ அதைப் பெறும் வழிகளைப் பற்றியோ பிறருடன் மனம் திறந்து பேசுவதற்குத் தயக்கம் காட்டும் அவர்கள், மனத்துக்குள் மட்டும் ஒரே சிந்தனையாக இருப்பார்கள்.

அவர்களின் சிந்தனை, மற்றவர்களின் வாயை அடைப்பதற்காகத் தன் மனைவியைக் கர்ப்பமாக்குவது அல்லது தனது கணவனுக்கு ஒரு வாரிசை உருவாக்குவதற்காக தான் கர்ப்பிணியாவது - இப்படித்தான் இருக்கும்.

இந்த விஷயத்தைத் தாண்டி, குழந்தை பிறந்தால் எப்படி இருக்கும்? குழந்தையின் எதிர்காலத்தை எப்படி யோசிக்கலாம் என ஏதாவது மனம் விட்டுப் பேசவார்களா என எதிர்ப்பார்த்தால் பேசவே மாட்டார்கள்.

பேசுவதைவிட சிந்திப்பது சிறந்தது என்பதை அவர்கள் உணர்ந்திருப்பார்கள். சிந்தித்துத் திட்டமிடுவது என்பது பல நல்ல விளைவுகளை உடனே கொண்டுவரும் என்பதையும் பிறரைவிட நன்றாகவே தெரிந்துவைத்திருப்பார்கள்.

மகப்பேறு அடைவதற்குத் திட்டமிட்டால், அதைப் பற்றிய விவரங்களைச் சேகரிக்க ஆரம்பித்துவிடுவார்கள். தங்களுக்கு உள்ள பிரச்னைகளைப் பற்றிய விவரங்கள், அவற்றைச் சரி செய்ய எவ்வாறான அணுகுமுறையை மேற்கொள்வது என்ற விவரம், செலவுகள் மற்றும் அதனால் கிடைக்கும் சாதக பாதகங்கள் என எல்லாம் தெரியவருவதால், அவர்களுடைய அடிப்படைத் தேவைகள் திருப்திகரமாக இருக்கும்.

சோதனைக் குழாய் சிகிச்சை செய்துகொள்ள வரும்போது சிலர் பயந்த மாதிரி இருப்பார்கள். பரிசோதனை செய்துகொள்ள வேண்டும் என்றால் பயம், இது தேவையா? தேவையில்லாமல் செய்ய வைக்கிறார்களா? என்று நினைக்கத் தோன்றும்.

உயிரணு மற்றும் கரு முட்டையை வைத்து கருவாக்கம் செய்யப்போகிறார்கள் என்பதை அறிய நேர்ந்ததும், தங்களுடையவற்றை வைத்து கருவாக்கம் செய்கிறார்களா அல்லது எவருடையதாவது வைத்து கருவாக்கம் செய்துவிடுவார்களா?

இந்தக் குழந்தை நம்மைப்போல் இருக்குமா? குணாதிசயங்கள் நம்மை ஒத்திருக்குமா? பிற்காலத்தில் நமக்கு உதவுமா என்றெல்லாம் யோசிப்பார்கள்.

செயற்கை முறையில் விந்தேற்றம் செய்துகொள்கிறவர்களுக்கு இப்படிப்பட்ட எண்ணங்கள் வருவது இயல்பு.

தத்து எடுத்து வளர்க்காமல் எப்படியாவது தனது வயிற்றில் ஒரு குழந்தையைச் சுமந்து பெற்றால் போதும் என்று நினைக்கும் பெண் இதையெல்லாம் சிந்திப்பதில்லை. அவளுக்குத் துயரமான நிகழ்வு என்பது பிள்ளை பெறாத மலடி என்ற சுடுசொல்தான். அதில் இருந்து முதலில் மீண்டால் போதும் என்றுதான் நினைப்பாள். அதன் பிறகு தான் இரண்டாவது எண்ணமாக, இது நமது கணவரின் வாரிசாக இருக்குமா என்ற சிந்தனை தோன்றும்.

இந்த மாதிரி சிகிச்சைகளை அளிந்துவரும் எல்லா மருத்துவ மனைகளும் நம்பகமாகச் செயல்படுபவையே.

சிகிச்சை அளிக்கும் மருத்துவர் நம்பிக்கையானவர் என்பதை யும், உங்களுடைய வாரிசை உருவாக்குவதற்காகத்தான் உங்க ளுக்கு சிகிச்சை செய்ய ஒப்புக்கொண்டிருக்கிறார் என்பதை யும் நிச்சயப்படுத்திக்கொள்ளுங்கள். நீங்கள் பயப்படும்படி யாக எதுவும் நடந்து விடாது. நடந்துவிடக் கூடாது என்பதில் உங்களைவிட மருத்துவர்கள் கவனமாக இருப்பார்கள்.

குழந்தைப் பேறு சிகிச்சையின்போது எதிர்கொள்ளும் பரிசோதனை

சிகிச்சைக்கு வரும் தம்பதியை எங்கள் திட்டத்துக்கு உட் படுத்தும் முன்பே, எதற்காக அவர்கள் குழந்தை பெற்றுக் கொள்ள விரும்புகிறார்கள்? இந்தக் குழந்தை வந்து உங்கள் வாழ்வை எந்த விதத்தில் மாற்றப்போகிறது? குழந்தைக்காக என்ன திட்டம் வைத்திருக்கிறீர்கள்? உங்களால் அன்பு காட்டி வளர்க்க முடியுமா? என்றெல்லாம் கேள்விகளைக் கேட்பேன்.

இவையெல்லாம் சாதாரண கேள்விகள்போலத்தான் தெரி யும். ஆனால், இந்தக் கேள்விகளுக்கான பதில்களில்தான் அந்த தம்பதியின் ஆசைகள், கனவுகள் எல்லாம் ஒளிந்து இருக்கும்.

கருவுறாமை என்பது எவ்வளவு வேதனையான விஷயம் என்பதை அவர்கள் உணர்ந்திருப்பதால் ஒருவர் மீது ஒருவர் உண்மையான கரிசனத்தை வெளிப்படுத்தி, பரஸ்பரம் இருவருமே மனம் திறந்து பேசியிருப்பார்கள்.

இதனால், அவர்கள் தாம்பத்திய உறவில் இயல்பாக ஈடுபட்ட நிலைமாறி, ஒருவருக்கு ஒருவர் விட்டுக்கொடுத்து தங்களது

இலக்கை நிறைவேற்றும் இனிமையான தாம்பத்தியமாக அதை மாற்றிக்கொண்டிருப்பார்கள்.

இதெல்லாம் சிகிச்சைத் திட்டத்தில் இணைந்து அவர்கள் சிகிச்சை மேற்கொண்டிருக்கும்போது நடப்பவை.

சிகிச்சை நடைபெற்றுக்கொண்டிருக்கும் காலகட்டத்தில் என்ன பிரச்னை இருந்தாலும் முதலிலேயே பேசிக்கொள்வோம். கடைசியில் பேசி சிக்கலை உண்டாக்கிக்கொள்ள விரும்புவதில்லை.

சிகிச்சை பலன் அளிக்கத் தாமதமானால் அல்லது இன்னும் ஓரிரு ஆண்டுகள் காத்திருக்க வேண்டியிருக்கும் என்றிருந்தால், தங்கள் நிலையில் மாற்றம் ஏதேனும் உள்ளதா என்பதை அவ்வப்போது பேசிக்கொள்ளச் சொல்வேன்.

ஆறு மாதத்துக்கு ஒருமுறை கலந்து பேசும்போது, இன்னும் காத்திருந்து சிகிச்சையைத் தொடருகிறோம் என்றோ அல்லது சிகிச்சை போதும், தத்து எடுத்துக்கொள்ள முடிவு செய்திருக்கிறோம் என்றோ அவர்கள் முடிவெடுக்கலாம்.

இப்படிச் சொல்வதால் சிகிச்சையைப் பாதியிலேயே நிறுத்திவிட யோசனை கூறுவதாக எடுத்துக்கொள்ளக் கூடாது.

பிரச்னை என்று வந்துவிட்டவர்களுக்கு என்னால் இயன்ற அளவு நல்லமுறையில் தீர்வு அளிப்பதுதான் எனது வேலை. அதற்கு சிகிச்சைக்கு வருபவர்களின் ஒத்துழைப்பு எப்படி இருக்கிறது என்பதையும், அவர்களுடைய மனநிலை அவ்வப்போது எவ்வாறு மாறுகிறது என்பதையும் தெரிந்துகொள்ளவே இப்படி சில கேள்விகளைக் கேட்டு அவர்களுடைய பதில்களை அவ்வப்போது பெற்றுக்கொள்கிறேன்.

சிகிச்சைத் திட்டத்தை வகைப்படுத்துதல்

சிகிச்சைக்கு வரும் தம்பதிக்கு எவ்வளவு நாள்களில் கருத்தரிக்கும் வாய்ப்பு உண்டாகும் என்பதை ஓரளவு வரையுறுத்திச் சொல்லிவிடுவோம். இதனால், அவர்கள் தங்கள் நேரம் மற்றும் பணத் தேவைகளைப் பூர்த்தி செய்து கொள்வார்கள்.

உதாரணத்துக்கு, சிகிச்சைக்கு வந்த ஒரு தம்பதியிடம், கணவருக்கு ரத்த நாளச் சீர்கேடு அதாவது வெரிகோஸ்

வெயின் பிரச்னை இருக்கிறது. ரத்த நாளம் சுருண்டு கிடப்ப தால் உயிரணுக்கள் உற்பத்தி தடைபட்டுள்ளது. இதற்கான அறுவைச் சிகிச்சையை செய்துகொண்டால் அடுத்த மூன்று மாதங்களில் உயிரணுக்களின் எண்ணிக்கை அதிகரிக்க வாய்ப்பு இருக்கிறது என்று தெளிவுபடுத்தினேன்.

மூன்று மாதமா என்று மனைவி வாயைப் பெரிதாகக் திறந்தார்.

பிரச்னை தீர வேண்டும். உயிரணுக்கள் உற்பத்தி ஆக வேண்டும் என்பதற்காக மட்டுமல்ல இந்தக் காலகட்டம். இது ஒரு பக்கம் நடைபெறும்போதே, இந்த மூன்று மாத இடைவெளியில் அடுத்த மாதம் முட்டை வெளிப்படும் விதத்தை ஆராயவும், அதற்கான மருந்து மாத்திரைகளைச் சாப்பிட்டு பரிசோதனைக்குத் தயாராகவும் மனைவிக்கு நேரம் ஒதுக்கினேன்.

இருவரும் எனது ஆலோசனையைப் பின்பற்றினால் கண்டிப் பாக மூன்று மாதத்தில் விந்தணு எண்ணிக்கை உயரும், முட்டையும் வெளியாகும். (அவர்கள் பன்பற்றினார்கள், பலன் பெற்றார்கள்).

எதற்கு இத்தனை மாதங்கள் இழுக்கின்றன என சில தம்பதியர் நினைப்பதுண்டு.

ஒரு மாதவிலக்குக் காலத்துக்குள் ஒரு சில விஷயங்களை மட்டுமே நாங்கள் செய்ய முடியும். மனைவிக்கு முட்டை வெளியாகவில்லை என்றால், முட்டையைத் தூண்டி வெளி யிடவைக்க சிகிச்சை தர வேண்டும். அவரது உடல், மருந்து மாத்திரையை ஏற்றுக்கொண்டால், மற்ற காரணிகளை ஆராயாமல்கூட விட்டுவிடலாம். வெளியான முட்டை கருப்பையில் பதியாகாமல் போகிறது என வைத்துக் கொள்ளுங்கள், வேறு வழி இல்லாமல் அடுத்த மாதம்வரை சிகிச்சை நீளும். அந்தப் பிரச்னையைச் சரிசெய்ய ஹார்மோன் மருந்து கொடுக்கவேண்டி இருக்கும்.

இதனால்தான் பெரும்பாலான மருத்துவர்களிடம், 'நான் எத்தனை மாதங்களில் கருத்தரிப்பேன்' என்று சிகிச்சை பெறுபவர் கேட்டால், டாக்டரால் உறுதியாகச் சொல்ல முடியாது.

மருத்துவரோடு ஒத்துழைத்து சிகிச்சை எந்தக் கட்டத்தில் இருக்கிறது என்பதைத் தெரிந்துகொண்டால், அடுத்த சிகிச்சைக்குத் தயாராகலாம். விரைவில் கருத்தரிக்க வாய்ப்பு இருக்கும்.

பெரும்பாலான தம்பதியர் நினைப்பதெல்லாம், சிகிச்சை ஆரம்பித்த முதல் மாதமே நாம் கருத்தரித்துவிடுவோம் என்று நினைப்பதுதான். முட்டை வெளியாகவும், விந்தணுக்களின் தரத்தை உயர்த்தவும் மூன்று மாதங்கள்வரைகூட போராட வேண்டி இருக்கும். இதை உணராத சிலர், கோபமாகக் கத்து வார்கள். 'ஆறு மாசமாச்சு, ஏழு மாசமாச்சு, எட்டாவது மாசமும் வந்துடுச்சு. இன்னும் கர்ப்பம் ஆகவில்லையே' என்பார்கள்.

'என்ன சொல்றீங்க...?' என்று கேட்டால்,

'நீங்க சொன்ன எல்லா வழிகளையும் நாங்க செஞ்சாச்சு. இன்னும் என் மனைவி கர்ப்பம் ஆகலையே. என் அண்ணன் மனைவி இரண்டு மாசத்தில் கர்ப்பமானாள். தம்பி மனைவி நான்கு மாதத்தில் கர்ப்பம் தரித்தாள். என் தங்கை ஐந்து மாத்ததில் கர்ப்பம் தரித்தாள்...?' என ஆரம்பிப்பார்கள்.

'அவர்களுக்கெல்லாம் குழந்தைப் பேறு இல்லாமைக்கான ஏதேனும் பிரச்னைகள் இருந்தனவா?'

'எதுவும் கிடையாது. ஏன் கேட்கறீங்க?'

'பிரச்னை தீர்ந்த இரண்டு மாதத்திலேயே மனைவி கர்ப்பம் ஆக வேண்டும் என நினைக்கிறீர்கள். அப்படியானால், பிரச்னையே இல்லாத உங்கள் தங்கை கருத்தரிக்க எதற்காக ஐந்து மாதங்கள் ஆயின?''

இப்படிக் கேட்டதும் கொஞ்சம் திகைத்துப்போனவராக, 'ஆமா... இல்லே?' என்பார்கள். சற்று சுதாரித்தபடி, 'கொஞ்சம் சீக்கிரமா குழந்தை பெறும் வழியைக் காட்டுங் கள், டாக்டர்' என்பார்கள்.

நான் என்ன சொல்கிறேன் என்றால், திருமணம் ஆகி கருத்தரிக்க வாய்ப்பு உள்ளவர்களில், 20 சதவீதத்தினர்தான் முதல் மாதம் கர்ப்பிணி ஆகிறார்கள். மலடு நீக்கச் சிகிச்சை மேற்கொண்டு வருபவர்களில் 20 சதவீதத்தினர்தான்

குழந்தைப் பேறு வாய்க்கப்பெறுகிறார்கள். எல்லாமே சரியாக இருந்தால்கூட நீங்கள் கருத்தரிக்க ஆறு மாதத்தில் இருந்து ஓர் ஆண்டு வரைகூட ஆகலாம். அதன்பிறகு, குழந்தை பிறக்கவே பத்து மாதம் ஆகுமே? அதெல்லாம் முடியாது, இப்பவே வேணும் என்றால் கடவுளால்கூட முடியாது.

இன்னைக்குக் கர்ப்பம் ஆவேனா? நாளைக்கு ஆவேனா? என்று உங்கள் மனைவிதான் எப்போதும் கவலைப்படுவார் கள். ஆனால், அவர் கவலைப்படுவதுபோல் தெரிய வில்லை. நீங்கள்தான் அவஸ்தைப்படுகிறீர்கள்? என்று கணவரிடம் சொல்வேன். தம்பதியர் இருவரும் சேர்ந்து சிரித்துக்கொண்டே போவார்கள்.

இது வழக்கமாக நடக்கிற நிகழ்வுதான்.

சிகிச்சைக்கு வருவோர் சரியாக ஒத்துழைப்புக் கொடுத்தால் அவர்கள் எதிர்பார்க்கும் காலத்துக்கும் முன்னதாகவே பிரச்னை களைச் சரிசெய்துவிடலாம். கருத்தரிப்பையும் எதிர் நோக்கலாம்.

இதற்கெல்லாம், அவ்வப்போது அவர்கள் மருத்துவரிடம் சிகிச்சைத் திட்டம் பற்றிப் பேச வேண்டும். சிகிச்சை எந்த அளவுக்குப் போய்க்கொண்டிருக்கிறது என்பதைச் சரிபார்க்க வேண்டும். எல்லாவற்றுக்கும் மேலாக பொறுமையுடன் இருக்க வேண்டும்.

கர்ப்பத்துக்கு என்ன விலை?

பலர், சிகிச்சைக்கு எவ்வளவு செலவாகும் என்று டாக்டரைக் கேட்டு நச்சரிப்பார்கள். இதை முதலிலேயே தீர்மானிக்க முடியாது. பிரச்னையின் தன்மை, அளவு, அதற்கான பரி சோதனைகள், சிகிச்சை முறைகள் ஆகியவற்றைப் பொறுத்துத்தான் கட்டணம் அமையும். பல நாள்கள்வரை சிகிச்சைக்கு வரவேண்டி இருப்பதால் பணி இழப்பும், வருமான இழப்பும்கூட ஏற்படலாம்.

முட்டை வெளியானதை அறிந்து உடலுறவு கொண்டிருந்தால், மறுநாள் காலையே மருத்துவரை வந்து பார்க்க வேண்டும்.

ஊசி போடவேண்டி இருந்தால், மருத்துவமனைக்கு வர வேண்டும். அறுவைச் சிகிச்சை இருந்தால் அலுவலகத்துக்கு

லீவு போட வேண்டும். இதனால், பண இழப்பு சற்று கூடுதலாக இருக்கும்.

தனியார் நிறுவனங்களில் பணிபுரிவோருக்குப் பாதிப்பு சற்று அதிகமாக இருக்கும். லீவு போடுவதால் சம்பளப் பிடித்தம், பதவி உயர்வு கிடைக்காமை, பணி இழப்பு போன்றவைகூட நேரிடலாம்.

இதையெல்லாம் கவனத்தில் வைத்துக்கொள்ள வேண்டும். அப்போதுதான், இந்தப் பிரச்னைகளைச் சமாளிப்பதற்கான ஏற்பாடுகளில் கவனம் செலுத்த இயலும்.

ஒவ்வொரு பரிசோதனைக்கும் எவ்வளவு செலவாகும்? எது அத்தியாவசியம் என்பதையெல்லாம் முன்னதாகவே மருத்துவரிடம் கேட்டு வைத்துக்கொள்ள வேண்டும்.

திட்டமிடாமல் ஆர்வத்தில் சிகிச்சைக்கு வந்துவிட்டு பாதியில் போய்விடுவதால் பணம் மற்றும் நேர இழப்புதான் மிஞ்சும். இதைத் தவிர்க்க முன்னதாகவே திட்டமிட வேண்டும்.

சிகிச்சைக்கு வரும் முன்னதாகவே எப்படி சிகிச்சைத் திட்டத்தை, சம்பிரதாயங்களுக்கு ஏற்ப மேற்கொள்வது என்று தீர்மானித்துக்கொள்ளவும்.

'விந்துப் பரிசோதனை செய்ய வேண்டும். சுய இன்பத்தின் மூலம் விந்தை சேகரித்துக் கொடுங்கள்' என்று டாக்டர் சொன்னால், 'அது கடவுளுக்கு விரோதமான செயல். அவ்வாறு நான் செய்யமாட்டேன்' என்று சொல்லிக் கொண்டிருக்கக் கூடாது. மாற்று வழி என்ன என்பதை முன்னதாகவே யோசிக்க வேண்டும்.

இன்றைக்கு பிரதோஷம், அமாவாசை, ஏகாதசி என்றெல் லாம் காரணம் காட்டுவதை விட்டுவிட்டு, அப்படி ஒரு கட்டத்தில் எப்படி நடந்துகொள்வது என்பதை முன் கூட்டியே திட்டமிட்டுக்கொள்வது அவசியம்.

சிகிச்சையை எப்போது நிறுத்தலாம்?

வெற்றிகரமாக கருவாக்கம் ஆகும்வரை சிகிச்சையைத் தொடருவதுதான் நல்லது.

சிலர், ‘மூன்று முறை முயற்சிக்கிறேன் அல்லது ஆறு முறை முயற்சிக்கிறேன். அதில் முடியாவிட்டால் நிறுத்திக்கொள்கிறேன்...’ என்று முன்னதாகவே சொல்லிவிடுவார்கள்.

சிலர், சிகிச்சை நடக்கும்போதே, ‘இனிமேல் என்னால் தொடர முடியாது, நிறுத்திக் கொள்கிறேன்’ என்று சொல்வதும் உண்டு. பாதியில் சிகிச்சையை நிறுத்திவிட்டுப் போவதைவிட, திட்டமிட்டுக்கொண்டு வருவதுதான் நல்லது.

பிரச்னையின் தன்மையைத் தெரிந்துகொண்டு, அதைத் தீர்க்கும் வழிகளையும் தெரிந்துகொண்டு, இயற்கையாக அல்லது சுலபமாகக் கருத்தரிக்கும் வாய்ப்பையும் அறிந்து கொண்டு செயல்பட வேண்டும்.

இதிலெல்லாம் முடியாது என்பது தெரிந்தால் சோதனைக் குழாய் குழந்தை சிகிச்சைக்குத் திட்டமிட வேண்டும். முதலிலேயே திட்டமிடுவது என்பது இலக்கை விரைந்து அடைவதற்கு எளிதாக இருக்கும்.

திட்டமிட்டுச் செயல்பட்டால் மகிழ்ச்சியின் எல்லையை விரைவாகவும் எளிதிலும் தொட்டவிடலாம். குழந்தைப் பேறு சீக்கிரம் வாய்க்கும். இல்லாவிட்டால், இன்னும் கொஞ்ச காலம் காத்திருக்கவேண்டி இருக்கும்.

6

சாதக பாதகங்கள் – முதலிலேயே தெரிந்துகொள்ள வேண்டியவை

சிகிச்சை செய்யவேண்டிய நிலையில், பெரும் பாலும் பெண்கள்தான் பரிசோதனை முனைப்புடன் தங்களை உட்படுத்திக்கொள்கிறார்கள்.

ஆண்களுக்கான பரிசோதனைகள் மிகவும் சுலப மானது என்றாலும்கூட, அவர்கள் அதை மேற் கொள்ளத் தயாராக இருப்பதில்லை.

தனக்குப் பிரச்னை இருப்பது வெளியே தெரிந்து விட்டால் அவமானம் என்ற எண்ணம் பலருக்கு இருக்கிறது. அதனால், பெண்களை மறைமுக மாகவோ அல்லது நேரடியாகவோ பரிசோதனை மற்றும் சிகிச்சைகளுக்கு உட்படுத்துகிறார்கள்.

பெண்கள், பரிசோதனைக்குச் சென்று தங்களுக்குப் பிரச்னை இருக்கிறது என்பதை அறிய நேர்ந்தால், அதற்கான சிகிச்சை பெற்றுக்கொள்கிறார்கள். இரண்டு கருக் குழாய்களும் அடைபட்டிருந்ததால் குழந்தைப் பேறு வாய்க்காமல் போன பெண் குறித்து ஏற்கெனவே நாம் பார்த்த விஷயத்தை இங்கே நினைத்துப் பார்க்க வேண்டும்.

கருக் குழாய் அடைப்பை நீக்கும் அறுவைச் சிகிச்சையைச் செய்து கொண்டதும், இத்துடன்

பிரச்னை தீர்ந்துவிட்டது; தனக்குக் குழந்தை பிறக்கும் என நம்பத் தொடங்கிவிடுகிறார்கள். ஆண்டுகள் கடந்தும் குழந்தை பிறக்காவிட்டால், அறுவைச் சிகிச்சையில் அல்லது சிகிச்சையில் டாக்டர் ஏதோ தவறு செய்துவிட்டிருப்பார் என நினைத்து வேறு ஒரு டாக்டரிடம் சென்றுவிடுகிறார்கள். இது தவறு.

பெண்ணுக்குப் பிரச்னையில் இருந்து தீர்வு கிடைத்துவிட்டாலும், அவளது கணவனும் தன்னைப் பரிசோதனைக்கு உட்படுத்திக்கொள்ள வேண்டும். கணவனுக்கு உயிரணுக்களே உற்பத்தி ஆகவில்லை அல்லது உற்பத்தியான உயிரணுக்கள் வெளியே வர இயலவில்லை அல்லது அவை திறன் குறைந்தவையாக உள்ளன என்றால் குழந்தை எப்படிப் பிறக்கும்?

கணவனுக்குப் பரிசோதனை செய்து இன்ன குறை இருக்கிறது என்று சொன்னால், 'அப்போதே இது தெரிந்திருந்தால் இவ்வளவு காலமும், பணமும் செலவாகி இருக்காதே' என்று புலம்புவார்கள். 'எனக்குத்தான் பிரச்னை என நினைத்துக் கொண்டிருந்தேன்' என்று பெண்கள் சொல்வார்கள்.

ஆணோ பெண்ணோ, குழந்தை இல்லை என்று வந்துவிட்டால் இரண்டு பேருமே பரிசோதனை செய்துகொள்வதுதான் நல்லது. யாரோ ஒருவர் பரிசோதனை செய்துகொண்டால் போதும் என்று நினைத்தால் அது தவறு.

'நான் அந்த டாக்டரை பார்த்தேன். என் மனைவிக்குத்தான் குறை இருந்தது. என்னைப் பரிசோதனை செய்துகொள்ளச் சொல்லவில்லையே என காலம் கடந்து குறைபட்டுக் கொள்வதைவிட, எனக்கும் பரிசோதனை செய்துவிடுங்கள் என முன்வருவது ஆரோக்கியமானது.

இதை விட்டுவிட்டு, பரிசோதனை செய்துகொள்ளச் சொன்னால், பணம் பிடுங்குவதற்காக டெஸ்ட் எடுக்கச் சொல்கிறார்கள் என்று பின்னால் போய் சொல்லிக் கொண்டிருப்பதைத் தவிர்க்க வேண்டும்.

பிரச்னை விரைந்து தீர வேண்டும் என்பதற்காகவே இந்த ஏற்பாடு. இல்லாவிட்டால், ஒவ்வொரு டாக்டருக்கும் தனித் தனியாகக் கட்டணம் கொடுத்துக்கொண்டிருக்க நேரிடுமே

தவிர, குழந்தைப் பேறு வாய்ப்பது என்பது நடக்காத ஒன்றாகிவிடும்.

மகப்பேறு அற்ற நிலை என்பது தனி ஒருவர் பிரச்னை அல்ல. கணவன் - மனைவி இருவரையும் சார்ந்த பிரச்னை அது. இருவரும் ஒத்துழைத்து தீர்வு காண வேண்டும்.

இதுபோன்ற விஷயங்கள் எப்போது தெரியவரும் என்றால், ஏற்கெனவே சிகிச்சை பெற்றவர்களை அணுகி அவர்களிடம் விசாரிக்கும்போது தெரியவரும்.

கருப்பை உள்வரிச் சவ்வில் பிரச்னை, சினைப்பையில் பிரச்னை, கருக் குழாயில் பிரச்னை, சோதனைக் குழாய் முறையில் குழந்தைப் பேறு உண்டாக்கும் முயற்சியில் ஈடுபட்டு வெற்றி தோல்வி கண்டவர்கள் என, சிகிச்சை பெற்றவர்களைப் பார்த்துப் பேசுவது ஓரளவுக்கு நன்மை விளைவிக்கும். அதற்குக் கால நேரம் ஆனால் ஆகட்டும். பின்னாளில் சிகிச்சைக்காக ஆகப்போகும் செலவு கணிசமாகக் குறையுமே.

சிகிச்சைக்கு என வந்துவிட்ட பிறகு, டாக்டர் பரிசோதனை செய்யச் சொன்னால், நான் ஏற்கெனவே குறிப்பிட்டதைப் போல் அத்தியாவசியமான பரிசோதனை எது, விருப்பப் பரிசோதனை எது? இந்தச் சோதனைகள் எதற்காக? இது எந்த வகையில் உதவும், இதற்காக ஆகும் செலவு என்ன என்பது போன்ற விவரங்களைக் கேட்டுத் தெரிந்துகொள்ளுங்கள்.

சிகிச்சைக்கு முன்பே இவ்வளவு செலவாகும், தோராயமாக இவ்வளவு நாள்கள் ஆகும் என்றெல்லாம் சொல்லாத டாக்டர், கேள்விகளுக்குச் சரியாகப் பதில் சொல்லாத டாக்டர், சிகிச்சை அளிக்கப் பொருத்தமானவர் அல்ல. வேறு டாக்டரைப்போய்ப் பாருங்கள்.

சிகிச்சைக்கு வரும் முன், மகப்பேறுக்கான சிகிச்சை முறைகள் பற்றிய புத்தகங்கள், கட்டுரைகள் போன்றவற்றைப் படித்துத் தெரிந்துகொள்வது நல்லது.

குழந்தை பெற திட்டமிடுதல்

சிகிச்சையைத் தொடங்கி மாதக்கணக்கில், ஏன் ஆண்டுக் கணக்கில்கூட ஆகிறதே, இப்போது திட்டமிடலாமா என்று

யோசிக்காதீர்கள். காலம் கடந்துவிடவில்லை. ஒருமுறை திட்டமிட்டுவிட்டால் போதும். சிகிச்சை வெற்றிகரமாக நடந்தேறும்.

என்னென்ன முக்கிய விஷயங்கள் இருந்தால் கருத்தரிக்க முடியும் என்பதைப் பற்றி இந்த அத்தியாயத்தில் சுருக்கமாகத் தெரிந்துகொண்டுவிட்டு, அதுபற்றி விரிவாக பின் வரும் அத்தியாயங்களில் பார்க்கலாம்.

இதற்குப் பிறகு, டாக்டர் என்ற முறையில் நான் குறிப்பிடும் அனைத்து விஷயங்களும், தகவல்களும், குழந்தைப் பேறுக்காக சிகிச்சை எடுத்துக்கொள்ளும் நிலையில் இருப்பவர்களுக்கு நேரடியாகச் சொல்வதுபோல் இருக்கும். இது, தகவல்களை எளிதில் புரிந்துகொள்ள உதவும்.

இந்தப் புரிந்துகொள்ளுதல் இருந்துவிட்டால், சிகிச்சைக்கு வருபவர்களால் டாக்டருக்கு நன்றாக ஒத்துழைப்பு தர முடியும். இலக்கும் சுலபமாக இருக்கும்.

ஒன்பது முக்கிய அம்சங்கள்

கருவாக்கச் சிகிச்சையின் முக்கிய நோக்கமே குழந்தை இல்லாதவர்களை குழந்தை பெற உதவுவதுதான். குழந்தையை உருவாக்கும் முக்கியக் காரணிகள் என்னென்ன என்பதைப் புரிந்துகொண்டால், டாக்டர் அளிக்கும் சிகிச்சை யின் ஒவ்வொரு கட்டத்தையும் எளிதில் புரிந்துகொள்ள முடியும். அதற்கேற்ப, சிகிச்சை எடுத்துக்கொள்பவர்களும் தயாராகிக்கொள்ளவும் முடியும்.

1. கருத்தரிப்பை முழுமையாக நிறைவேற்றும் வகையில் பெண்ணின் உடல் நிலை இருக்க வேண்டும்.

2. ஆரோக்கியமான, ஊர்ந்து செல்லக்கூடிய உயிரணுக் களை உருவாக்கவும், அதை வெளியேற்றவும் திறன் பெற்ற நிலையில் ஆண் இருக்க வேண்டும்.

3. பெண்ணின் கருமுட்டை குறிப்பிட்ட நேரத்தில் முதிர்ந்து வர வேண்டும். சினைப்பையில் இருந்து குறிப்பிட்ட கால இடைவெளியில் கருமுட்டை எந்தப் பாதிப்பும் இல்லா மல் விடுபடவும் வேண்டும்.

4. கருப்பைக் குழாய் வழியாக கருப்பைக்குள் கருமுட்டை தடையின்றி நகர்ந்து வர வேண்டும்.
5. சரியான நேரத்தில் தம்பதியர் உடலுறவு கொள்ள வேண்டும்.
6. உடலுறவின்போது வெளியாகும் உயிரணு, கருப்பைக் கழுத்துப் பகுதி மற்றும் கருப்பையைத் தாண்டி கருப்பைக் குழாய்க்கு வந்து முட்டையுடன் இணைய வேண்டும்.
7. முட்டையை அடைந்த உயிரணு, அதைத் துளைக்க வேண்டும்.
8. உயிரணுவுடன் சேர்ந்து சினைமுட்டையான பிறகு கருக் குழாய் மற்றும் கருப்பையில் பதியமாக வேண்டும்.
9. பெண்ணின் ஹார்மோன்களும், கருப்பையும் பதியமான கருவை வளர்க்கும் செயல்களில் ஒழுங்காக ஈடுபட வேண்டும்.

இந்த ஒன்பது அம்சங்களும் இருந்தால்தான் ஒருவர் கருத் தரிக்க முடியும்.

இவை அனைத்தும் உங்களுக்கு உள்ளதா என்பதை மருத்துவர் பரிசோதிப்பார். இதில் ஏதேனும் பிரச்னை இருந்தால் அவற்றை எவ்வாறு தீர்ப்பது பற்றியும் திட்டமிடுவார்.

கருவாக்கச் சிகிச்சை முறை

உங்கள் பழைய நிலைமைகளில் இருந்து காரணங்களைக் கண்டறிதல்

சிகிச்சைக்கு வந்த உங்கள் உடல்நிலையைப் பரிசோதித்துத் தெரிந்துகொள்வது ஒருவகை. உங்கள் குடும்பத்தில் யாருக் கேனும் இந்தப் பிரச்னை இருந்ததா? உங்கள் தாயார் குழந்தை பெறும்போது என்ன வயது? உங்கள் தந்தையார் வம்சத்தில் யாருக்கேனும் இந்தப் பிரச்னை இருந்ததா? என்பன போன்ற விஷயங்களை அறிந்துகொள்ள மருத்துவர் கேள்விகளைக் கேட்பது இன்னொரு வகை.

முக்கியமாகப்படுகிற எந்த ஒரு விஷயத்தையும் அவர் மறக் காமல் கேட்பார். அது உங்களுடைய கடந்தகால வாழ்வில் நடைபெற்ற எதைப் பற்றி வேண்டுமானதாகவும் இருக்கலாம்.

நீங்கள் ரசாயனத் தொழிற்சாலையில் இதற்கு முன்பு வேலை செய்து வந்திருக்கலாம்; மருந்து கம்பெனியில் இருந்திருக் கலாம்; ஏதேனும் தொற்றுநோயினாலோ, வேறுவிதமான நோயினாலோ பாதிக்கப்பட்டிருக்கலாம்; மன இறுக்கத்தை உண்டாக்கக்கூடிய குடும்பச் சூழலில் இருந்து வந்திருப்ப தால் உடலுறவு வேட்கை குறைந்துபோயிருக்கக் கூடும்...

மேற்கண்டவை எல்லாம் நீங்கள் கருவுறுவதைத் தடை செய்யும் காரணிகளாகும்.

டாக்டர், உங்கள் இருவரையும் பரிசோதிக்கும்போது, இரு வரையும் வைத்துக்கொண்டு சில கேள்விகளையும், பிறகு ஒருவரை வெளியில் அனுப்பிவிட்டு இன்னொருவரிடம் தனியே சில கேள்விகளையும் கேட்பார். கணவரிடம் அல்லது மனைவியிடம் சொல்ல முடியாத விஷயங்கள் ஏதேனும் இருந்து அதனால் கருவுறும் நிலை தடைபட்டிருக்கிறதா என்பதைத் தெரிந்துகொள்ள இத்தகைய கேள்விகள் உதவும்.

உங்கள் தனிப்பட்ட ரகசியத்தை வெளியில் கூறவோ, ஒருவருக் கொருவர் போட்டுக்கொடுக்கவோ டாக்டர் நினைக்க மாட்டார். அது அவருக்குத் தேவையில்லாதது. ஆனால், உங்களுக்குள்ள பிரச்னையை அறிந்துகொள்ள முக்கியமானது. ஆகவே, நீங்கள் தைரியமாகச் சொல்லலாம்.

உதாரணமாக, திருமணத்துக்கு முன் காதலில் ஈடுபட்டு கர்ப்ப மாகி, கருக்கலைப்பு செய்திருக்கலாம். அந்த விஷயத்தை மறைத்துவிட்டு இன்னொருவருடன் திருமணம் நடைபெற்று இருக்கலாம். இந்த விஷயத்தைக் கணவரிடம் சொல்ல முடியுமா?

கருக் கலைப்பின்போது கருவுறுப்புகளில் ஏதேனும் சேதம் உண்டாகியிருக்கலாம் அல்லது பால்வினை நோயால் பாதிக்கப்பட்டு குணமடைந்திருக்கலாம். இப்படி ஏதேனும் ஒரு பிரச்னையில் இருந்து நீங்கள் விடுபட்டு இருந்தாலும், அந்தப் பிரச்னையின் காரணமாக குழந்தைப் பேறு இல்லாத நிலை உண்டாவதை நீங்கள் அறியமாட்டீர்கள். ஆனால் இந்தத் தகவல், மருத்துவருக்கு சிகிச்சையை விரைந்து செய்ய உதவும்.

டாக்டரே கண்டுபிடித்துக்கொள்ளட்டும் என்று விட்டு விட்டால் நேரச் செலவு, பணச்செலவு உங்களுக்குத்தான்.

தேவை இல்லாத பரிசோதனைகளைச் செய்யவேண்டி இருக்கும். இதைவிடுத்து, நீங்கள் சொல்லும் சரியான தகவல் களை வைத்து ஆராயும்போது விரைவில் பிரச்னைக்கான காரணங்களைக் கண்டறிய இயலும்.

சில நேரங்களில் நீங்கள் சாதாரணமாகச் சொல்லும் விஷயங் கள்கூட சிகிச்சைக்கு உதவியாக இருக்கும். ஒரு மாதம் வந்து மறு மாதம் விட்டு மறு மாதம் மாதவிலக்கு ஏற்படுகிறது அல்லது அதற்கு அடுத்த மாதம் வருகிறது; மாதவிலக்கு வரும்போது கடுமையான வலி இருக்கிறது என கூறுவதாக வைத்துக்கொள்ளுங்கள். இதற்காக அந்தப் பரிசோதனை செய், இந்தப் பரிசோதனை செய் என அலையவிடாமல், கருப்பை உள்வரிச் சவ்வுப் பரிசோதனை செய்ய வேண்டும் என நான் தெளிவாகச் சொல்லிவிடுவேன்.

வலியுடன் கூடிய மாதவிலக்கு வந்தால் கருப்பை உள்வரிச் சவ்வில்தான் பிரச்னை இருக்கும் என்பதும், விட்டுவிட்டு மாதவிலக்கு ஏற்பட்டால் முட்டை வெடித்து வெளிவருவது தடைபட்டிருக்கும் என்பதும் டாக்டருக்கு தெரியும்.

இந்தப் பிரச்னைக்கான சரியான தீர்வை உடனே எடுக்க அவரால் முடியும். தவிர, இடுப்புக் கூட்டுப் பகுதியில் அழற்சி இருந்தால் கருக் குழாய்கள் அடைப்படிருக்கலாம்.

இப்படி பல விஷயங்கள் உண்டு என்றாலும், முதல் காரணம் கருப்பை உள்வரிச் சவ்வு வளர்ச்சி என்பதால் அந்தப் பரி சோதனை மேற்கொள்ள நீங்கள் சொல்லும் தகவல் உதவும்.

கருவுறுதலைத் தடுக்கும் சில வெளிப்படையான காரணங்கள்

ஏற்கெனவே வயிற்றுப் பகுதியில் செய்யப்பட்ட அறுவைச் சிகிச்சைகள், ஆண் - பெண் இருவருக்கும் கருவை உற்பத்தி செய்யும் திறனைக் குறைத்திருக்கலாம்.

சர்க்கரை நோய் அல்லது சிறு வயதில் புட்டாலம்மை, ரத்தக் கொதிப்பு வந்திருந்தால், விந்தணுக்களின் எண்ணிக்கை கணிசமாகக் குறைந்துவிட்டிருக்கும்.

சில மருந்துகள், குறிப்பாக ரத்தக் கொதிப்புக்காகச் சாப்பிடும் மருந்துகள், ஆணின் உடலுறவுத் திறனைப் பாதிக்கும்

அல்லது முட்டையுடன் விந்தணு சேரும் திறனைக் கட்டுப் படுத்திவிடும்.

ஆண் : குறிப்பிட்ட சில பிரச்னைகள்

ஆண் ஒரு குழந்தைக்குத் தந்தையாக ஆக வேண்டும் என்றால், நல்ல தரமான உயிரணுக்களை வெளியேற்ற வேண்டும். 'தரமான' உயிரணுக்கள் என்பவை குறைபாடுகள் அற்ற, ஒரு நேர்க்கோட்டில் விரைவாக நீந்திச் செல்லக்கூடிய, நோய்த் தொற்றுகள் இல்லாதவை.

பெண்ணின் பிறப்புறுப்புக்குள் விந்தை எந்தப் பிரச்னையும் இன்றி செலுத்தும் நிலை ஆண் உறுப்பில் இருக்க வேண்டும். இதற்கு விரைப்பை தொடங்கி ஆண் உறுப்பு வரை எந்தத் தடையும் இருக்கக் கூடாது. விந்து வெளியேற்றும் நிலையைக் கட்டுப்பாட்டுக்குள் வைத்துக்கொள்ளும் அளவுக்கு உடல் மற்றும் ஹார்மோன் செயல்பாடுகள் சீராக இருக்க வேண்டும்.

விந்துப் பரிசோதனையில் ஏதேனும் பிரச்னை இருப்பதாகத் தெரியவந்தால் ஆணுக்கு கருவாக்கத் தடை ஏற்பட்டிருப்பதை உறுதி செய்துகொண்டு, அவருடைய உடல் பரிசோதனை, பொதுவான ஆரோக்கிய நிலை மற்றும் இனப் பெருக்க உறுப்புகளின் நிலை ஆகியவற்றைப் பரிசோதிக்க வேண்டும்.

விந்துக் குழாயில் அடைப்பு இருந்தால் விந்து வெளியேறாமல் கருவுறுதல் நிகழாது. இந்தக் கண்டறிதல்களின் அடிப் படையில் அடைப்பை அறிவதற்காகவோ, உயிரணுக்களின் வீரியத்தை அறிவதற்காகவோ, ஹார்மோன் பிரச்னைகளை அறிவதற்காகவோ பரிசோதனை செய்யப்படலாம் அல்லது வேறுவித பிரச்னை இருந்தால் யூராலஜிஸ்ட் (சிறுநீரகவியல் மருத்துவர்) ஒருவரிடம் மேற்பரிசோதனைக்கு அனுப்பலாம்.

விந்துப் பரிசோதனை இயல்பாக இருந்தால், பெண்ணுக்குப் பிரச்னை இருக்கும் என்பதை உறுதியாகச் சொல்லிவிடலாம். ஏனெனில், விந்து வெளியேற்றும் வேலை வரைதான் ஆணின் பொறுப்பு.

கணவருக்கு விந்தணுக்களின் எண்ணிக்கைக் குறைவு, மனைவிக்கு முட்டை வெளிப்படாமை இப்படிப் பல காரணங்கள் சேர்ந்து வருவதும் உண்டு. இவர்கள் இருவருக்குமே சிகிச்சை தேவைப்படும்.

பெண் : குறிப்பிட்ட சில பிரச்னைகள்

பெண்ணுக்குத் தவறாமல் மாதவிலக்கு ஆகிறது என்றாலும் கூட மாதவிலக்கு ஆகும் முறை சரியாக இருக்கும் என்று சொல்லிவிட முடியாது.

தற்போதைய நிலை மற்றும் கடந்த காலத் தகவல்கள் ஆகியவற்றின் அடிப்படையில் உடல் பரிசோதனை செய்து, பொது சுகாதாரம் மற்றும் இனப்பெருக்க உறுப்புகளின் தற்போதைய நிலை ஆகியவற்றை ஆராய வேண்டும்.

போதுமான ஹார்மோன்கள் உள்ளனவா? அவை சரியாகச் செயல்படுகின்றனவா? முட்டை வெளியாகிறதா என்பது போன்ற தகவல்களை, ஆய்வகப் பரிசோதனைகள் உறுதி செய்துவிடும்.

முட்டை சரியாக வெளியாகிறதா, கருவுறுதலைத் தொடர்ந்து தக்க வைத்துக்கொள்ளும் அளவுக்குக் கருப்பைக்குத் திறன் இருக்கிறதா என்பனவற்றை அறிய துவக்கத்திலேயே கருப்பை உள்வரிச் சவ்வுப் பரிசோதனை செய்துவிட வேண்டும்.

எக்ஸ்-ரே பரிசோதனையின் மூலம் கருப்பை மற்றும் கருக் குழாய்களின் நிலையைத் தெரிந்துகொள்ளலாம். கூடுமான வரை மாதவிலக்குச் சுழற்சி நடந்து கொண்டிருக்கும்போதே பரிசோதனை மேற்கொள்வது நல்லது.

பரிசோதனைக்கு உதவியாக, சம்பந்தப்பட்ட பெண்கள் இது தொடர்பான சில வேலைகளை வீட்டிலேயே செய்ய வேண்டும்.

உடல் வெப்ப அளவுப் பரிசோதனை (பேசல் பாடி டெம்ப ரேச்சர் - பிபிடி) அட்டவணையைத் தினமும் குறித்து வைத்துக்கொள்ள வேண்டும். இந்த அட்டவணையின் மூலம் எந்தச் சமயத்தில் முட்டை முதிர்ந்து வருகிறது, எப்போது பிரச்னையாக உள்ளது என்பது போன்ற பல விவரங்களைத் தெரிந்துகொள்ளலாம். உடல் வெப்பநிலை, மாதம் முழுவதும் ஒரே மாதிரியாக இருந்தால், முட்டை வெளியாக வில்லை என்பதைப் புரிந்துகொள்ளலாம். உடல் வெப்ப மான பிறகு நீங்கள் உடலுறவு கொண்டதாகத் தெரிய வந்தால், அது குழந்தைப் பேறுக்காக அல்லாமல் குழந்தைப்

பேற்றைத் தடுப்பதற்கான உடலுறவு என்பதை அறியலாம். உடல் வெப்பம் கூடுவதற்கு 24 முதல் 48 மணி நேரத்துக்கு முன் உடலுறவு கொள்ள வேண்டும்.

உடலுறவுக்கு முன் ரசாயன மாற்றங்கள் ஒத்திருக்கின்றனவா என்பதையும் பரிசோதனை மூலம் அறிந்துகொள்ள வேண்டும். கருப்பை வாய்ச் சளிச்சுரப்பானது கணவனின் விந்தணுக்களை அழித்துவிடுமானால் கருத்தரிக்க இயலாது. உங்களுக்குக் குழந்தையும் பிறக்காது. இவற்றையெல்லாம் சரிசெய்வதற்கான பரிசோதனைகளை மேற்கொள்ள வேண்டும்.

இவற்றைப் பற்றியும், மலட்டுத் தன்மையை உண்டாக்கும் பிற காரணிகளைப் பற்றியும் பின்வரும் அத்தியாயங்களில் விரிவாகப் பார்க்கலாம்.

இந்தத் தொடக்கக் கட்ட பரிசோதனைகள் மற்றும் சிகிச்சை பெற கொஞ்சம் பணம் செலவாகலாம். இதற்குப் பிறகு உங்களுடைய விருப்பம் என்ன, சிகிச்சையை எப்படித் தொடங்கலாம், அறுவைச் சிகிச்சை மூலம் உடல் ரீதியான பிரச்னைகளைத் தீர்த்துக்கொள்ள இயலுமா? வேறு வழியில், அதாவது செயற்கை முறை விந்தேற்றம் அல்லது சோதனைக் குழாய் குழந்தை முறை அல்லது வாடகைத் தாய் முறை என மாற்று வழிகளை யோசிக்கலாமா என்பனவற்றை முடிவு செய்துகொள்வது நல்லது.

இந்தப் பரிசோதனைக்குப் பிறகு குழந்தைப் பேறு உண்டாக்குவதற்காக ஆகும் செலவுகள், அவற்றைத் திரட்டும் வழிகள், சிகிச்சை முறைகள், அதற்காக உங்களைத் தயார்படுத்திக்கொள்வது போன்றவற்றில் கவனம் செலுத்த உங்களுக்குப் போதிய வாய்ப்பு கிடைக்கும்.

7

சரியான மருத்துவரை கண்டுபிடித்தல்

கருவாக்கச் சிகிச்சைக்கு வரும் ஒவ்வொருவரும் ஒரு நீளமான டாக்டர் பட்டியலை வைத்திருப்பார்கள். இவ்வளவு பேர் இருக்கிறார்களா என்ற விவரமே அப்போதுதான் தெரியவரும். அவர்களில் பெரும்பாலானவர்கள் பொது மருத்துவர்களாக இருப்பார்கள்.

ஒரு பொது மருத்துவரால், கருவாக்கம் செய்ய முடியுமா என்றால் நிச்சயம் முடியாது. அதே நேரத்தில், கருவாக்கம் செய்யும் மருத்துவர் மட்டும்தான் குழந்தையை உருவாக்க முடியும் என்பதும் உண்மை அல்ல. ஏனெனில், எல்லா கருவாக்க நிபுணர்களுமே குழந்தையை உருவாக்குவதில்லை. பரிசோதனைகள் நடத்தி தொடக்கச் சிகிச்சை அல்லது சிகிச்சை முடிவதற்குள் பல நோயாளிகள் சென்றுவிடுகிறார்கள். சிகிச்சை வெற்றிகரமாக நிறைவேறுவதில்லை. அப்படியானால் யார்தான் கருவாக்கம் செய்ய முடியும்?

வழக்கமாக, ஒரே மருத்துவரிடம் நீங்கள் சிகிச்சைக்குப் போவதாக இருந்தால், மற்ற எல்லாரையும்விட உங்கள் பிரச்னை பற்றி அவருக்கு நன்றாகத் தெரிந்து இருக்கும். உங்களை யாரிடம் மேல் சிகிச்சைக்கு

அனுப்பலாம். யார் இந்தத் துறையில் நல்ல நிபுணர் என்றெல்லாம் அவர் அறிந்து வைத்திருப்பார். அவரை அணுகி, இந்தச் பிரச்னைக்கு எந்த டாக்டரை பார்க்கலாம் என்று கேளுங்கள்.

ஏற்கெனவே இப்படி சிகிச்சை பெற்று குழந்தை பெற்று இருக்கும் பெண்களிடம் விசாரித்துத் தெரிந்துகொள்ளுங்கள்.

இந்த அத்தியாயத்தில், நல்ல மருத்துவரின் அடையாளம், நல்ல மருத்துவமனை எப்படி இருக்க வேண்டும், எது தவறான சிகிச்சை முறை என்பன போன்ற தகவல்களைப் பார்ப்போம்.

நல்ல டாக்டரை கண்டுபிடிப்பது எப்படி?

வழக்கமாகச் சிகிச்சை பெறும் உங்கள் குடும்ப டாக்டர்

மகப்பேறு சிகிச்சைக்காக ஒரு ஸ்பெஷலிஸ்டை தேர்வு செய்யும் முன், உங்களுக்குத் தற்போது சிகிச்சை அளித்து வரும் பெண் நோயியல் மருத்துவர் அல்லது குடும்ப மருத்துவர் யாரேனும் இருந்தால் அவரிடம் ஆலோசனை கேட்பது நல்லது. இப்படி யாரும் இல்லை என்றால், இந்தத் துறையில் பரவலாகப் பேசப்படும் டாக்டர் யார்? யாரிடம் வெற்றி விகிதம் அதிகமாக இருக்கிறது என்பன போன்ற தகவல்களைப் பற்றி விசாரித்துத் தெரிந்துகொள்ளுங்கள்.

ஒரு பொது மருத்துவருக்கு ரத்தப் பரிசோதனை, விந்துப் பரிசோதனை, எக்ஸ்-ரே பரிசோதனை போன்றவற்றில் நிபுணத்துவம் இருக்கும். ஆண்-பெண் இருபாலாருக்கும் எவ்விதம் சிகிச்சையை ஆரம்பிப்பது என்பதை அவர் அறிந்து இருப்பார்.

அதாவது, பொது மருத்துவர், குடும்ப மருத்துவர், உள்ளுறுப்பு நோய் தொடர்பாக சிகிச்சை அளிக்கும் மருத்துவர் ஆகியோரும் குழந்தைப் பேறின்மையை நீக்க சிகிச்சை செய்கிறார்கள்.

குடும்ப மருத்துவருக்கு உங்கள் பொதுவான உடல்நலன் பற்றிய விவரங்கள், உங்கள் நோய் வரலாறு, நீங்கள் உள்ள சூழல், கருவாக்கத்துக்காக நீங்கள் எடுத்துவரும் மருந்து மாத்திரைகள் பற்றிய தகவல் எல்லாம் தெரியும்.

இந்த மருத்துவர்களால் பெண்ணுக்கு முட்டை வெளியா கிறதா என்ற தகவலும், ஆணின் உயிரணு நல்ல நிலையில் இருக்கிறதா என்பதையும் பகுத்தரிய இயலும்.

சாதாரணமாகத் தோன்றும் பிரச்னைகள் அனைத்தையும் இவர்கள் தீர்த்துவிடுவார்கள். உதாரணமாக, கருத்தரிப்புக் காக எந்த வேளையில் உடலுறவு கொள்ள வேண்டும், எந்த நேரத்தில் உடல் வெப்ப நிலையை அறியும் பரிசோதனையைச் செய்ய வேண்டும், ரத்தக் கொதிப்புக்கான மாத்திரையைப் பயன்படுத்தும்போது என்ன விளைவுகள் ஏற்படும், உயிரணுக்களைக் கொல்லும் ஜெல்லி போன்றவற்றைப் பயன்படுத்துவதால் என்ன மாதிரி விளைவுகள் ஏற்படும் என்பது போன்ற விஷயங்கள் அனைத்தும் தெரியும். இவற்றையெல்லாம் கூடுமானவரை அவரே தீர்த்துவிடுவார்.

இயலாதபட்சத்தில் அவரே சிறப்பு மருத்துவரைப் பார்க்கப் பரிந்துரையும் செய்வார். அவரிடம் ஏற்கெனவே உங்கள் மருத்துவ ரெக்கார்டுகள் அனைத்தும் இருப்பதால் புதிதாக வேறு ரெக்கார்டுகளை தயார் செய்யவேண்டி இருக்காது.

சாதாரண கருவாக்கக் குறைகளை இவரே களைந்துவிடுவார் என்பதுதான் இவரைப் பற்றிய சுருக்கமான விவரம்.

மகளிர் நோயியல் மருத்துவர்

பெண் பாலுறுப்பு மற்றும் சிறுநீரகம் தொடர்பான நோய் களுக்கு சிகிச்சை அளிப்பதில் நிபுணத்துவம் பெற்றவர் இவர்.

கர்ப்பம் முதல் பிரசவம் வரையிலான அனைத்தயும் இவர் களே கவனித்துக்கொள்வார்கள். பெரும்பாலான மகளிர் நோயியல் மருத்துவர்கள், அறுவைச் சிகிச்சைகளையும் செய் கிறார்கள். திறமை, அனுபவம் ஆகியவற்றைப் பொறுத்து கருப்பைக் குழாய் அறுவைச் சிகிச்சை போன்ற நுண்ணிய அறுவைச் சிகிச்சைகளையும் செய்கிறவர்களாக இருப்பது உண்டு. தற்போது உள்ள லேபராஸ்கோப்பி அறுவைச் சிகிச்சை வரை வெற்றிகரமாகச் செய்கிறார்கள்.

குழந்தைப் பேறின்மைக்குக் காரணமான அனைத்துப் பிரச்னை கள் தொடர்பான பரிசோதனைகளையும் இவர்கள் உங்களைச் செய்யச் சொல்லி ரெக்கார்டுகளை வாங்கிக்கொள்வார்கள்.

முட்டை வெளியாகாத பிரச்னையைத் தீர்ப்பதிலும், செயற்கை விந்தேற்றம் செய்து கருவாக்கம் செய்வதிலும் இவர்கள் நிபுணர்களாக இருப்பார்கள்.

நாளமில்லாச் சுரப்பி மருத்துவர்கள் மற்றும் மலடு நீக்க மருத்துவர்கள்

இதற்காக சிறப்புப் படிப்பு மற்றும் பயிற்சி பெற்ற மருத்துவர்கள் மலடு நீக்க மருத்துவம் செய்கிறார்கள். இவர்களில் பலர், பெரிய பெரிய மருத்துவமனைகளுடன் இணைந்து கருவாக்கச் சிகிச்சை செய்கிறார்கள். வசதி வாய்ப்பு உள்ளவர்கள் தனியாக மருத்துவமனை வைத்து நடத்துகிறார்கள். கருவாக்கச் சிகிச்சையில் இன்றைய நாள் வரை உள்ள அதிநவீன சிகிச்சை வசதிகள் வரை இவர்கள் அறிந்து வைத்திருப்பார்கள். மைக்ரோ சர்ஜரியும் இவர்களுக்குத் தெரிந்த விஷயம் தான். நோயாளிகளுக்கு விரைந்து பலன் கிடைக்க வேண்டும் என்பதற்காக இவர்கள் தங்களுக்கு உள்ள பன்முகத் திறனை முழுமையாகப் பயன்படுத்துவார்கள்.

யூராலஜிஸ்ட்

ஆண்களின் சிறுநீரகவியல் குறித்து சிகிச்சை அளிக்கும் மருத்துவருக்கு யூராலஜிஸ்ட் என்று பெயர். ஆண்களுக்கு வெரிகோசீல் எனப்படும் ரத்தநாளச் சிதைவு தொடர்பான பிரச்னைகள், நாளமில்லாச் சுரப்பிப் பிரச்னைகள், பரம்பரைக் குறைபாடுகள், குழந்தையின்மையை உண்டாக்கும் வேறு விதப் பிரச்னைகளுக்குத் தீர்வு காண்பவர்களாக இருப்பார்கள். விரைப்பை திசுப் பரிசோதனை, கருத்தடைக்காகச் செய்யப்பட்ட அறுவைச் சிகிச்சையைச் சீரமைத்தல் போன்ற பல்வேறு நுண்ணுறுவைச் சிகிச்சைகளை வெற்றிகரமாகச் செய்வார்கள்.

ஆண்ட்ராலஜிஸ்ட்

ஆண்மை நோயியல் மருத்துவர் என இவரை அழைப்பார்கள். ஆண்களுக்குத் தோன்றும் உடலுறவு தொடர்பான நோய்கள், மலடு நீக்கும் சிகிச்சைகள் போன்றவற்றைச் செய்வதில் இவர் நிபுணர். பெரும்பாலான மருத்துவர்கள் மைக்ரோ பயாலஜி, பயோகெமிஸ்ட்ரி, ஆண்மையியல் ஆகியவற்றில்

நிபுணத்துவம் பெற்றிருப்பார்கள். இவர்கள் அனைவரும் சோதனைக் குழாய் கருவாக்க சிகிச்சை மையத்தோடு தொடர்பு வைத்திருப்பார்கள்.

உளவியல் மருத்துவ நிபுணர்

உங்களுக்கும் உங்கள் துணைவருக்கும் உள்ள பிரச்னைகளை வெளியே எடுத்துவைப்பதும், உங்களை மனம் விட்டுப் பேச வைப்பதுமான மனவியல் சிகிச்சை அளிப்பதில் இவர்கள் வல்லவர்கள்.

மனம் சார்ந்த அனைத்துப் பிரச்னைகளையும் முழுமையாகத் தீர்த்துவிடுவார்கள். கருவாக்க மையத்தோடு தொடர்புடைய உளவியல் மருத்துவ நிபுணர், உங்களுக்கு மனரீதியாக ஏற்படும் பிரச்னைகளை எவ்வாறு சரி செய்வது என்பது முதல், சிகிச்சைத் திட்டம்வரை அனைத்தையும் வரையறை செய்துகொடுப்பதில் வல்லவராக இருப்பார்.

சிபாரிசை ஏற்றுக் கொள்ளுதல்

பல வேளைகளில், நோயாளியை ஒரு டாக்டர் பரிசோதித்து விட்டு இன்னொரு டாக்டருக்குப் பரிந்துரை செய்து அனுப்பி னால், பிரச்னை பெரிதாக இருக்குமோ, நிறைய பணம் செலவாகிவிடுமோ என நினைக்கலாம்.

பொதுவாக, உங்கள் மருத்துவர் இன்னொரு டாக்டருக்கு பரிந்துரை செய்வதன் நோக்கம், நீங்கள் விரைவாக நலம் பெற வேண்டும் என்பதுதான். உங்கள் குடும்ப மருத்துவரை நீங்கள் நம்ப வேண்டும்.

வேறுவழியாக மருத்துவரை அணுகுதல்

குடும்ப மருத்துவ முறை அவ்வளவாக நடைமுறையில் இல்லாத சூழல் இங்கு நிலவுவதால் என்ன செய்வது என்ற குழப்பம் பலருக்கு இருக்கத்தான் செய்கிறது. ஏற்கெனவே சிகிச்சை பெற்றவர்கள் மூலமாகச் சென்றாலும், அவருக்குப் பலன் அளித்த சிகிச்சை தனக்குப் பலன் அளிக்காவிட்டால் மனம் தளர்ந்துபோகிறது. எந்த மருத்துவர் சிறந்த மருத்துவர் என்பதை அறிய முடியவில்லை. இப்படிப்பட்ட நிலைகளில் என்ன செய்வது என்று யோசிக்கிறீர்களா?

நீங்கள் மேற்கத்திய வளர்ந்த நாடுகளில் இருந்தால் அங்குள்ள மருத்துவச் சங்கங்கள், நோயாளிகள் கேட்கும் விவரங்கள் அடங்கிய பட்டியலைக் கொடுத்துவிடுகின்றன. இங்கு அத்தகைய வசதிகள் இன்னும் நடைமுறைக்கு வரவில்லை, வந்தாலும் அவற்றைப் பெறுகின்ற அளவுக்கு மக்களிடம் விழிப்புணர்வு இல்லை.

பெரும்பாலானவர்கள் பத்திரிகைகள், தொலைக்காட்சிகளில் வரும் பேட்டிகள், விளம்பரங்கள் ஆகியவற்றைப் பார்த்தே மருத்துவரை அணுகுகிறார்கள்.

சிறப்பு மருத்துவரைப் பார்த்தே ஆக வேண்டுமா?

மருத்துவரை அணுகும் முன்பு, அவர் நடத்துகிற, பணி யாற்றுகிற மருத்துவமனையைப் பார்க்க வேண்டும்.

நவீன கருவிகள் உள்ளனவா? சிகிச்சை பெறுவதற்கான அதிநவீன வசதிகள் உள்ளனவா? அவர் திறமையானவரா? சிகிச்சைக்கு வருபவர்களை நன்றாகப் பராமரித்துக்கொள் கிறார்களா? நோயாளிகளிடம் எப்படி நடந்துகொள்கிறார் கள். அந்த மருத்துவமனைப் பணியாளர்கள் தன்மையானவர் களா? சிகிச்சை தொடர்பான விஷயங்கள் அனைத்தும் சிறப்பாகச் செய்யப்படுகின்றனவா? கட்டண ரீதியாக மற்ற மருத்துவமனைகளைவிட பரவாயில்லையா? டாக்டர், இந்த துறையில் எத்தனை ஆண்டுகள் இருந்து வருகிறார்? அவ ரிடம் சிகிச்சை பெற்று எத்தனை பேர் பலன் பெற்றிருக் கிறார்கள் என்பன போன்ற விஷயங்களில் கவனம் செலுத்தி தகவலைத் திரட்ட வேண்டும். அதன் பிறகே சிறப்பு மருத்துவரைப் பார்க்க வேண்டும்.

தொலைக்காட்சிகளில் விளம்பரப்படுத்தும் சில மருத்துவர் களை அணுகுகிறீர்கள் என வைத்துக்கொள்வோம். அவருடைய பேட்டியைப் பார்த்துவிட்டு சிகிச்சைக்குச் சென்ற பிறகு, எந்த வசதியும் இல்லாத மருத்துவமனையை நடத்தி வருவதையும், எந்த ஒரு சிகிச்சைக்கும் இன்னொரு மருத்துவமனையை நாடுபவராக இருப்பதையும் அறிய வரும்போது என்ன செய்வீர்கள்?

அதனால், உங்கள் செலவு இரட்டிப்பாகும் என்பதைக் கவனத்தில் வைத்துக்கொள்ளுங்கள்.

விரை மேல்நாளச் சீர்கேட்டால் அசூஸ்பெர்மியா வந்துள்ளது என வைத்துக்கொள்ளுங்கள். இதற்காக தொலைக்காட்சிப் பேட்டி அல்லது பத்திரிகை பேட்டிதரும் ஒரு மாற்றுமுறை மருத்துவரைப் போய்ப்பார்த்து சிகிச்சை பெற்றால் எப்படி உங்கள் பிரச்னை தீரும்?

ஒட்டிக்கொண்ட கருப்பைக் குழாய்களை எப்படி மாற்று முறை மருத்துவத்தில் விரைந்து சீரமைக்க இயலும்? ஓராண்டு ஈராண்டு என காலம் தாழ்த்தி கடைசியில் நவீன முறைக்கு வருவதை விட, பிரச்னையைச் சுலபத்தில் தீர்க்க முதலிலேயே நவீன சிகிச்சையை அணுகலாம் இல்லையா?

இன்ன பிரச்னைக்கு இன்ன மருத்துவரை அணுக வேண்டும் என்ற தெரிதலும், புரிதலும் ஒருவருக்குக் கண்டிப்பாக இருக்க வேண்டும். குறிப்பாக, குழந்தை இல்லாதவர்களுக்கு சிகிச்சை மற்றும் மருத்துவர் குறித்த இந்தத் தெரிதலும், புரிதலும் மிகவும் அவசியம். இல்லாவிட்டால் நேரத்தையும் பணத்தையும் வீணடிக்கவேண்டி இருக்கும். குழந்தைப் பேறு என்பதும் வேண்டாத ஒன்றாகிவிடும்.

இந்த மருத்துவமனையில் பரிசோதனைக் கட்டணம் அதிகம், நேரடியாக ஆய்வகத்தில் பரிசோதனை செய்துகொள்ளலாம் என பலர் நினைப்பதுண்டு. சிறப்பு மருத்துவர், இந்தப் பரிசோதனை தேவையா? வேண்டாமா? என்பதைச் சாதாரண அறிகுறிகளை வைத்தே கண்டறியக்கூடியவர். குறிப்பிட்ட காரணங்கள் தவிர, பிற காரணங்களுக்காக தேவையில்லாத பரிசோதனைகளை இழுத்துவிட மாட்டார். அப்படி இழுத்துவிடுகிறவர் பொருத்தமான 'நல்ல' டாக்டர் இல்லை என்பதைப் புரிந்துகொள்ளுங்கள்.

சிக்கலான பிரச்னைகள் உள்ளவர்கள் மட்டுமே சோதனைக் குழாய் மூலம் குழந்தைப் பேறு அடைய சிகிச்சைக்கு வருகிறார்கள் அல்லது வேறு வழிகளில் குழந்தை பெற வருகிறார்கள். மற்றபடி, சாதாரணக் காரணங்களால் குழந்தைப் பேறு வாய்க்காதவர்கள் பெரிய மருத்துவமனை களை நாடுவதில்லை. அப்படியே நாடினாலும் சிக்கலான பிரச்னை என்றால், பல மருத்துவமனைகள் அவர்களைத் துவக்கத்திலேயே கவனிக்காமல் திருப்பி அனுப்பி விடுகின்றன.

சில மருத்துவமனைகள் வேண்டுமென்றே, கருவாக்க வெற்றி விகிதத்தை அதிகப்படுத்தி, நோயாளிகளைக் கவர வேண்டும் என்று விளம்பரப்படுத்துகின்றன.

இரண்டே அமர்வுகளில் 50 சதவீதத்தினருக்குக் கருவாக்கம் நடைபெற்றது என்றும் ஒரு மருத்துவமனை அறிக்கை தந்தால் அது சுத்தமான பொய்.

பரிசோதனைகள், முட்டை சேகரிப்பு, விந்துவின் தரத்தை உயர்த்துதல் இவையெல்லாம் நடந்த பிறகுகூட, ஒன்றுக்கு மேற்பட்ட கருமுட்டைகளை வைத்துத்தான் கருவாக்கம் நடைபெறுகிறது.

எத்தனை குழந்தைகள் பிறந்தன என்பதைவிட, எத்தனை கருவாக்கம் நடைபெற்றன என்பதையே பல மருத்துவ மனைகள் சாதனைகளாகக் கூறுகின்றன. இந்தியாவில் மட்டுமின்றி, உலகம் முழுவதும் இதுதான் நடக்கிறது.

35 வயதுக்கு மேற்பட்ட பெண்ணா, கண்டிப்பாக இங்கு சிகிச்சை செய்யமாட்டோம் என்று மறுப்பதற்கு பல மறைமுகக் காரணங்களைச் சொல்வது, விந்தணுக்களில் அசாதாரண நிலை இருந்தால் சிகிச்சைக்கு ஏற்காமல் திருப்பி அனுப்பிவிடுவது போன்றவற்றை பாலிசியாக வைத்து இருக்கும் மருத்துவமனை சிறந்த மருத்துவமனையாக இருக்க முடியாது.

எல்லாப் பிரச்னைகளுக்கும் தீர்வு தரும் வசதி கொண்ட மருத்துவமனையும், எல்லோராலும் எளிதில் அணுகக்கூடிய மருத்துவரும்தான் சிறந்த மருத்துவனை மற்றும் மருத்துவராக இருக்கமுடியும்.

மேல் நாடுகளில் உள்ள பல ஆராய்ச்சி மருத்துவமனைகளில், பல்வேறு பரிசோதனைகளைச் செய்யச் சொல்லி, அவற்றைத் தங்கள் ஆராய்ச்சிக்காகப் பயன்படுத்திக்கொண்டு அதற்குரிய கட்டணத்தை மட்டும் நோயாளிகள் மீது வைப்பார்கள். இந்த மறைமுகக் கட்டணம் நோயாளிக்குத் தெரியாது.

அதேபோல், பல பரிசோதனைகளைத் தொடர்ந்து செய்யச் சொல்லும் மருத்துவமனையில் சிகிச்சை பெறுவதைப் பற்றி இரண்டாவது முறையாக யோசித்துப் பார்க்க வேண்டும்.

வெறுத்துப்போதல்

நீண்ட தூரத்தில் இருந்து சிகிச்சைக்காக வந்திருக்கும் நோயாளி, புதிய சூழலில் யாருடன் பேசாமல் தனித்து டாக்டரைப் பார்க்க உட்கார்ந்துகொண்டிருப்பார். மணிக் கணக்கில் காத்திருக்கும்போது, எதற்கு இங்கே வந்தோம் என்று நினைக்கத் தோன்றும். ஒரு வழியாக டாக்டரைப் பார்த்த மகிழ்ச்சியில் உட்காரும்போது, 'என்ன பிரச்னை, அப்படியா? நீங்க போய் அந்த டெஸ்ட் செய்யணும், இந்த டெஸ்ட் செய்யணும், பணம் இருந்தா போய் டெஸ்ட் எடுத்துக்கோங்க, இல்லேன்னா அடுத்தமுறை பார்த்துக் கலாம்... ரைட்... இப்ப நீங்க போகலாம்' என நாலே வரியில் சொல்லி அனுப்பிவிடுகிறார் என வைத்துக்கொள்ளுங்கள். நோயாளிக்கு வாழ்க்கையே வெறுத்துப்போகாதா?

'என்னங்க கொடுமை. போனதும் அனுப்பிடறாங்க. இவ்வளவு தூரத்தில் இருந்து வந்திருக்கோம். என்ன, ஏதுன்னுகூட சரியாகப் பேசவில்லையே' என்றோ, 'டாக்டர் என்ன சொல்கிறார் என்பதே சரியாகப் புரியவில்லை' என்றோ அலுத்துக்கொண்டால் நோயாளிக்கு வேறு மருத்துவமனையைப் பார்ப்பதைத் தவிர வேறு வழியில்லை.

நோயாளியுடன் மருத்துவர் பொறுமையாகப் பேசுபவராக இருக்க வேண்டும். பிரச்னையைப் புரியவைக்க வேண்டும். நம்பிக்கையூட்ட வேண்டும். இப்படி இல்லாதபட்சத்தில் நோயாளி நிச்சயம் வெறுத்துப்போவார்.

சில மருத்துவமனைகளில் நோயாளிகளின் பிரச்னைகள் தொடர்பான விளக்கங்களை, மருத்துவமனையில் இருக்கும் தொலைக்காட்சி பெட்டி மூலம் ஒளிபரப்புவார்கள். இது பயனுள்ளதாக இருக்கும்.

டாக்டரை தேர்வு செய்வதில் கடைசித் தீர்மானம்

கருவாக்கச் சிகிச்சை என்பது மாயாஜாலம் அல்ல. அது ஒரு கட்டமைப்பு மிக்க சேவை முறையாகும். பல துறையைச் சேர்ந்த மருத்துவர்கள் ஒருங்கிணைந்து சிகிச்சைக்கு வந்திருப்பவரின் பிரச்னைகளைக் கண்டுபிடித்து சிகிச்சை அளிக்க வேண்டிய நிலையுள்ள கூட்டு முயற்சி.

தனியொரு மருத்துவரே எல்லாப் பிரச்னைகளையும் கண்டு பிடித்து ஒவ்வொரு சிகிச்சையாகச் செய்துகொண்டிருக்க முடியாது.

பெண்களைப் பெண் நோயியல் மருத்துவர் பரிசோதித்தால், ஆண்களை அதே மருத்துவமனையில் உள்ள ஆண் நோயியல் மருத்துவர் பரிசோதிக்க வேண்டும்.

சிறுநீரகம் சார்ந்த பிரச்னை என்றால், அதே மருத்துவமனை யில் உள்ள சிறுநீரகவியல் மருத்துவர் அந்தப் பிரச்னையைத் தீர்க்க வேண்டும். ஒரு முக்கியப் பரிசோதனை செய்ய வேண்டி இருந்தால், அதற்கான கருவிகள் தயாராக இருக்க வேண்டும்.

நகராத உயிரணுவைக் கொண்டு கருவாக்கம் செய்ய வேண்டியிருந்தால், முட்டையைத் துளைக்கும் அதிநவீன லேசர் கருவி இருக்க வேண்டும்.

'உங்கள் முட்டையை டெல்லியில் உள்ள அதிநவீன மருத்துவமனைக்கு அனுப்பியுள்ளோம். வந்தவுடன் தகவல் சொல்கிறோம். நீங்கள் பதியம் செய்துகொள்ளலாம்' என்று சொல்லக் கூடாது. இப்படி ஒவ்வொரு சிறிய விஷயத்தையும் கவனமாகப் பரிசீலித்து, மருத்துவரையும், மருத்துவ மனையையும் தேர்ந்தெடுக்க வேண்டும். ஓரிரு வாரங்கள் தாமதமானாலும் பரவாயில்லை.

மருத்துவரிடம் கேட்க வேண்டியவை

பார்த்துப் பேசியதுமே ஒரு மருத்துவரின் அனுபவம், திறமை ஆகியவற்றை எப்படியும் தெரிந்துகொள்வீர்கள் என்றாலும், முதல்முறை மருத்துவரிடம் போகும்போது என்னென்ன கேள்விகளைக் கேட்கலாம் என்று ஒரு பட்டியலைத் தயாரித்துக்கொள்ளுங்கள்.

கேட்கத் தகுந்த கேள்விகள்

மருத்துவரைப் பற்றி...

★ இந்தத் துறையில் எத்தனை ஆண்டுகள் பயிற்சி பெற்றவர்?

★ இந்தப் பிரச்னையை நீங்களே தீர்த்துவிடுவீர்களா? வேறு துறை மருத்துவர்களையும் உடன் சேர்த்துக்கொள் வீர்களா?

★ கருத்தரித்தால் பிரசவம் வரை நீங்களே பார்ப்பீர்களா? வேறு பெண் நோயியல் மருத்துவரிடம் அனுப்பி வைப்பீர்களா?

★ ஆய்வக வசதிகள் இங்கே இருக்கின்றனவா? அல்லது பரிசோதனைகளுக்கு வெளியில் செல்ல வேண்டுமா?

★ சிகிச்சை எனக்கு மட்டுமா? எனது துணைக்குமா?

★ எனது பிரச்னைகளைப் பற்றி நீங்கள் செய்யும் பரி சோதனை மற்றும் மெடிக்கல் ரிப்போட்டுகளை எனக்குத் தருவீர்களா?

★ குறைபாடு இல்லாத குழந்தை பிறப்பதற்கான நவீன சிகிச்சைகள் உள்ளனவா?

★ கருப்பைக்கு வெளியே நடக்கும் கருவாக்கம் இந்த மருத்துவமனைக்குள் நடக்குமா? அல்லது வேறு மருத்துவமனையில் கருவாக்கம் செய்து அதைக் கொண்டுவந்து பொருத்துவீர்களா?

★ உங்கள் மருத்துவமனையில் இந்தப் பிரச்னைக்காக எத்தனை பேர் வந்திருக்கிறார்கள்? அவர்களில் எத்தனை பேர் வெற்றிகரமாகச் சிகிச்சை பெற்றார்கள்?

★ நீங்கள் தகுதியான மருத்துவரா? என்லிஸ்டட் டாக்டரா?

பரிசோதனை பற்றி

★ இது என்னவிதமான பரிசோதனை முறை?

★ இதன் மூலம் நீங்கள் எதைத் தெரிந்துகொள்வீர்கள்?

★ என்ன ரிசல்ட் எதிர்பார்க்கிறீர்கள்?

★ எவ்வளவு டைம் பிடிக்கும்?

★ செலவு என்ன?

★ இது உடலுக்குத் தீங்கு, காயம் ஏதேனும் விளை விக்குமா?

★ பரிசோதனைக்கு பின் ஏதேனும் அறிகுறிகள் தோன்றுமா?

★ இதை உங்கள் மருத்துவமனையிலேயே செய்வீர்களா? அல்லது வேறு மருத்துவமனைக்குப் போகவேண்டுமா?

★ எனது இணையும் இந்தப் பரிசோதனையை மேற் கொள்ள வேண்டுமா?

★ பரிசோதனைக்குப் பிறகு வீடு அல்லது அலுவலகத்துக்கு நான் போகலாமா?

★ எத்தனை முறை இந்தப் பரிசோதனையை மேற் கொள்ளவேண்டி இருக்கும்?

★ இதனால் எங்கள் தாம்பத்திய வாழ்க்கை பாதிக்கப் படுமா?

மருந்து, மாத்திரை பற்றி

★ என்ன ரிசல்ட் எதிர்பார்க்கிறீர்கள்?

★ எதுவரைக்கும் இதைச் சாப்பிடவேண்டும்?

★ இதன் விலை என்ன?

★ இதனால் என்ன பக்கவிளைவுகள் வரும்?

★ இதை வெளியே போகும்போது எடுத்துச் செல்லலாமா? எத்தனை வேளை சாப்பிட வேண்டும்?

★ விட்டுவிட்டு சாப்பிட்டாலோ தாமதமாக சாப்பிட் டாலோ என்ன ஆகும்?

இப்படிப் பல விஷயங்களை, மறக்காமல் நீங்கள் கண்டிப்பாக அவரிடம் கேட்க வேண்டும்.

மருத்துவத் திட்டம் பற்றி பேச வேண்டும்

முதல் பரிசோதனை மற்றும் சிகிச்சை பெற்ற நான்கைந்து வாரங்களிலேயே உங்களுக்குத் தேவையான சிகிச்சை பற்றிய ஒரு வரையறை வந்துவிடும். அதற்கேற்ப மருத்துவரிடம் ஒத்துழைத்து சிகிச்சையை வெற்றிகரமாக்கப் பாடுபட வேண்டும்.

சிகிச்சைத் திட்டத்தை மருத்துவர் மாற்றுகிறார் என்றால், அதற்கான காரணத்தைக் கேட்டுத் தெரிந்துகொள்ள

வேண்டும். ஒரு கேள்வி கேட்க வேண்டும் என்று தோன்றி னால், தயங்காமல் உடனேயே கேட்டுவிடுங்கள். அதுதான் நல்லது.

ஒரு போன் பேசினால்கூட, எவ்வளவு ஆனது என்பதைப் பார்க்கிறீர்கள்? கரண்ட் பில் எவ்வளவு ஆகியிருக்கிறது? ஆட்டோ மீட்டர் எவ்வளவு காட்டுகிறது என்று எப்படி பொறுப்பாகப் பார்க்கிறீர்கள். அப்படித்தான் சிகிச்சை மற்றும் மருத்துவரின் அணுகுமுறையைப் பார்த்து, கேட்க வேண்டிய விஷயங்களை கேட்டு சிகிச்சை பெற்றுக்கொள்ள வேண்டும்.

சிகிச்சை தொடர்பான விஷயங்களை டாக்டரிடம் தாராள மாகப் பேசலாம். பேசாத, பொறுமையின்றி எரிச்சல் அடை கிற மருத்துவரிடம் அதைப்பற்றி விளக்கம் கேளுங்கள். வெளியில் படித்த, கேட்ட தகவல்களை வைத்துக்கொண்டு, எல்லாம் தெரிந்ததைப்போல் கேட்பது சரியான முறையல்ல.

கருவாக்கம் பற்றி நீங்கள் அறிய விரும்பும் தகவலை முன்னதாக மருத்துவர் கொடுத்துவிட்டால், உங்களுக்குக் குழந்தைப் பேறு வாய்க்கும் வழியை நீங்கள் சுலபமாக அறிந்துகொள்ளலாம்.

ஆண்கள்

கருவாக்கப் பிரச்னைகள், தீர்வுகள்

8

ஆண்கள் – குழந்தைப் பேறின்மை

எங்களிடம் சிகிச்சை பெறும் ஓட்டப்பந்தய வீராங்கனை ஒருவர் தன் கணவருடைய பரிசோதனை ரிசல்டை வாங்கிச்செல்ல வந்திருந்தார்.

அவருக்கு உயிரணுக்கள் உற்பத்தி பாதிக்கப்பட்டு இருக்கிறது என்பது அதில் குறிப்பிடப்பட்டிருந்தது. அதாவது, விந்தில் உயிரணுக்கள் இல்லை. இந்தத் தகவலைச் சொன்னதும், அவர் விருட்டென எழுந்து கொண்டார். 'ஒண்ணுமே இல்லையா? அதுகாக இந்தனைப் பிராயசித்தம்? இத்தனை பரிசோதனை கள். இனி எப்படி குழந்தை பெற்றுக்கொள்வேன்?' என்று விரக்தியோடு பேசினார் அந்தப் பெண்.

'இதுவரை செய்த பரிசோதனை முடிவில், உங்களுக்குக் கருப்பை உள்வரிச் சவ்வில் பிரச்னை இருந்ததால், குழந்தைப்பேறு வாய்க்கவில்லை என்பது தெரிந்தது.

இப்போதுதானே உங்கள் கணவர் முதன்முறை யாகப் பரிசோதனைக்கு வந்திருக்கிறார். அவருக்கும் பிரச்னை இருப்பது தெரியவந்துள்ளது. ஒரேயடி யாக சேர்ந்து அலுத்துக்கொண்டால் எப்படி? நீங்கள் இருவருமே சேர்ந்து சிகிச்சைக்கு ஒத்துழைப்பு கொடுங்கள். பிரச்னையைத் தீர்த்துக்கொள்ளலாம்' என்றேன்.

பாதகமாக ஒரு ரிசல்ட் வந்தாலே, சிகிச்சை பெறுபவர்கள் உடனே டென்ஷனாகி கோபத்தில் எதையாவது சொல்வார்கள்.

ஒரு டெஸ்டில் ரிசல்ட் நெகடிவ்வாக வந்திருக்கிறது என்றால், உடனே அதை வைத்துக்கொண்டு சிகிச்சையை மருத்துவர்கள் ஆரம்பித்துவிடக் கூடாது. ஆரம்பிக்கவும் மாட்டார்கள். ஏனெனில், அந்தப் பிரசோதனையில் விந்து சேகரிப்பில் ஏதேனும் தவறு நடந்திருக்கலாம். விந்து மாதிரியைக் கையாளுவதில் கோளாறு இருந்திருக்கலாம். ஆய்வகத்தில் பரிசோதனை முடிவுகள் தவறுதலாக அறிவிக்கப்பட்டு இருக்கலாம். இப்படி நிறைய விஷயங்கள் நடைபெற வாய்ப்பு இருக்கிறது.

எல்லோருக்கும் இப்படித்தான் ஆகுமா என்றால், கண்டிப் பாக ஆகாது. பிரச்னையின் தீவிரத்தைப் பொறுத்து, இன்னொரு பரிசோதனை செய்துகொள்வதில் தவறில்லை. இதற்கான கட்டணமும் அதிகம் கிடையாது.

இதை விளக்கிக் கூறிவிட்டு, 'இன்னொரு முறை இதே பரிசோதனை செய்வோம். என்ன மாதிரியான பிரச்னை இருக்கிறது என்பதைத் தெரிந்துகொண்டு அதற்கான சிகிச்சையை ஆரம்பிக்கலாம். இதற்காக, கோபித்துக் கொண்டு வெளியேறுவது, அலுத்துக்கொள்வது என்று இருந்தால் எப்படி குழந்தை பெற்றுக் கொள்வது?

பிரச்னை இருக்கும் என எதிர்பார்த்துதானே சிகிச்சைக்கு வருகிறீர்கள். பிரச்னை இருப்பது உறுதியானால் அதற்காகக் கோபித்துக்கொள்கிறீர்களே இது நியாயமா?' என்று சொன்னதும், 'சாரி டாக்டர், இப்படியாகிவிட்டதே என்ற பதற்றத்தில் கொஞ்சம் உணர்ச்சிவசப்பட்டுவிட்டேன்' என்றார் அந்தப் பெண்.

அவரது கணவர் சுலபத்தில் சமாதானமாகவில்லை என்பதும், அவர் தாழ்வு மனப்பான்மையோடு இருக்கிறார் என்பதை யும், அவரது குனிந்த தலை உணர்த்தியது.

'மிஸ்டர், விந்துப் பரிசோனை என்பது, தற்போது உள்ள விந்தின் தன்மை, விந்தணுக்களின் நிலை, அவற்றின் ஊர்ந்து செல்லும் திறன், விந்து திரவத்தின் அடர்த்தி போன்றவை எப்படி இருக்கிறது என்பதைத் தெரிந்துகொள்வதற்கானது தான்.

நீங்கள் வெளிப்படுத்தும் விந்துத் திரவத்தில் போதுமான அளவு உயிரணுக்கள் இருக்கின்றனவா என்பதைத் தெரிந்து கொள்ளவே இந்தப் பரிசோதனை. இந்தப் பரிசோதனையில் என்ன தெரிகிறது?

மிகக் குறைந்த விந்துத் திவரத்தை வெளியேற்றினீர்களா? மேலும், இதில் உயிரணுக்களே இல்லை. நீங்கள் போதுமான விந்து கொடுக்கத் தவறி இருப்பீர்கள் அல்லது விந்து கொடுத்து நேரமாகி இருக்கலாம். ஆகவே, சோர்ந்துபோகக் கூடாது.

விந்து நாளத்தில் அடைப்பு இருந்தால் உயிரணுக்கள் வெளியேறாது. திரவம் மட்டும்தான் வெளியேறும். உற்பத்தியாகும். அணுக்கள் உள்ளேயே அடைபட்டுக் கிடக்கலாம் அல்லது வேறு காரணங்கள் இருக்கலாம். இதை இன்னொரு டெஸ்ட் அல்லது கூடுதலாக மறு டெஸ்ட் எடுத்து பார்க்கலாம்.

முதல் டெஸ்டிலேயே சோர்ந்துவிடக் கூடாது. ரிலாக்ஸ். அடுத்து பார்க்கலாம். பரிசோதனை தவறாக இருந்தால் சரி செய்துகொள்ளலாம்' என்று எடுத்துச் சொன்னபோது, திருப்தி அடைந்தவராக சரியெனத் தலையாட்டினார்.

அடுத்து இரண்டு வாரங்களுக்குப் பிறகு அவராகவே விந்துப் பரிசோதனை செய்வதற்காக வந்திருந்தார்.

விந்துப் பரிசோதனை

கருவாக்கச் சிகிச்சையில் ஆண்களுக்கான பரிசோதனை முறைகள் மிகவும் எளிமையானவை. விந்துப் பரிசோதனையில், ஆணின் விந்துத் திரவத்தில் நோய் அணுக்கள் எதுவும் இல்லை, கருவாக்கம் செய்யத் தகுதியாக இருக்கிறது என்பது தெரியவந்தாலே போதும். வேறு விதப் பரிசோதனைகள் எதுவும் தேவைப்படாது. கருவாக்கத் தடையை உண்டாக்கும் மற்ற காரணிகள் என்று பார்த்தால், மனைவியின் கருப்பைச் சளிச்சுரப்பில் சுரக்கும் திரவம், கணவனது உயிரணுக்களை ஏற்றுக்கொள்ளும் வகையில் இருக்க வேண்டும். இல்லாத பட்சத்தில் பிரச்னை இருக்கும். முட்டையோடு உயிரணுவைச் சேர்க்கும் முயற்சிக்கு உறுதுணையாக இல்லாமல், நச்சுத் தன்மை கொண்டதாக இருந்துவிட்டால் கருத்தரிக்காது.

உயிரணுக்களின் நிலையைத் தெரிந்துகொள்ளத்தான் உடலுறவுக்குப் பிறகான பரிசோதனை மேற்கொள்ளப்படுகிறது.

முட்டையைத் தூண்டும் தன்மையை அறிவதற்கு ஹாம்ஸ்டர் பரிசோதனை என்ற முறை உள்ளது. முட்டையின் மேல் அடுக்கான ஜோனாவை மெலியவைக்கும் பரிசோதனையும் ஒன்று உள்ளது.

சோதனைக் குழாய் முறைக்கு இவையெல்லாம் தேவைப் படுமா? தேவைப்படாதா என்பதை ஆணின் உயிரணுக்கள் தான் தீர்மானிக்கின்றன.

விந்து மாதிரியைச் சேகரித்தல்

விளையாட்டு வீராங்கனையின் கணவருடைய விந்து மாதிரி சேகரிக்கப்பட்டு, இரண்டாவது முறையாக ஆய்வகத்துக்கு அனுப்பப்பட்ட பிறகு, அவர்கள் இருவரையும் அழைத்து எவ்வாறு மாதிரியைச் சேகரித்தீர்கள் என்பதை அறிந்துகொள் வதற்காக, 'எப்போது இந்த மாதிரியைச் சேகரித்தீர்கள்? அதாவது, கடைசியாக எப்போது விந்து வெளியேற்றப் பட்டது?' என்று கேட்டேன்.

ஏன் இப்படி கேட்டேன் என்றால், ஒருவர் ஒவ்வொரு முறை விந்தை வெளியேற்றும்போதும் விந்தின் தன்மை பாதிக்கப் படும். ஒருவர் இயல்பாக வெளியேற்றுவதற்குப் பதில் நீண்ட நாள்கள் கழித்து வேளியேற்றுகிறார் என்றால், அதில் நிறைய இறந்த உயிரணுக்கள் இருக்கும். சிதைந்துபோன செல்கள் இருக்கும், கிடைக்கும் ரிசல்டில் விந்தில் உயிருள்ள செல்கள் குறைவு என்று வரும்.

அவ்வப்போது விந்தை வெளியேற்றுகிறார், அதாவது தினமும் ஒருமுறை வெளியேற்றுகிறார் என்றால், அதில் போதிய அளவு திறனுள்ள உயிரணுக்கள் இருக்காது.

இந்தப் பரிசோதனை முடிவும், இயல்பான நிலையை மாற்றிக் காட்டுவதால் தவறான ரிசல்டுதான் வரும். ஆக, குறிப்பிட்ட இடைவெளியில் விந்தைச் சேகரிக்க வேண்டும். உயிரணுவின் ஆயுள் காலம் சுமார் 72 மணி நேரம். குறைந்தபட்சம் இரண்டு நாள். அதிகபட்சம் ஏழு நாள்கள் இடைவெளியில் விந்து மாதிரியை ஆய்வகத்துக்கு அனுப்ப வேண்டும்.

சில மருத்துவமனைகளில், உடலுறவு கொள்ளச் செய்து விந்தைச் சேகரிக்கிறார்கள். இதன் மூலம், தரமான

உயிரணுக்கள் கிடைக்கும் என நம்பப்படுகிறது. ஆனால், சுத்தமான சிறிய குப்பியில் சுய இன்பம் மூலம்தான், பெரும் பாலும் உயிரணுக்கள் பெறப்படுகின்றன. உயிரணுக்களைச் சரியான இடைவெளியில் சேகரித்தால்தான், துல்லியமான பரிசோதனை முடிவுகளைப் பெற இயலும்.

நான் கேட்டபோது, சரியான இடைவெளியில் விந்தைச் சேகரித்ததாகக் கணவர் சொன்னார்.

எனது அடுத்த கேள்வி, 'எங்கள் மருத்துவமனை ஆய்வகத் துக்கு அதைக் கொண்டுவருவதற்கு எவ்வளவு நேரம் பிடித்தது?'

இந்த கேள்வி எழக் காரணம், சிலர் வீட்டிலேயே விந்தை எடுத்துவைத்து, மருத்துவமனைக்குக் கொண்டுவருவார்கள். இதற்கு 2 முதல் 4 மணி நேரம்கூட ஆகலாம். இந்த அசௌகரி யத்தைப் போக்குவதற்காக, பிரத்யேகமாக இதற்காகவே ஒதுக்கப்பட்ட அறைக்குச் சென்று விந்தை சேகரித்துத் தருமாறு கேட்டால், வெட்கத்தாலும், மத நம்பிக்கைகளாலும், வேறு ஏதேனும் சில காரணத்தாலும் தயங்குவார்கள்.

வீட்டில் சேகரித்தால், ஒரு மணி நேரத்துக்குள் ஆய்வகம் வந்துவிட வேண்டும். அதற்குப் பிறகு விந்தைக் கொண்டு வந்தால், பெரும்பாலும் தவறான முடிவுகளே கிடைக்கும். டாக்டர் கேட்டால் 'இப்போதுதான் சேகரித்தேன்' என்று பொய் சொல்வது உங்களைத்தான் பாதிக்குமே தவிர, டாக்டரை அல்ல என்பதை நினைவில் வைத்துக்கொள்ளுங் கள். தவறான முடிவு தெரிந்தால், மீண்டும் ஒருமுறை பரிசோதித்துவிட வேண்டியதுதான்.

இப்போதெல்லாம், தம்பதியர் மிக நெருக்கமாகவே இருக்கிறார்கள். கணவன் விந்தைச் சேகரிப்பதில் மனைவியே உதவி செய்கிறார்.

சேகரித்த விந்தணுவை 80 டிகிரி ஃபாரன்ஹீட்டுக்கு மேலான வெப்பம் படாதவாறு பத்திரப்படுத்தி எடுத்துவர வேண்டும். ஒரு மணி நேரத்துக்கு மேல் விந்து தாங்காது, நீர்த்துவிடும். உடனடியாக எடுத்துக்கொடுத்தால்தான், அதனுடைய அடர்த்தி எவ்வாறு மாறுபடுகிறது என்பதை அறிந்துகொள்ள இயலும்.

வெளியேற்றிய பிறகு விந்து கொழகொழப்பாக இருக்கும். விந்தணுக்கள், கருப்பை வாய்வரை நீந்திச் செல்வதற்குத் தேவையான சக்தியை இதிலிருந்து எடுத்துக்கொள்கின்றன. ஆனால், இந்த திரவம் இருபது நிமிடம் முதல் ஒரு மணி நேரத்துக்குள், தனது தன்மையை இழந்து நீர்க்க ஆரம்பித்து விடும். அளவுக்கு மீறி, மொத்தமாகத் திரண்டிருந்தால் அதில் விந்தணுக்கள் நீந்திச் செல்லமுடியாமல் ஒட்டிக்கொண்டு கிடக்க நேரிடும். இவ்வாறு ஒட்டிக்கிடக்கும் நிலை தொடர்ந்தால் கருவாக்கம் செய்ய இயலாது.

நான் கேள்வி கேட்டதும், 'நாங்கள் தொலைவில் இருந்து வருவதால், ஓட்டலில் அறை எடுத்துத் தங்கினோம். இப்போது தான், அரை மணி நேரத்துக்கு முன்புதான் சேகரித்தோம்' என்றார் அவர்.

'எப்படிச் சேகரித்தீர்கள். முழுமையாகச் சேகரித்தீர்களா?' என்றபோது, ஆமாம் என்பதைப்போல் தலையை ஆட்டினார்.

மருத்துவர் கொடுத்து அனுப்பும் சிறு குடுவைக்குள், சுய இன்பம் மூலம் விந்துத் திரவத்தைப் பிடித்துக் கொடுக்க வேண்டும். வாய் அகன்ற பாத்திரத்தில் பிடிப்பது அவ்வளவு நல்லதல்ல. சோப்பு போட்டுக் கழுவிய பாத்திரத்தில் பிடிப்பதும் சரியல்ல. அதில் நச்சுத்தன்மை இருக்கும். அரைகுறையாக விந்தை சேகரிக்கக் கூடாது. முழுமையாகச் சேகரிக்க வேண்டும். முதல்முறை வெளியேற்றத்தை மட்டும் பிடித்துக் கொண்டு, அடுத்த முறை வெளியேறிய சிறிது விந்தை விட்டுவிட்டேன் என கதை சொல்லக் கூடாது. இப்படிச் செய்தால், ஒவ்வொரு முறை வெளியேற்றும் விந்திலும் இருக்கும் உயிரணுக்களின் எண்ணிக்கை மாறுபட்டிருக்கும்.

முழு அளவு விந்தையும் பிடித்தால்தான், உயிரணுக்களின் எண்ணிக்கையைச் சரியாகத் தெரிந்துகொள்ள முடியும்.

90 சதவீதம், ஆண்கள் முதல்முறை வெளியேற்றும் விந்தில் அதிக உயிரணுக்களும், இரண்டாம் முறை வெளியேற்றும் விந்தில் குறைவான உயிரணுக்களும் இருக்கும். இரண்டாம் முறை வெளிவரும் விந்து, விந்துப் பெருங்குழாயில் இருந்து பீய்ச்சியடிக்கப்பட்டு வெளியேவரும். அதில் உயிரணுக்களைவிட திரவம்தான் நிறைந்திருக்கும். உடலுறவின்போது

வெளியேறும் விந்தின் ஒரு பகுதி பெண்ணுறுப்பில் விழுந்து விட, எஞ்சியுள்ளவற்றைத்தான் சேகரிக்க இயலும். இந்தக் காரணத்தால்தான் உடலுறவின்போது விந்து சேகரிக்கப் படுவது நல்லதல்ல என்கிறோம்.

உடலுறவுக்குப் பிறகான பரிசோதனை

சுயஇன்பத்தின் மூலம் விந்து சேகரிக்க விரும்பாத அல்லது முடியாத நிலையில், உடலுறவுக்குப் பிறகு அவரது மனைவியின் கருப்பைச் சளிச் சுரப்பைப் பரிசோதிக்கிறோம். அதில் உயிருடனும், நகரும் தன்மையுடனும் உயிரணுக்கள் இருந்தால், கருத்தரிக்கும் வாய்ப்பு பிரகாசம் என்பது உறுதியாகும். சிலவேளைகளில், உடலுறவுக்குப் பிறகான பரிசோதனைகளில், விந்தின் தரம் அறிவது சரியானதாக இருக்காது. அதில் குறைபாடு உள்ள அணுக்கள், வெள்ளை அணுக்களின் எண்ணிக்கை போன்றவை தெரியவராது.

விந்துத் தரம் அறிதல் பரிசோதனையை மீண்டும் செய்தல்

வீராங்கனையின் கணவருக்கு இரண்டாவது முறை பரிசோதனை செய்தபோது, நான் எதிர்பார்த்தபடியே முடிவு கள் இருந்தன.

'நான்கு முதல் ஆறு வார இடைவெளியில் இன்னொரு முறை பரிசோதனை எடுத்துப் பார்த்துக்கொள்வது நல்லது' என்று நான் சொன்னபோது அமைதியாக இருந்தார்.

'உங்களைப் பற்றிய பரிசோதனை முடிவுகள் வந்திருக் கின்றன. அதில் ஒன்றுக்கு மேற்பட்ட சிக்கல்கள் தெரிய வருகிறது. சர்க்கரை நோய் வேறு இருக்கிறது. ஹார்மோன் பரிசோதனை செய்யவேண்டி இருக்கும். மீண்டும் நீங்கள் பரிசோதனையைச் செய்துகொள்ள வர வேண்டும்' என்று சொன்னேன்.

'சர்க்கரை நோய்க்கும் இதுக்கும் என்ன சம்பந்தம் டாக்டர்?' என்றார் கணவர்.

'சர்க்கரை நோயாளிகளின் விந்துவில் உயிரணுக்கள் இல்லை என்றால், அதற்கு ரெட்ரோகிரேட் எஜாகுலேஷன் என்ற பிரச்னை காரணமாக இருக்கலாம்.

சிறுநீர்ப் பையின் சுருங்கிவிரியும் வழியானது, விந்து வெளியேறும்போது பொதுவாக மூடிக்கொள்ளும். ஆனால், சர்க்கரை நோய் இருந்தால், சிறுநீர்ப் பை சரியாக மூடிக் கொள்ளாது. அதனால், உயிரணுக்கள் எல்லாம் சிறுநீர்ப் பைக்குள் விழுந்துவிடும். இதுதான், ரெட்ரோகிரேட் எஜாகுலேஷன்' என்றேன்.

'இதற்கு ஏதாவது செய்ய முடியுமா டாக்டர்?' என்றார் மனைவி.

'கண்டிப்பாக. ஆனால், முதலில் அந்தப் பிரச்னை இருக் கிறதா என்பதை இன்னொரு பரிசோதனை மூலம் தெரிந்து கொள்வோம்' என்றேன்.

விந்தின் பண்பு என்ன?

முட்டையைக் கருத்தரிக்கச் செய்வதற்கு, விந்தணு பின்வரும் வேலைகளைச் செய்தாக வேண்டும்.

★ முட்டையை நோக்கி விந்தணு துரிதமாக நீந்திச் செல்ல வேண்டும்.

★ முட்டையைத் துளைத்து ஜீன்களை அதனோடு கலக்கச் செய்யும் ஆற்றல் கொண்டதாக இருக்க வேண்டும்.

விந்துப் பரிசோதனையில், விந்தணுக்கள் நீந்தும் அளவுக்குத் திறமையானவையாக உள்ளனவா என்பது தெரிந்துவிடும்.

ஹாம்ஸ்டர் பரிசோதனை செய்தால், உங்கள் அணுவால் முட்டையைத் துளைக்க முடியுமா என்பது தெரிந்துவிடும்.

இவற்றைப் பற்றி விரிவாக இன்னொரு அத்தியாயத்தில் தெரிந்துகொள்வோம்.

உயிரணுக்களின் எண்ணிக்கை

இயல்பாக இருக்க வேண்டிய எண்ணிக்கை பற்றி ஒவ்வொரு வரும் ஒவ்வொருவிதமாகக் கூறுவார்கள். உலக நல மையம் வெளியிட்டுள்ள அறிக்கையில், ஒருமுறை வெளியேற்றும் விந்தில் ஐம்பது மில்லியன் (5 கோடி) உயிரணுக்கள் இருக்க வேண்டும். அவற்றுள், ஐம்பது சதவீதம் அளவு நீந்தும் திறன்

பெற்றவையாகவும், 60 சதவீதம் அளவுக்கு நல்ல வடிவம் உடையதாகவும் இருக்க வேண்டும் என்று வரையறுத்துள்ளது.

ஒரு மில்லி லிட்டர் திரவத்தில், இருபது மில்லியன் (2 கோடி) உயிரணுக்கள் இருந்தாலே போதுமானது. அவற்றுள், ஐந்து முதல் பத்து மில்லியன் அணுக்கள் நகரும் தன்மை கொண்டவையாக இருந்தாலே கருத்தரிப்பு சாத்தியமாகும்.

இதற்கு முன், அதாவது சுமார் 25 ஆண்டுகளுக்கு முன்பெல் லாம், நூறு மில்லியன் உயிரணுக்கள் இருக்க வேண்டும் என்று கூறப்பட்டது. தற்போது மாறிவரும் ரசாயனச் சூழல் கள், வாழ்க்கை முறை ஆகியவற்றால், உயிரணுக்களின் எண்ணிக்கை பாதியாகக் குறைந்துவிட்டது.

அடர்த்தி குறைவான விந்து

இனப்பெருக்கத் திறனுக்கு விந்துவின் கொள்ளளவு முக்கியம். அளவு குறைவாக, சுமார் ஒரு மில்லி லிட்டருக்கும் குறைவாக இருந்தால், உங்கள் மனைவியின் கருப்பை வாய்ப் பகுதியை அடைவதற்குப் போதுமானதாக இருக்காது.

பெண் உறுப்பில் அமிலச் சுரப்பு இருக்கும். ஏதேனும் நச்சுகள் நுழைந்தால் அவை கொன்றுவிடும். நீங்கள் குறைவாக விந்தை வெளியேற்றும்போது, அந்த அமிலத்தைச் சமாளிப் பதற்குப் போதுமானதாக அந்த திவரம் இல்லாததால், உயிரணுக்கள் அனைத்தும் கொல்லப்பட்டுவிடும். இந்தத் தகவல் பலருக்குத் தெரியவில்லை என்பதால்தான், கரு வாக்கத்துக்கு வரும்போதே இதைப்பற்றி தெளிவாக எடுத்துச் சொல்லிவிடுகிறோம்.

இரண்டு ஆண்டுகளுக்கு முன், ஒரு தம்பதியினர் சிகிச்சைக்கு வந்தார்கள். கணவரைப் பரிசோதித்தபோது அவருக்கு விந்தின் அளவு குறைவாக இருந்தது. விந்துப் பெருங் குழாயில் நிறைய திரவம் உற்பத்தி ஆகும் நிலையிலும், குறைவாக வருவது தெரிந்தது.

விந்துத் திரவத்தில் ஃப்ரக்டோஸ் சர்க்கரை நிறைய உற்பத்தி யாகி இருக்கிறது என்றால், அவருக்கு ஏதேனும் நோய்த் தொற்று அல்லது அடைப்பு இருக்கலாம் என்று சந்தேகித்தேன். மீண்டும் பரிசோதித்தபோது, நோய்த் தொற்றுகள் இருந்தன.

ஆண்டிபயாட்டிக் மருந்துகள் கொடுத்து, திரும்பத் திரும்ப சோதித்த பிறகுதான் சர்க்கரையின் அளவு பாதியாகக் குறைந்தது. நிறைய உற்பத்தியான திரவத்தின் அளவும் சரியான அளவுக்குக் குறைந்தது. பிறகு, அந்தத் திரவத்தை எடுத்து செயற்கை முறையில் விந்தேற்றம் செய்து கருவாக்கம் செய்தேன்.

அதிக விந்து அடர்த்தி

நீங்கள் ஒருமுறை வெளியேற்றும் விந்தின் அளவு மூன்றரை மில்லி லிட்டருக்கும் அதிகமாக இருந்தால், உயிரணுக்களின் எண்ணிக்கை குறைவாக இருக்கலாம். காரணம், விந்துத் திரவத்தில் உயிரணுக்கள் சிதைந்துவிடும். 90 சதவீதம், ஆண் கள் முதலில் வெளியேற்றும் விந்தில் நிறைய உயிரணுக்கள் இருக்கும். ஆகவே, விந்தை சுய இன்பத்தின் மூலம் வெளி யேற்றுங்கள். அதைப் பெண்ணின் கருப்பைக்குள் செலுத்தி கருவாக்கம் செய்யமுடியம்.

செமன் விஸ்கோசிடி (விந்து நீர்மை)

விந்துவின் நீர்மைத் தன்மைகூட கருவாக்கத் திறனைப் பாதிக்கும். வெளியான ஒரு மணி நேரத்துக்குள், உயிரணு நீர்த்துப்போகாவிட்டால், பாலாடைக் கட்டிபோல் உறைந்து ஒட்டிக்கொண்டிருக்கும். கருவாக்கச் சிகிச்சைக்காக வந்தவர் களுள் ஒரு நபரைப் பரிசோதித்ததில், அவருடைய விந்து ஒரு மணி நேரத்துக்கு மேலாக அப்படியே வெண்ணெய்போல் திரண்டிருந்தது. நீர்க்கவில்லை.

இதைப் பரிசோதித்தில், விந்தில் உள்ள உயிரணுக்கள் ஒன்றோடு ஒவ்று ஒட்டிக்கொண்டு கிடந்ததே தவிர, விந்துத் திரவத்தைப் பயன்படுத்தி அவற்றால் நகரக்கூட முடிய வில்லை.

இந்தப் பிரச்னைக்காக, ப்ராஸ்டேட் சுரப்பியைப் பரிசோதித்த போது, அவருடைய ப்ராஸ்டேட் வீங்கியிருந்தது. அந்தப் பகுதியைத் தொட்டதுமே, அவர் வலியால் துடித்தார்.

விந்துத் திரவத்தை நீர்க்கச்செய்யும் ரசாயனப் பொருள் சுரப்பதில் பாதிப்பு ஏற்பட்டிருந்ததால் இந்தச் சிக்கல் என்பதைப் புரிந்துகொண்ட நான், ஆன்டிபயாடிக் சிகிச்சை

அளித்து, வீக்கத்தைக் குறைத்தேன். அதன்பிறகு, அவருக்கு விந்துத் திரவம் இயல்பு நிலைக்குத் திரும்பியது. குறிப்பிட்ட அளவுவரை விந்துத் திரவம் நீர்த்திருப்பதும், கெட்டியாக இருப்பதும் அவசியம். இது கூடினாலும் குறைந்தாலும் பிரச்னைதான்.

செயற்கை முறையில் விந்தேற்றம் செய்யும்போது, விந்துத் திரவத்தில் இருந்து உயிரணுக்களைப் பிரித்தெடுத்து, வேறு திரவத்தைக் கலந்துதான் உள்ளே அனுப்புவோம். இந்தச் சிகிச்சை முறையைப் பற்றி பிறகு கூறுகிறேன்.

உயிரணுக்கள் ஒட்டிக்கொள்ளுதல்

உயிரணுக்கள் ஒன்றோடு ஒன்று ஒட்டிக்கொள்வதை அக்லுசினேஷன் என்பார்கள். வாலோடு வாலும், தலை யோடு தலையும் அல்லது தலையும் வாலுமாகப் பின்னிக் கொண்டிருக்கும். இதனால், அவற்றால் கருப்பை வாய்ப் பகுதியை நோக்கி நேராக நீந்திச்செல்ல முடியாது. பாக்டீரியா கிருமிகளின் தொற்று அல்லது வேறுவிதமான நோய் எதிர்ப் பூக்கிகள், விந்துத் திரவத்தில் இருந்தால் இவ்வாறு இருக்கும். இவற்றை முறையாகக் கண்டறிந்து அவற்றைப் போக்குவதற்கான சரியான சிகிச்சை அளிக்க வேண்டும்.

உயிரணுக்களின் வடிவம்

முட்டை வடிவத் தலையுடனும், தலையைப்போல் ஏழு முதல் பதினைந்து மடங்கு பெரிய உடலும் கொண்டிருப்பது தான் இயல்பான உயிரணு.

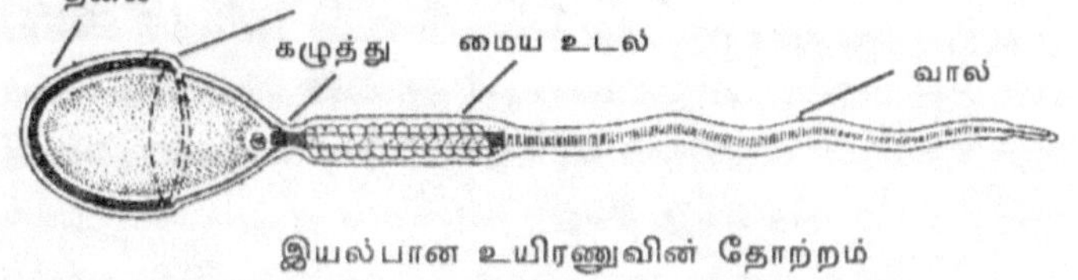

இயல்பான உயிரணுவின் தோற்றம்

மைக்ரோஸ்கோப் மூலம் பரிசோதித்தால், பெரிய தலையும், வித்தியாசமான வால்களும் உள்ள உயிரணுக்கள் குறைபாடு உள்ளவை என்பதைத் தெரிந்துகொள்ளலாம்.

தரமான விந்துத் திரவத்தில், சுமார் 60 சதவீதம் உயிரணுக்கள் இருக்க வேண்டும் என உலக நல மையம் தெரிவத்திருக்கிறது. ஆண்கள் அனைவருமே சுமார் நாற்பது சவீதம் அளவுக்கு இயல்புக்கு மாறான உயிரணுக்களை உற்பத்தி செய்கிறார் கள். இது ஏன் என்பது தெரியவில்லை. தினமும் பத்து முதல் ஐம்பது மில்லியன் புதிய அணுக்கள் உற்பத்தியாவதால், இத்தகைய குறைபாடுகள் இருப்பது இயல்பான ஒன்றுதான் என்கிறது மருத்துவ அறிவியல்.

ஈயம் போன்ற உலோக நிறுவனங்களில் வேலை செய்வோர், ரசாயனத் தொழிற்சாலைகளில் பணிபுரிவோர், புகைப் பழக்கம் உள்ளவர்களுக்கு, வால் சுருண்ட உயிரணுக்கள் அதிகமாக உற்பத்தியாகின்றன. அந்த விந்தணுக்களின் நகரும் தன்மையும் குறைவாக இருக்கும்.

விரைப்பை அதிக வெப்பம் அடையும் காரணத்தால் உயிரணுக் கள் சுருண்டுவிடுகின்றன. இந்தக் காரணிகளில் இருந்து விலகினால் பாதிப்பின் அளவும் குறையும். உயிரணுக்கள் குறைபாடு உள்ள பலரை அந்தச் சூழலில் விலகி இருக்கவும், மது மற்றும் புகைப் பழக்கத்தைக் கைவிடுமாறும் கேட்டுக் கொள்கிறோம். தினமும் ஆயிரம் மில்லி கிராம் வைட்டமின்-சி எடுத்துக்கொள்ளச் சொல்கிறோம். இதைத் தொடர்ந்து பின் பற்றுவோரின் விந்தணுவின் இயல்பு நிலையில் முன்னேற்றம் நிச்சயமாக ஏற்படுகிறது.

வளர்ச்சியின்மையும் நோய்த் தொற்றும்

வளர்ச்சி அடையாத விந்தணுக்கள் உற்பத்தி ஆவதற்கு, விரைப்பையின் இறுக்கம் மற்றும் நோய்த் தொற்றுமே முக்கியக் காரணம். ஓட்டப்பந்தய வீராங்கனையின் கணவரது உயிரணுக்களைப் பரிசோதித்தபோது, அதில் நிறைய இறந்த உயிரணுக்கள் இருந்தன.

பயிற்சிக்காக, தொடர்ந்து மூன்று நாள்கள் 104 டிகிரி வெப்ப நிலையை உடல் அடையும்வரை பயிற்சி செய்திருப்பதாக அவர் தெரிவித்தார். காய்ச்சலிலும் ஓடி இருக்கிறார். காய்ச்சல் காரணமாக, உயிரணுக்கள் பாதிக்கப்படுவது இயல்பு என்று அவரை ஆறுதல்படுத்தினேன். மூன்று மாத ஓய்வுக்குப் பிறகுதான், அவரது உயிரணுக்கள் இயல்பு நிலைக்குத் திரும்பின.

இன்னொரு நபரை பரிசோதித்தபோது, அவரது விந்தில் நிறைய வெள்ளை நிற செல்கள் இருந்தன. விந்தில் வெள்ளை நிற செல்கள் காணப்பட்டால், நோய்த் தொற்று ஏற்பட்டு இருக்கக்கூடும் என்பதால் அவருடன் அவரது மனைவியும் பரிசோதனை மேற்கொள்ள வேண்டும் என வலியுறுத்தி னேன். காரணம், உடலுறவின் மூலம் தொற்றுக் கிருமிகள் இன்னொருவருக்கும் பரவ வாய்ப்பு இருக்கிறது.

கொனேரியா போன்ற நோய்க் கிருமிகள், மருந்துக்குக் கட்டுப் பட்டாலும், ப்ராஸ்டேட் சுரப்பித் தொற்றுகள் விரைவில் மருந்துக்குக் கட்டுப்படுவதில்லை. ஒரு மாதத்துக்கு மேல் தொடர்ந்து சிகிச்சை பெற்றால்தான் சரியாகும்.

குறைவான நகரும் தன்மை

உடலில் நச்சுப் பொருள்கள் இருந்தாலும், நோய்த் தொற்று இருந்தாலும், உயிரணுக்கள் வேகமாக நகராது. வெள்ளை நிற செல்களோ, வேறு செல்களோ இருந்தால் அதில் நோய்த் தொற்று இருப்பதை உறுதி செய்துகொள்ளலாம். ஆன்டி பயாடிக் கொடுத்து சரிசெய்ய முயற்சிக்கலாம். சரியாகா விட்டால், மருத்துவர் ஆலோசனை இல்லாமல் மருந்து எடுத்துக்கொள்கிறார் அல்லது தெருக்களில் விற்கும் மருந்து மாத்திரைகளை வாங்கிச் சாப்பிடுகிறார் என்றுதான் அர்த்தம். இது, விந்தணுக்களின் செயல்பாட்டை மேலும் முடக்குமே தவிர, சரி ஆகாது. போலிகளிடம் பெற்ற மருந்துகளை நிறுத்திவிட்டு, மருத்துவ ஆலோசனை பெறுவதன் மூலம், இழந்த உயரணுக் குறைபாட்டை சரி செய்துகொள்ளலாம்.

வெரிகோசீல் என்ற ரத்த நாளப் பாதிப்பின்போது, முடிகள் மெலிந்து, துர்நாற்றம் தருதல் போன்ற பிரச்னைகள் இருந்தால், ஹார்மோன் குறைபாடுகள் இருக்க வாய்ப்பு உண்டு. இதற்கான பரிசோதனை, சிகிச்சை இரண்டும் அவசியம்.

உயிரணு - கருப்பைச் சுரப்புச் சேர்மானம் (உடலுறவுக்குப் பிறகான பரிசோதனை)

மனைவியின் பிறப்பு உறுப்புப் பாதை வழியாக நீந்திச் செல்லும் திறனை, உயிரணுக்கள் பெற்றிருக்க வேண்டும்.

முதல்முதலாக, உயிரணுக்களுக்குத் தடையை ஏற்படுத்தும் இரண்டு காரணிகள், பிறப்பு உறுப்பில் இருக்கும் அமிலங்களும், கருப்பை வாய்ச் சளிச் சுரப்பில் சுரக்கும் கோழையுமாகும். பெண்ணின் பிறப்பு உறுப்பில் உள்ள சூழல்கள், பாக்டீரியா போன்ற கிருமிகளைக் கட்டுப்படுத்துகின்றன. இந்தநிலையில், அந்தச் சூழல்களைக் கடந்துசெல்வதற்கு ஏற்ற திறன் உயிரணுக்களில் இருக்க வேண்டும். உடலுறவுக்குப் பிறகான பரிசோதனையில், பிறப்பு உறுப்பின் அமிலத் தன்மையை கடந்து உயிரணுக்கள் அதிக எண்ணிக்கையில் செல்கின்றனவா என்பதைக் கண்டறிந்துவிடலாம்.

உடலுறவுக்குப் பிறகான பரிசோதனையை, மாதவிலக்கு ஆன 12 முதல் 15 நாள்களுக்குள் செய்வது நல்லது. முட்டை வெளியாகும் அந்தக் காலகட்டத்தில் சுரக்கும் கருப்பை சளிச் சுரப்பானது, கருப்பைக்கும் வெளிப்பகுதிக்கும் இடைவெளி இல்லாதபடி மூடி விடுகிறது.

அதேசமயம், உயிரணுக்களுக்காக முட்டை காத்திருக்கும் போது, முட்டையை நோக்கி கருப்பை வாய்ப் பகுதியைக் கடந்து உயிரணுக்கள் செல்லும் வகையில், மெல்லிய மஞ்சள் நிற திரவம்போல் மாறியிருக்கும்.

இந்தப் பரிசோதனையைக் குறிப்பிட்ட நேரத்தில் செய்யாவிட்டால், முடிவுகள் தவறானதாக இருக்கும். காரணம், சளிச் சுரப்பு நீர், முட்டை வெளியாவதற்கு முன்னும், உயிரணுக்கள் கடந்த பிறகும் மிக அடர்த்தியாகிவிடும்.

இதனால்தான், கரு முட்டை வெளிப்படும் சமயத்தில் எல்.எச். ஹார்மோன் வெளிப்பட்டிருக்கிறதா என்பதை அறிய சிறுநீர்ப் பரிசோதனை செய்யச் சொல்கிறோம். இந்தப் பரிசோதனையின் மூலம் எப்போது முட்டை வெளியாகும் என்பது தெரிந்துவிடும்.

ஓரிரு துளி சிறுநீரை எடுத்துப் பரிசோதனை ஸ்டிக்கில் நனைத்துப் பார்க்க வேண்டும். நிறம் மாறினால் முட்டையானது 24 மணி நேரத்துக்குள் வெளியாகும் என்பதைத் தெரிந்துகொள்ளலாம். இந்தச் சமயத்தைத் தெரிந்துகொண்டு உடலுறவு கொள்ள வேண்டும்.

மறுநாள் காலையில் கருப்பைச் சளிச் சவ்வை ஆராய்ந்து பார்க்க வேண்டும். கருப்பை சளிச் சுரப்பை ஆய்வு செய்யும் போது, மூன்று முக்கிய விஷயங்களை ஆராய வேண்டும். இவற்றை மருத்துவரிடம் கேட்டுத் தெரிந்துகொள்ளலாம். அவை:

★ கருப்பை வாய்ப் பகுதிக்குள், தரமான விந்தணுக்கள் செலுத்தப்பட்டுள்ளனவா?

★ உயிரணுக்கள், ஒரே நேர்க்கோட்டில் திறம்பட நீத்திச் செல்கின்றனவா?

★ வெள்ளை நிற செல்கள் காணப்பட்டால், நோய்த் தொற்றுகள் ஏதேனும் இருக்கின்றனவா?

உயிரணு மிகவும் தரமாக இருந்தாலும், உடலுறவுக்குப் பிறகான பரிசோதனையில், கருப்பை சளிச் சுரப்பில் அந்த அணுக்கள் நகர முடியாமல் மொத்தைக் கட்டிக்கொண்டு இருந்தால் அல்லது இறந்துபோனால் உங்கள் உயிரணுக் களுக்கும், மனைவியின் கருப்பை வாய்ச் சுரப்பு நீருக்கும் ஒவ்வாமை (அலர்ஜி) இருக்கிறது என்பதை உறுதி செய்து கொள்ளலாம்.

சளிச் சுரப்பில் உயிரணுக்களே இல்லாவிட்டால், நீங்கள் உடலுறவு கொண்ட விதத்தைத்தான் பரிசோதிக்கவேண்டி இருக்கும்.

உடலுறவுக்குப் பிறகான பரிசோதனையின் மூலம் முக்கிய மான பல விஷயங்கள் தெரியவந்தாலும், விந்துப் பரி சோதனைக்காக இதை நான் எடுத்துக்கொள்வதில்லை.

தனியே விந்துப் பரிசோதனை செய்தால்தான், விந்தில் உள்ள அணுக்களின் வடிவம், அதில் உள்ள நோய்த் தொற்று ஆகியவை தெரியவரும்.

உடலுறவுக்குப் பிறகான பொதுவான விந்துப் பரிசோதனை

முட்டை வெளியிடப்பட்டதைத் தெரிந்து, தம்பதியர் உடலுறவு கொண்ட பிறகு, கருப்பை வாயச் சளிச் சுரப்புப் பரிசோதனை செய்யும்போது, அங்கு உயிரணுக்களே இல்லா விட்டால், பிரச்னையானது கணவரிடம் இருக்கும். விந்து

முந்துதல் காரணமாக, வெளிப்பட்ட விந்து திரவத்தில் உயிரணுக்கள் இல்லாமல் போயிருக்கலாம் அல்லது அவர் விந்தை வெளியேற்றாமலேயே இருந்திருக்கலாம் அல்லது உள்ளே நுழைந்த விந்தை பெண் சிதறவிட்டிருக்கலாம்.

பெண் உறுப்புக்குள் விந்தை முழுமையாக வெளியேற்றிச் செலுத்த வேண்டும் என்பது பலருக்குத் தெரிவதில்லை.

பரிசோதனையில், இத்தகைய பிரச்னை உள்ள இருவரை மீண்டும் மீண்டும் உடலுறவுக்குப் பிறகான பரிசோதனையை மேற்கொள்ளும் முறையைப் பற்றி எடுத்துச்சொல்லியும், அதே தவறைச் செய்துவந்தார்கள். பல மாத ஆலோசனைக்குப் பிறகுதான், அவர்கள் அந்தப் பரிசோதனையை வெற்றிகர மாகச் செய்தார்கள்.

அதிலும் ஒரு பிரச்னை இருந்தது. பெண் உறுப்பில் கொட்டப் பட்ட விந்தில், உயிரணுக்கள் மொத்தையாகக் கட்டிக் கொண்டிருந்தன. உயிரணுக்களை ஏதோ அந்நியப் பொருள் ஒன்று தாக்குகிறது என சந்தேகப்பட்டோம்.

பெண் உறுப்பை வழவழப்பாக்கும் புணர்புழை நீர் போது மான அளவு சுரக்க வேண்டும். இல்லாவிட்டால், விந்தணுக் களுக்கு எதிரான ஒவ்வாத் தன்மைகள் பிறப்பு உறுப்பில் இருக்க வேண்டும். அதனால்தான், இவ்வாறு கட்டிக் கொண்டு நகரமுடியாத நிலைக்கு அணுக்கள் தள்ளப்பட்டு உள்ளன என்பதைத் தெரிந்துகொண்டோம்.

பெண்ணின் பிறப்பு உறுப்பில், நோய் எதிர்ப்புப் பொருள்கள் அதிகமாக உற்பத்தி செய்யப்பட்டால், அவை உயிரணுக் களையும் அந்நியப் பொருள்களாக நினைத்து கொன்றுவிட ஆரம்பிக்கும். சில சமயம், ஆணின் உடலிலேயே உயிரணுக் களுக்கு எதிரான ஊக்கிகள் உருவாகி உயிரணுக்களைக் கொல்லத் தொடங்கும்.

கருத்தடைக்காக அறுவைச் சிகிச்சை செய்து மீண்டும் விந்து நாளத்தை இணைக்கும் அறுவைச் சிகிச்சையை மேற்கொள் பவர்களுக்கு, இத்தகைய நிலைகள் அதிக அளவில் உண்டா கின்றன. இதனால், அவர்களுக்குக் கருவாக்கம் செய்யும் போது பல விஷயங்களைக் கவனிக்கவேண்டி இருக்கிறது.

உயிரணுவுக்கு எதிரான ஆன்டிபாடிகளை எதிர்கொள்ளுதல்

உடலுறவு நேரத்தில், ஆணுறை அணிந்துகொள்வதன் மூலம் பெண் உறுப்பில் தோன்றும் ஆன்டிபாடியின் அளவு குறைகிறது. தொடர்ந்து மூன்று மாதத்துக்கு ஆணின் விந்தணு, பெண் உறுப்பில் கொட்டப்படவில்லை, அதாவது உடலுறவு நடைபெறவில்லை என்று வைத்துக்கொள்ளுங்கள், ஆண்டிபாடிகள் குறைகின்றன.

ஆன்டிபாடிகள், உயிரணுக்களைத் தாக்குவதை நிறுத்திவிட்ட பிறகு, முட்டையை நோக்கி உயிரணுக்கள் நீந்திச் செல்வதிலோ கருத்தரிப்பு நிகழ்வதிலோ தடை இருக்காது.

ஆண்டுக்கணக்கில் இப்படிக் காத்திருக்க விரும்பாதவர்கள், செயற்கை முறையில் ஆன்டிபாடிகளையும், கருப்பை வாய்ப் பகுதி சளிச் சுரப்பையும் தாண்டி நேரடியாகக் கருப்பைக்குள் கொட்டப்படும் செயற்கை விந்தேற்ற முறையை நாடுகிறார்கள்.

உயிரணுக்களின் தரத்தை உயர்த்துதல்

பரிசோதனைக்கோ சிகிச்சைக்கோ இல்லாமல், இயற்கை வழியில் அல்லது ஆய்வகத்தில் வைத்து உயிரணுக்களின் தரத்தை மேம்படச் செய்து அவற்றைக் கருவாக்கம் செய்து பெண்ணை கருத்தரிக்கச் செய்யலாம்.

சோதனைக் குழாய் குழந்தைக் கருவாக்கத்தின்போது, ஏ.ஐ.எச். திரவத்தை நிரப்பி அதில் உயிரணுக்களைச் சுத்தப்படுத்தி எடுத்துப் பயன்படுத்தலாம்.

விந்து மாதிரியை உறைய வைத்தல்

விந்தைச் சேகரித்து உறைய வைப்பதன் மூலம் உயிரணுக்களின் தரத்தை மேம்படுத்துவது என்பது சுமாராகக் பலன் அளிக்கக் கூடிய விஷயம்தான். உறைய வைக்கும் முறையால், உயிரணுக்களின் வீரியமும், விந்துத் திரவத்தின் தரமும் குறையும். சில சமயங்களில் உயிரணுக்கள் சேதம் அடைய நேரலாம்.

உயிரணுக்களைத் தயார்படுத்தும் பிற முறைகள்

விந்துத் திரவத்தில் இருந்து உயிரணுக்களைத் தனியாகப் பிரித்து தரப்படுத்தி, செயற்கை விந்தேற்றத்துக்குப் பயன்

படுத்துவதற்கென பல்வேறு வழிகள் நடைமுறையில் உள்ளன.

பெர்கால், ஸ்விம்-அப் (நீந்தச்செய்து தேர்வு செய்தல்), ஸ்விம் டவுன் மற்றும் செடிமென்டேசன் ஆகியவை முக்கிய மானவை. இவை அனைத்தும், சோதனைக் குழாய் முறையில் பயன்படுத்தப்படுகின்றன. இவற்றுள், தரமான மற்றும் நகரும் திறன் உள்ள சில உயிரணுக்களே தேர்வு செய்யப் பட்டு பயன்படுத்தப்படுகின்றன.

உயிரணுக்களைத் தரப்படுத்தும் சோதனை வெற்றிபெறா விட்டால், அதற்கான காரணத்தை முதலில் கண்டறிய வேண்டும். அதுபற்றி பிறகு விரிவாகத் தெரிந்துகொள்ளலாம்.

ஆண்களுக்கான சிகிச்சை முறை

கடந்த காலத்தில், பெண்களுக்கான கருவாக்கச் சிகிச்சை முறைகளை அடுத்தே, ஆண்களுக்கான பரிசோதனை மற்றும் சிகிச்சைக்கு முக்கியத்துவம் தரப்பட்டது. கருவாக்கத் திறன் குன்றிய ஆண்கள், தரமான நோய் அறிதலோ, தொடர்ச்சியான சிகிச்சைகளோ இல்லாமல், சாதாரணமாகச் சிகிச்சை பெற்று வந்தார்கள். 'எனக்குக் குறை விந்தணு இருந்தது. இதற்காக டாக்டர் இன்ன மருந்தைக் கொடுத்தார். குறிப்பிட்ட ஒரு மாத்திரை பலன் தராவிட்டால், வேறு மாத்திரை பயன்படுத்த லாம் என்று சொன்னார்' என என்னிடம் சிலர் சொல்வார்கள்.

'அந்த டாக்டர், உங்களுக்கான பரிசோதனைகள் ஏதாவது செய்தாரா?' என்று கேட்டால், 'இல்லை' என்பார்கள்.

இவ்வாறு ஆண்களை முழுமையாகப் பரிசோதித்து அறியாமல் சிகிச்சை அளிப்பது, கருவாக்கத்தின் காலத்தை நீட்டிப்பதோடு, பொருளாதார ரீதியாகவும் அதிகச் செலவை ஏற்படுத்துவதாக உள்ளன.

பிரச்னை இருக்கும் என்று தெரிந்தாலே, அதற்கான முறையான பரிசோதனை சிகிச்சைகளைச் செய்யும்படி, நோயாளியே டாக்டரை கேட்க வேண்டும்.

உயிரணுக்கள் புதிதாகத் தோன்றுவதற்கு சுமார் 90 நாள்கள் வரை ஆகும். இப்போதைக்கு நீங்கள் வெளிப்படுத்தும் உயிரணுக்கள்கூட, 90 நாள்களுக்கு முன் உருவானதாகத்தான்

இருக்கும். இந்தமுறை, கொஞ்சம் காலத்தை எடுத்துக்கொள் வதால், சிகிச்சை மேற்கொள்பவருக்கு எரிச்சலைத் தரும்.

தற்போது வளர்ந்துவரும் சோதனைக் குழாய் குழந்தை உருவாக்க முறையில், ஆண்களுக்கான கருவாக்கத் திறனை வளர்க்கும் பரிசோதனைகள் மற்றும் சிகிச்சைகள் மேம்பட்டுள்ளன.

உங்கள் பிரச்னையை எவ்வாறு சரியாகக் கையாளுவது என்பதை டாக்டர்கள் சரியாகத் தெரிந்துவைத்திருப்பதால், 80 சதவீத ஆண்களுக்குத் துல்லியமான பரிசோதனைகளை அவர் களால் செய்ய முடிகிறது. அவர்களில் பாதி பேருக்காவது வெற்றிகரமாகச் சிகிச்சை அளித்து, புதிய ஓர் உயிரை இந்த உலகத்துக்குக் கொண்டுவர முடிகிறது.

9

ஆண் – குழந்தைப் பேறின்மை காரணங்களைக் கண்டறிதல்

என்னிடம் சிகிச்சைக்கு வந்த ஒருவர், 'டாக்டர் மலட்டுத்தன்மை என்றால் என்ன? ஆண் உறுப்பு எழுச்சி அடையாத நிலைதான் மலட்டுத்தன்மை என எனது நண்பர்கள் சொல்கிறார்கள். எனக்கு விரைப்பு ஏற்படுகிறது. நன்றாக உடலுறவு வைத்துக்கொள்ள முடிகிறது. ஆனால், பரிசோதனையில் எனக்குத் தான் குறைபாடு இருப்பதாகச் சொல்கிறார்கள். இது எப்படி?' என்று குழப்பத்தோடு கேட்டார்.

'உங்கள் நண்பர்கள் தவறான ஒரு தகவலைச் சொல் கிறார்கள். அதைக் கேட்டு குழம்பிவிடாதீர்கள்' என்றேன் நான்.

'அப்படி என்றால், இது வேறு பிரச்னையா?' என்று அவர் ஆர்வத்தோடு கேட்டார்.

'ஆமாம்' என்றேன் நான். 'மலட்டுத்தன்மை என்ற நிலையின்போது, உங்களுக்கு விரைப்பு இருக்கும். உடலுறவின் முடிவில் விந்தும் வெளிப்படும். ஆனால், அதில் உயிரணுக்கள் போதிய அளவு நார்ம லாக இருக்காது அல்லது வெளியாகும் விந்தில் உயிரணுக்கள் இருக்காது. இதனால் வருவதுதான் மலட்டுத்தன்மை. ஆண் உறுப்பு எழுச்சி அடையாத

நிலைக்கு ஆண்மைக் குறைவு என்று பெயர்' என விளக்கினேன்.

'அப்பாடா' என்று மூச்சை இழுத்துவிட்டுக்கொண்டே சற்று தெம்பாக இருக்கையில் உட்கார்ந்தார். 'இந்தக் கேள்வியை உங்களிடம் எப்படிக் கேட்பது என்று தயங்கிக்கொண்டே இருந்தேன். கேட்ட பிறகுதான் தெளிவே கிடைத்தது' என்று சொன்ன அவரது முகத்தில் படபடப்பு மாறி, அமைதி நிலவியது.

அவரிடம் இருந்த மெடிக்கல் ரிப்போர்ட்டை வாங்க கையை நீட்டி, 'அதைக் கொடுங்கள், என்ன பிரச்னையால் உங்களுக்கு உயிரணுக்கள் குறைந்திருக்கின்றன என்பதைப் பார்க்கலாம்' என்று சொல்லி ரிப்போர்டை வாங்கிப் பார்த்தேன்.

ஆண்மையைப் பற்றிய அந்த நபரின் கவலையைப்போல், ஆண்களிடம் பரவலாகக் கவலை இருக்கத்தான் செய்கிறது.

ஆண்மைக்கும், கருவாக்கத் திறனுக்கும் இடையில் ஹார்மோன் பிரச்னைகள், பல்வேறு சூழல்கள் மற்றும் காரணங்களால் உடலுறவுத் திறன் குறைதல் போன்ற சில தொடர்புகள் இருக்கத்தான் செய்கின்றன.

இந்த அத்தியாயத்தில், வாழ்க்கை முறை, பொதுவான ஆரோக்கியம், மற்றும் உடலுறவு அனுபவங்கள் ஆகியவை, உங்களுடைய கருவாக்கத் திறனை எவ்வாறு பாதிக்கின்றன என்பதைத் தெரிந்துகொள்ளலாம்.

உங்கள் மருத்துவர் எவ்வாறு உங்களுடைய கருவாக்கத் திறன் சார்ந்த பிரச்னைகளைக் கண்டறிகிறார், அதற்குத் தேவை யான சிகிச்சை அளிக்கிறார், இதனால் விளையும் நன்மைகள் என்னென்ன என்ற விவரத்தையும் தெரிந்துகொள்ளலாம்.

ஆண்களின் கருவாக்கத் திறனுக்குத் தேவையான நான்கு காரணிகள்

உங்கள் மனைவியைக் கருத்தரிக்கச் செய்ய நான்கு முக்கிய விஷயங்கள் உங்களிடம் இருக்க வேண்டும். அதாவது, நல்ல முறையில் நீங்கள் வெளியேற்றும் விந்துத் திரவத்தில், தரமான உயிரணுக்கள் இருக்க வேண்டும். அதற்கு, நான்கு முக்கிய நிலைகள் சரியாக இருக்க வேண்டும்.

1. விரைகள் வளர்வதற்கு முன்பான ஹார்மோன் செயல் நிலை

2. விரைகளின் செயல்பாடுகள்

3. விரைகள் வளர்ச்சி அடைந்த பிறகான செயல்பாடுகள்

4. விந்து வெளியேற்றும் முறை

இந்த நான்கில் ஏதாவது ஒன்றில் தடை ஏற்படுவதால்தான், சுமார் 80 சதவீத ஆண்கள் மலட்டுத் தன்மை என்ற பாதிப்புக்கு ஆளாகின்றனர்.

இவர்களில், 15 - 20 சதவீதத்தினருக்கு, பரிசோதனை நேரத்தில் கண்டறிய முடியாத வேறு சில அரிய பிரச்னைகள் இருக்கின்றன. பிரச்னைகளைப் பற்றி முழுமையாகத் தெரிந்து கொள்வதற்கு முன், முக்கியமான அந்த நான்கு நிலைகளைப் பற்றி மேலோட்டமாகத் தெரிந்துக்கொள்ளுங்கள்.

விரைகள் வளர்வதற்கு முன்பான ஹார்மோன் செயல்நிலை

மலட்டுத்தன்மை சார்ந்த பிரச்னைகளில் சுமார் 10 சதவீதம், ஹார்மோன்களால் ஏற்படுகிறது.

உயிரணுக்களை உற்பத்தி செய்து வளர்ப்பதில் முக்கியப் பங்கு வகிக்கும் ஹார்மோன்களை ஒழுங்குபடுத்துவதில் மூளை முக்கியப் பங்காற்றுகிறது.

இந்த ஒழுங்குமுறையானது, மூளையில் உள்ள ஹைபோதலாமஸ் பகுதியில் ஆரம்பிக்கிறது. அங்கிருந்து 'கொனடோட்ரோபின் ரிலீசிங் ஹார்மோன்' என்ற பொருள் சுரக்கிறது. இந்தப் பொருள்தான், மூளையின் அடிப்பகுதியில் அமைந்துள்ள பிட்யூட்டரி சுரப்பியைத் தூண்டி, 'லூட்டினைசிங் ஹார்மோன்' மற்றும் 'ஃபாலிக்கிள் ஸ்டிமுலேட்டிங் ஹார்மோன்' என்ற இரண்டு ஹார்மோன்களை வெளிப்பட வைக்கிறது.

லூட்டினைசிங் ஹார்மோன் மற்றும் ஃபாலிக்கிள் ஸ்டிமுலேட்டிங் ஹார்மோன் இரண்டும், விரைகளின் வளர்ச்சி மற்றும் உயிரணுக்களின் உற்பத்தி ஆகியவற்றைத் தூண்டுகின்றன.

லூட்டினைசிங் ஹார்மோன், விரைகளைத் தூண்டி ஆண்மைக்குக் காரணமான டெஸ்டோஸ்டீரான் என்ற ஹார்மோன் சுரக்கவும், உயிரணு உற்பத்திக்கும் காரணமாக இருக்கிறது.

எண்ணற்ற காரணிகள், உறுப்புகளின் வளர்ச்சி மற்றும் ஹார்மோன் உற்பத்தி, அவற்றின் செயல்பாடுகள் ஆகிய வற்றுக்கு முட்டுக்கட்டையைப் போடுகின்றன. இந்த ஒழுங்கு அமைவு பாதிக்கப்படும்போது, குறைவான விந்தணு உற்பத்தி (ஒலிகோஸ்பெர்மியா) மற்றும் விந்தணுக்களே உற்பத்தி ஆகாத நிலை (அசூஸ்பெர்மியா) போன்றவை வரலாம்.

ஹார்மோன் பிரச்னை இருந்தால், அதற்குரிய சிகிச்சை மூலம் பிரச்னையைத் தீர்த்துக்கொள்ளலாம்.

விரைகளின் செயல்பாடுகள்

கருவாக்கத் திறன் இழந்த ஆண்களில் சுமார் 55 சதவீதத்தினர், விரைகளின் செயலிழப்பு காரணமாகப் பாதிக்கப்படுகிறார் கள். சரியான ஹார்மோன் தூண்டுதலை ஏற்கக்கூடியவையாக இருந்தால் விரைகளும், விரைப்பையும் தொடக்க உயிரணுக் களை உற்பத்தி செய்ய வேண்டும்.

விரைப்பையின் திறனை அறிவதற்கு, விரைகளைச் சோதித்து, குறிப்பிட்ட காலத்தில் அவை விரைப்பைக்குள் வந்து இறங்கி இருக்கின்றனவா, ரத்த நாளச் சீர்கேடு போன்ற பிரச்னைகளால் பழுதாகி உள்ளனவா?, அதிகப்படியான வெப்பம், நச்சுகள், நோய்கள், விபத்துகள் அல்லது பரம் பரைக் கோளாறுகள் போன்றவற்றால் இயல்பான வளர்திறன் இல்லாமல் போய்விட்டனவா என்றது போன்ற விஷயங் களை ஆராய வேண்டும்.

பாதிப்பு அல்லது செயல்திறன் இழப்பு அதிகமாக இருந்தால், விரைகளின் செயல்பாட்டை மேம்படுத்த வழி கிடையாது.

ஆனால், வெரிகோசீல் என்ற ரத்த நாளச் சீர்கேட்டால் பாதிக்கப்பட்டிருந்ததால், சுமார் 40 சதவீதத்தினருக்கு, அறுவைச் சிகிச்சை மூலம் சரியாக வாய்ப்பு இருக்கிறது.

நச்சுகளால் விரைகள் பாதிக்கப்பட்டிருந்தால், அந்த நச்சுத் தன்மை நீங்கிய பிறகு இயல்பு நிலைக்குத் திரும்பும்.

விரைகள் வளர்ச்சி அடைந்த பிறகான செயல்பாடுகள்

கருத்தடை அறுவைச் சிகிச்சையால் ஏற்படும் குழாய் அடைப் பினால், சுமார் 10 சதவீதத்தினருக்குக் கருவாக்கத் திறன் குறைகிறது.

விந்து மற்றும் உயிரணுக்களை உற்பத்தி செய்யும் திறன் கொண்ட நாளங்கள், அவற்றைச் சேகரிக்கவும், வெளியேற்ற வும் திறமைகொண்டவையாக இருக்க வேண்டும். உயிரணு வெளியேற்றும் குழாயில், பரம்பரைக் காரணிகள் மற்றும் நோய், விபத்து அல்லது அறுவைச் சிகிச்சை காரணமாகத் தடை அல்லது இடையூறுகள் இருந்தால், தற்போது உள்ள லேசர் மற்றும் மைக்ரோ சர்ஜிக்கல் முறைகளில், அவற்றைச் சரி செய்து கருவாக்கத் திறனை மேம்படுத்தலாம்.

தற்போது, விரைப்பைத் திசுவில் இருந்து நேரடியாக உயிரணுவை எடுத்து முட்டையோடு இணைத்து கருவாக்கம் செய்யும் நுட்பம் வெகுவேகமாக வளர்ச்சி அடைந்துள்ளது.

விந்தை வெளியேற்றும் முறை / வெளியேற்றுவதில் பிரச்னை

ஆண்மைக்குறைவும் பாலியல் பிரச்னைகளும்

மேற்கண்ட பிரச்னைகளால், உயிரணுக்களை மனைவியின் பிறப்பு உறுப்புக்குள் ‘கொட்ட’ இயலாத சூழல் உருவாகும். இந்த இடையூறுகளால், சுமார் 10 முதல் 15 சதவீத ஆண் களுக்கு மலட்டுத் தன்மை ஏற்படுகிறது.

விந்து முந்துதுல், தாமதித்தல் மற்றும் ஆண்மைக் குறைவு ஆகியவை, அறுவைச் சிகிச்சைகள், மருந்துகள், உடல் அளவில் ஏற்படும் பாதிப்புகளால் வரக்கூடும். ஆனால், இவை ஹார்மோன் சிகிச்சைக்குக் கட்டுப்படுகின்றன. உட லுறவு கொள்ளும் செயல்பாட்டில், பல்வேறு புதிய அணுகு முறைகளைப் பின்பற்றியும், மருத்துவ ஆலோசனைகளைப் பெற்றும், இந்தப் பிரச்னைகளைச் சரி செய்துகொள்ளலாம்.

நோய் அறிதல் சுலபம் அல்ல

மேற்கண்ட வரிசையில் அமைந்த பிரச்னைகளுள், எந்தப் பிரச்னையால் நீங்கள் பாதிக்கப்பட்டிருக்கிறீர்கள் என்பதை சுலபமாகக் கண்டறிந்துவிட முடியாது.

சில சமயம், பல பிரச்னைகள் இருந்தாலும் ஆண்களுக்கு மிதமான அல்லது மிகக் குறைந்த அறிகுறிகள் வெளிப்படும். இந்த நிலையில், பரிசோதனை மேற்கொண்டாலும் முடிவுகள் சிக்கலாகத் தோன்றும். இதனால்தான், துவக்கப் பரிசோதனை களை வைத்து, இதுதான் நமது பிரச்னை என்று யாரும் ஒரு முடிவுக்கு வரக் கூடாது என்றும், இந்தப் பரிசோதனைகளை மருத்துவர் ஆலோசனை இல்லாமல் சுயமாகவும் மேற் கொள்ளக் கூடாது என்றும் அறிவுறுத்துகிறோம்.

முழுமையான பரிசோதனையை மேற்கொண்ட பிறகே, பிரச்னை என்னவென்பதை நீங்கள் உறுதி செய்துகொள்ள வேண்டும். இதற்கு மருத்துவரின் மேற்பார்வை முக்கியம் என்பதை மறந்துவிடாதீர்கள்.

கடந்த கால வாழ்க்கை தரும் தகவல்கள்

உங்கள் பிரச்னைகளைப் பற்றி நீங்கள் தெரிவிக்கும் கருத்து களை, மருத்துவர்கள் காது கொடுத்துக் கேட்பதில்லை என்ற எண்ணம் பலருக்கு இருக்கிறது. இது உண்மை அல்ல. கருவாக்கம் என்ற விஷயத்தைப் பொறுத்தவரை, உங்கள் பொதுவான மருத்துவத் தகவல், வாழ்க்கை முறை மற்றும் தற்போது தோன்றுகிற அறிகுறிகள் ஆகிய அனைத்துமே முக்கியமான சில தகவல்களை அளிக்கின்றன. இவை மருத்துவரின் பரிசோதனையை எளிமையாக்குகின்றன.

பயணம், பணி, பழக்க வழக்கங்கள் மற்றும் செயல்பாடுகள்

மருந்து கம்பெனியில் வேலை பார்த்து வந்த ஒருவரைப் பரிசோதித்தபோது, குறைவான விந்தணுக்களும், அவற்றிலும் குறைபாடான விந்தணுக்களும் இருந்தது தெரியவந்தன. அவரது மருத்துவத் தகவல் பற்றி விசாரித்தபோது, பணி நேரங் களில் பல மணி நேரம் ரசாயன மருந்துகளோடு இருப்பதும், அந்தச் நேரத்தில் முகத்தில் அணியும் மாஸ்க் அல்லது வேறுவிதத் தடுப்புச் சாதனங்களைப் பயன்படுத்தமாட்டார் என்பதும் தெரியவந்தது.

ஈயம், பூச்சிக்கொல்லிகள், பாலியஸ்டர் துணி உற்பத்திச் சாதனங்கள், பென்ஸீன், மெர்க்குரி, மயக்க மருந்து தயாரிக்க உதவும் பொருள்கள் போன்ற அனைத்துமே, உயிரணு உற்பத்தியைப் பாதிக்கக்கூடியவை. இவற்றை எதிர்பாராத

விதமாகச் சுவாசிக்க நேர்ந்தாலும், அவை உடலில் பட்டாலும் பாதிப்பை உண்டாக்கும்.

இவை மட்டுமல்ல, கதிர்வீச்சை உண்டாக்கும் பொருள்களும், எக்ஸ்-ரே சாதனங்களும்கூட மலட்டுத் தன்மையை உண்டாக்கலாம் என்பதையும், கூடுமானால் தடுப்புச் சாதனங்களைப் பயன்படுத்துங்கள். அந்த ஏற்பாட்டைச் செய்து தராவிட்டால், அந்த கம்பெனியை விட்டு விலகி வேறு வேலை பாருங்கள்.

அந்தச் சூழலில் இருக்கும்வரை, உயிரணுக்களின் தரம் உயராது, மனைவியும் கருத்தரிக்கமாட்டார் என்று கூறி அனுப்பினேன். நோயைக் கண்டறியப் பயன்படுத்தும் எக்ஸ் ரேக்கள், விந்தணு பாதிப்பை உண்டாக்காது என்பதையும் தெளிவுபடுத்தினேன்.

மூன்று மாதங்களுக்குப் பிறகு, மனைவியை அழைத்துக் கொண்டு கர்ப்ப உறுதிப் பரிசோதனைக்காக வந்திருந்தார். விசாரித்தபோது, என்னைப் பார்த்துவிட்டுச் சென்ற மறுநாளே அந்த வேலையை விட்டுவிட்டதாகச் சொன்னார்.

அதிக வெப்பமான இடத்தில் வேலை செய்வதுகூட உயிரணு உற்பத்தியைப் பாதிக்கும். அதிக வெப்பமாக இருக்கக் கூடாது என்பதால்தான், விரைப்பைகள் உடலைவிட்டு வெளியே அமைந்திருக்கின்றன. உடல்வெப்ப நிலையைவிட ஒன்றிரண்டு டிகிரி குறைவான வெப்ப நிலையே விரைப்பைக்கு ஏற்றது. காய்ச்சல் ஏற்படும்வரை, தொடர்ந்து ஜிம்மில் கடுமையாக உடற்பயிற்சி மேற்கொள்பவர்களின் உயிரணுக்களும் குறைந்திருக்கும் என ஏற்கெனவே பார்த்தோம். நீண்ட நேரம் வாகனத்தில் பயணிப்பவர்கள், நீண்ட தூர வாகன ஓட்டிகள், சக்கர நாற்காலியிலேயே அமர்ந்திருப்பவர்கள், ஒரே இடத்தில் பல மணி நேரம் உட்கார்ந்திருப்பவர்களுக்கும் வெப்பம் அதிகமாவதன் காரணமாக, உயிரணு உற்பத்திக் குறைவு ஏற்படும். வெப்ப நிலை மாறியதும் உற்பத்தி அதிகரிக்கும்.

ரத்தம் அதிகமாக வெப்படைவதால் ரத்த நாளங்கள் கடுமையாகப் பாதிக்கப்படும் என்பதும், வெரிகோசீல் என்ற ரத்த நாளப் பிரச்னை உண்டாகும் என்பதும் தெரிந்ததுதான்.

இந்தப் பிரச்னையால், விரைப்பை பாதிக்கப்படும்போது கண்டிப்பாக உயிரணு உற்பத்திக் குறைபாடு ஏற்படும்.

நீண்ட காலமாக உடலுறவு கொள்ளாதமல் இருந்தால், உயிரணுக்களின் நீந்திச் செல்லும் திறன் குறைந்துவிடும். இது பலருக்குத் தெரியாது.

'டாக்டர், மாதத்தில் இரண்டு நாள்கள் உடலுறவு கொள் கிறேன். வேலை நிமித்தம் வெளியூர் சென்றுவிடுவதால் அடிக்கடி உடலுறவு வைத்துக்கொள்ள முடியவில்லை' என்று ஒரு பிஸினஸ்மேன் கூறினார்.

ஓர் ஆண்டில், மனைவி கருத்தரிக்கும் வாய்ப்பு பன்னிரண்டு அல்லது பதிமூன்று முறைதான் இருக்கும். முட்டை வெளிப் படும் காலத்தை அறிந்து உடலுறவு கொண்டுவிட்டு, அதன் பிறகு வெளியூர் செல்ல நேர்ந்தால், கருத்தரிப்பு நிகழு வதற்கு 20 சதவீதம் வரை வாய்ப்பு உள்ளது.

முட்டை வெளியாகும் முன்போ அல்லது பின்போ உட லுறவு கொண்டுவிட்டு வெளியூர் போய்விட்டால், எத்தனை ஆண்டுகள் ஆனாலும் குழந்தைப் பேறு வாய்ப்பது அரிது. அதிலும், எப்போதாவது ஒருமுறை உடலுறவு கொள்வதால், கர்ப்பம் தரிக்கும் வாய்ப்பும் குறைவாகத்தான் இருக்கும். இதெல்லாம், தொழிலுக்குச் சாத்தியப்படாது என நினைத் தால், மருத்துவமனையை அணுகி, உயிரணுவை உறைய வைக்கும் நிலையை உண்டாக்கி, மனைவி கருமுட்டை வெளி யிட்ட நாளை அறிந்து, செயற்கை முறையில் விந்தேற்றம் செய்துகொள்ள வைக்கலாம்.

மருந்து, மது மற்றும் புகைப் பழக்கம்

போதை மருந்துகள், புகை மற்றும் மதுப் பழக்கத்தால் கரு வாக்கத் திறன் குறைவது, 1950-ம் ஆண்டுகளில்தான் தெரிய வந்தது. இந்தப் பிரச்னையால், உயிரணு ஊர்ந்துசெல்வ திலும், அதன் உருவத்திலும் குறைபாடுகள் தோன்றும்.

என்னிடம் கருவாக்கச் சிகிச்சைக்கு வரும் ஆண்களுக்கு நான் விதிக்கும் அன்பு நிபந்தனை என்னவென்றால், புகை மற்றும் மதுப் பழக்கம் இருந்தால் அவற்றை நிறுத்திவிட்டு, ஓரிரு மாதங்கள் ஆன பிறகு, கருவாக்கச் சிகிச்சையிலோ அல்லது கருவாக்க முயற்சியிலோ ஈடுபடுங்கள் என்பதுதான்.

இந்த போதைப் பொருள்கள், மத்திய நரம்பு மண்டலத்தைப் பாதித்து உடலுறத் திறனைக் குறைப்பதுதான் பலருக்குத்

தெரியும். ஆனால், உடலுறவால் ஏற்படும் 'குழந்தைப் பேறை'யும் தடுத்துவிடுகிறது என்பது பலருக்குத் தெரியாது.

நாள்பட்ட நிலையில், மதுப் பழக்கத்தால் ஆண்மைக் குறைவு, தரமற்ற உயிரணு உற்பத்தி, கல்லீரல் பாதிப்பு போன்றவை ஏற்படும். பெண்மை ஹார்மோனை ஈஸ்ட்ரோஜென் உற்பத்தி அதிகமாகும். இதனால் உடலுறவுத் திறன் குறைவதோடு, உடலுறவு வேட்கையும் குறையும். மதுப் பழக்கத்தை விட்டால் மீண்டும் திறன் அதிகரிக்கும்.

புகைப் பழக்கத்தால், ரத்த நாளச் சுருக்கம் ஏற்பட்டு ஆண்மைக் குறைவும், விந்தணுக் குறைபாடுகளும் உண்டாகும். இவற்றை விட்டுவிடுவதுதான், கருவாக்கச் சிகிச்சைக்கு வரும் ஆண்கள் மேற்கொள்ள வேண்டிய முதல் பணி. அப்போது தான், குழந்தை பிறக்க வழி ஏற்படும்.

மன இறுக்கமும், தீவிர உடற்பயிற்சியும்

தீவிர மன இறுக்கம் இருக்கும்போது, பெண்ணின் பிட் யூட்டரி மற்றும் ஹைபோதலாமஸ் சுரக்கும் ஹார்மோன் களின் செயல்பாடுகள் அனைத்தும் பாதிக்கப்படும். இவை, மாதவிலக்குக் கோளாறுகளை ஏற்படுத்தி மலட்டுத் தன்மையை ஏற்படுத்தும்.

எண்டார்ஃபின் போன்ற சில உணர்வு அடக்கிகள், வலி மற்றும் மன இறுக்கம் ஆகியவற்றைக் குறைபதற்காக மூளையில் சுரக்கின்றன. இவை, கொனடோட்ராபின் ஹார்மோன் சுரப் பதைக் குறைத்துவிடுவதால், பெண்மைக்கிளர்வி ஹார்மோன் உற்பத்தியும் பாதிக்கப்படுகிறது. இதனால், மாதவிலக்கு தடை படுதல் அல்லது அடிக்கடி மாதவிலக்கு ஆதல் போன்றவை உண்டாகும். இந்தப் பிரச்னை தொடரும்போது கருவாக்கத் திறன் குறைந்துவிடுகிறது.

ஆண்களுக்கு ஆண்மையைத் தூண்டும் ஹார்மோன் குறை பாடுகள் தோன்றும்.

வாழ்க்கையில் அடிக்கடி ஏற்படும் மனநிலை மாறுதல்கள், உடல் ரீதியான கஷ்டங்கள் ஆகியவை, இனப் பெருக்கத் திறனை பாதிப்பதால், இவற்றைக் கூடுமானவரை குறைத்துக் கொள்வது நல்லது.

பொதுவான உடல்நிலை

சிறு வயது மற்றும் பருவ வயதில் தோன்றும் எண்ணற்ற நோய்கள், கருவாக்கத் திறனைப் பாதிக்கின்றன.

சில மாற்றங்கள் தாற்காலிகமானவையாக இருக்கும். உதாரண மாக, 102 டிகிரிக்கு மேல் காய்ச்சல் அடிக்கிறது என்றால் விரைப்பையின் வெப்பநிலையும் அதிகரிக்கும். உயிரணுக் களும் இறந்துபோகும். காய்ச்சல் குணமான பிறகு உற்பத்தி இயல்பாகும். சில நோய்கள், நீண்ட நாள் விளைவை உண் டாக்கும். உதாரணத்துக்கு, நார்க்கட்டிகள், காசநோய் மற்றும் சிறு வயதில் வரும் புட்டாலம்மை போன்றவை, விரைப்பைத் திசுக்களைச் சீரழித்து நிரந்தரமான மலட்டுத் தன்மையை உண்டாக்கிவிடும். இத்தகைய நிலை இருந்தால், உடனடியாக மருத்துவரிடம் போய் பரிசோதித்துக்கொள்ளுங்கள்.

பால்வினை நோய்களான கொனேரியா, கிளாமிடியா, சிபிலிஸ் போன்றவற்றால் பாதிக்கப்படும்போதும், விந்துக் குழாய்களில் வடுக்கள் தோன்றினாலும், அந்தப் பகுதியில் அழற்சி நீடித்தாலும் விந்துக் குழாய்கள் அடைபடக்கூடும்.

பாக்டீரியாக்கள், வைரஸ்கள் மற்றும் ரத்த வெள்ளை அணுக்கள் ஆகியவை, உயிரணுக்களைத் தாக்கி கருவாக்கத் திறனைக் குறைத்துவிடும். வெள்ளை அணுக்களும், இறந்த செல் திசக்களும், விந்துத் திரவத்தில் காணப்பட்டால், ஏதேனும் தீவிர நோய்த் தொற்று இருக்கும் என்பதை உணர்ந்து எச்சரிக்கையாக இருக்க வேண்டும்.

இவை பெரும்பாலும் ஆண் உறுப்பின் கீழ்ப் பகுதிகளான விரைப்பை, ப்ராஸ்டேட், விந்துநாளங்கள் போன்றவற்றைக் குறிவைத்துத் தாக்கும். நோய்க் கிருமிகள், விரைப்பையை அடைந்துவிட்டால் பாதிப்பின் அளவு அதிகரிக்கும்.

ப்ராஸ்டேட் கட்டி தவிர மற்ற கிருமித் தாக்குதல் அனைத்தும், ஆன்டிபயாடிக் மருந்துகளுக்குக் கட்டுப்படுகின்றன. அடிக்கடி ஏற்படும் நோய்த் தொற்றுகளால், பிறப்பு உறுப்பின் உள்பகுதி சேதம் அடைந்தால், மைக்ரோ அறுவைச் சிகிச்சை மூலம் சரிபடுத்திக்கொள்ள வேண்டும். நோய்த் தொற்று இருந்தால், உங்கள் துணைவருக்கும் தொற்றும் என்பதால், அவரையும் சிகிச்சை பெற வைக்க வேண்டும்.

அதிக ரத்த அழுத்தம், சர்க்கரை, காமாலை போன்ற நோய்கள், உயிரணு உற்பத்தித் திறனைக் குறைத்து ஆண்மைக் குறைவை யும், விந்து வெளிப்படாத நிலையையும் உண்டாக்கும். சர்க்கரை நோய் உள்ள சிலருக்கு 'சிக்கில்செல் அனீமியா' என்ற ரத்த சோகை நோய் வரும். இவர்களுக்கும் விந்தணு உற்பத்தி பாதிக்கப்படும். தைராய்டு போதுமான அளவு இருந்தும், பிற ஹார்மோன்களில் குறைபாடுகள் இருந்தாலும் உயிரணு உற்பத்தி பாதிக்கப்படும்.

சிறுநீரகப் பாதிப்புகளும் கருவாக்கத் திறனை குறைக் கின்றன. சிறுநீரகவியல் மருத்துவரை அணுகி, பாதிப்பைக் கட்டுப்பாட்டுக்குள் வைத்துக்கொள்ள வேண்டும் அல்லது சிறுநீரக மாற்று அறுவைச் சிகிச்சை மேற்கொள்ள வேண்டும். நோய் கட்டுப்பாட்டுக்குள் இருந்தால், குழந்தைப் பேறு வாய்க்கும்.

மார்பகங்களில் தோன்றும் வலி, புண்கள் மற்றும் பால் போன்ற திரவக் கசிவு அல்லது நரம்பு தொடர்பான பிரச்னை கள், களைப்பு, நாள்பட்ட தலைவலி, இழுப்பு போன்றவை கூட நரம்பு பாதிப்புகள் அல்லது பிட்யூட்டரி குறைபாட்டைக் குறிக்கும். மூளையும், குறிப்பாக பிட்யூட்ரியும் பாதிக்கப் பட்டால், உங்கள் உடலுறவு மற்றும் உடலுறவுத் திறன் பாதிக்கப்படும்.

அறுவைச் சிகிச்சைகள்

விந்தில் உயிரணுக்கள் இல்லாத நிலையான அசூஸ்பெர்மியா இருந்து, இயல்பான அளவு விரைகளும், ஹார்மோன் செயல்கள் நார்மலாகவும் இருக்குமானால், விரைகளுக்கும், ஆண் உறுப்புக்கும் இடையே உள்ள நாளத்தில் அடைப்பு ஏதேனும் இருக்கலாம். ஹெர்னியா அல்லது அடிவயிற்றில் செய்யப்பட்ட அறுவைச் சிகிச்சையின்போது, விந்து நாளம் தற்செயலாகத் துண்டிக்கப்பட்டிருக்கும்பட்சத்தில், உயிரணு உற்பத்தி பாதிக்கப்பட்டிருக்கலாம்.

குழந்தைப் பேறு சிகிச்சைக்கு வந்த ஒருவரைப் பரிசோதித்த போது, அசூஸ்பெர்மியா ஏற்பட்டிருந்தது. அவரது மருத்துவத் தகவலைக் கேட்டபோது, ஆறு வயதில் ஹெர்னியா சிகிச்சை செய்துகொண்டதாகக் கூறினார்.

அறுவைச் சிகிச்சையின்போது, எதிர்பாராதவிதமாக விந்து நாளம் துண்டிக்கப்பட்டதால், இந்த நிலை ஏற்பட்டுள்ளதை வேறுவிதப் பரிசோதனைகள் எதுவும் இல்லாமல் கண்டு பிடித்து, மைக்ரோ சர்ஜரி மூலம் நாளத்தை இணைத்து மீண்டும் அவருக்கு உயிரணு உற்பத்தியை ஏற்படுத்தினோம்.

கருத்தடை அறுவைச் சிகிச்சை செய்துகொண்டவர்கள் குழந்தை பெற விரும்பினால், பத்து ஆண்டுகளுக்குள் துண்டிக்கப்பட்ட குழாயை இணைத்துக்கொண்டால், 90 சதவீதம் அளவு இயல்பு நிலைக்குத் திரும்பி குழந்தைப் பேறு பெறலாம்.

குடல் பகுதி நரம்பு துண்டிக்கப்பட்டிருந்தாலும், விரைப்புத் தன்மை மற்றும் விந்து வெளியேறும் நிகழ்வுகளில் தடை ஏற்படலாம்.

சிறுநீர்ப்பை அல்லது ப்ராஸ்டேட் அறுவைச் சிகிச்சையைச் செய்துகொண்டிருந்தால், சிறுநீர்ப்பைக்குள் உயிரணுக்கள் விழுந்துவிடும் நிலை ஏற்படும்.

அட்ரீனல், விரை நீக்கம் அல்லது பிட்யூட்டரி கழலை நீக்கம் ஆகியவற்றுக்காகச் சிகிச்சை மேற்கொண்டவர்களுக்கு, நாளமில்லாச் சுரப்பிக் கோளாறுகள் இருக்கும்.

சரியான நோய் கண்டறிதல் மூலம் காரணத்தை உறுதி செய்து ஹார்மோன் மாற்றுச் சிகிச்சை அளித்தால் பிரச்னைகளுக்குத் தீர்வு கிடைக்கும்.

மருந்து, மாத்திரைகளின் பயன்பாடு

சில மருந்து, மாத்திரைகள் உடலுறவுத் திறனைக் குறைப்பது மற்றும் உயிரணு உற்பத்தியைக் குறைப்பதன் மூலம், கருவாக்கத் திறனை மட்டுப்படுத்துவது நமக்குத் தெரிந்த விஷயம்தான்.

அதிக ரத்த அழுத்தத்துக்கு மருந்து எடுத்தால் அல்லது ஆல்க ஹாலை அதிகம் பயன்படுத்தினால், விரைப்புத் தன்மை குறையும். சிலசமயம், விந்து வெளியேறுவதும் தடைபடும். உடலுறவுத் திறனும் குறைந்துவிடும். ரத்தக் கொதிப்புக் காகப் பயன்படுத்தும் 'கால்சியம் சேனல் பிளாக்கர்கள்', விந்தணுக்களைக் கட்டிவைத்ததுபோல் திரளச் செய்து

விடுகின்றன. இதனால், நீந்த முடியாத நிலைக்குத் தள்ளப்படும் அணுக்கள், கரு முட்டைகளை அடைய முடிவதில்லை.

அல்சருக்குப் பயன்படும் பல மாத்திரைகள், மலேரியாவுக்குக் கொடுக்கப்படும் மாத்திரைகள், டெட்ராசைக்ளின், அமிபிசைட்ஸ் போன்ற சிறுநீர்ப்பை தொற்றைத் தடுக்கக் கொடுக்கப்படும் மருந்து, மாத்திரைகளும் மலட்டுத் தன்மையை உண்டாக்கும்.

சோரியாசிஸ், புற்றுநோய் போன்றவற்றுக்காக அளிக்கப் படும் மருந்துகளால், விரைப்பைத் திசுக்கள் பாதிக்கப்படுவது தெரியவந்துள்ளது. ஆகவே, மருந்து, மாத்திரைகளை உங்கள் விருப்பத்துக்கு கடைகளில் வாங்காமல், மருத்துவரின் ஆலோசனையின் பேரில் வாங்கிப் பயன்படுத்துங்கள்.

கீமோதெரபி மற்றும் கதிர்வீச்சு சிகிச்சை ஆகியவையும் பக்கவிளைவாக மலட்டுத் தன்மையை உண்டாக்கும். விரைப்பையில் உள்ள ஜெர்ம் செல்கள் நன்றாக இருந்தால், சிகிச்சையை நிறுத்திய பிறகு உயிரணு உற்பத்தி சீராகும். ஒவ்வொரு நபருக்கும் ஒவ்வொரு விதமான பிரச்னை உண்டாவதால், மருத்துவரின் ஆலோசனை முக்கியம்.

உடலுறவுத் திறன் தகவல் : பால் வளர்ச்சி

உங்களைப் பரிசோதிக்கும்போது, உங்கள் பால் வளர்ச்சி பற்றிய விவரங்களை மருத்துவர் தெரிந்துகொள்ள வேண்டும். குழந்தைப் பருவத்தில் உரிய காலத்தில் விரைகள் வயிற்றுப் பகுதியில் இருந்து இறங்கி விரைப்பைக்குள் வராமல் இருந்திருந்தால், அதற்கான அறுவைச் சிகிச்சையை எப்போது மேற்கொண்டீர்கள் என்ற தகவல் டாக்டருக்குத் தெரிய வேண்டும். நீங்கள் ஆறு வயதுக்குள் இருந்தபோது, இந்த அறுவைச் சிகிச்சை நடைபெற்றிருந்தால், விரைகள் நன்றாக இருக்கும். மற்றபடி செல் பாதிப்புகள் ஏற்பட்டு, உயிரணு உற்பத்தி தடைபட்டிருக்கும். இதைச் சீரமைத்துவிடலாம்.

பெண்ணாக இருந்தால், நீங்கள் எப்போது பருவம் அடைந்தீர் கள் என்ற தகவலும் டாக்டருக்கு தெரிய வேண்டும். உரிய காலத்துக்கு முன்பாக அல்லது தாமதமாகப் பருவம் எய்திருந் தால் ஹார்மோன் பிரச்னைகள் ஏற்பட்டிருக்கக்கூடும்.

உடலுறவுச் செய்கைகள்

விறைப்புத் தன்மையை அடைவதிலும், அதை நீட்டிக்கச் செய்வதிலும் பிரச்னை இருக்குமானால், உங்களுடைய பொதுவான உடல் நலனைப் பரிசோதிக்கவேண்டி இருக்கும்.

உங்கள் நரம்பு மண்டலம், ஹார்மோன் அளவுகள், நீங்கள் நச்சுத் தன்மையோடு கொண்டிருந்த தொடர்புகள் போன்ற எவையேனும், உடல் ரீதியான ஆண்மைக்குறைவை ஏற்படுத்தியிருக்கலாம். தேவைப்பட்டால், உளவியல் நிபுணர், நரம்பியல் நிபுணர் அல்லது மனநோய் மருத்துவர் போன்ற யாரிடமாவது ஆலோசனை பெறுவது நல்லது.

உடலுறவின்போது பெண்ணின் பிறப்பு உறுப்புக்குள் ஆண் உறுப்பை நுழைக்கும் முன்பாகவே விந்து கொட்டிவிடு மானால், பெண்ணின் கருப்பை வாய்ப் பகுதிக்குள் உயிரணுக் கள் செல்ல வாய்ப்பு இல்லை. இதனால், இருவருக்குமே உடலுறவு வாழ்க்கை வெறுப்பைத் தந்திருக்கும். இதுதவிர, நீங்கள் எவ்வளவு இடைவெளியில் உடலுறவு கொள்கிறீர் கள், எந்த மாதிரியான டெக்னிக் பயன்படுத்துகிறீர்கள் என்பதை மருத்துவரிடம் தெரிவிக்க வேண்டும்.

மனைவியைக் கருத்தரிக்கச் செய்வதற்குத் தினமும் மூன்று வேளையாவது உடலுறவு கொள்ள வேண்டும் என்று யாராவது சொல்லியிருப்பார்கள். தினமும் மூன்று வேளை உடலுறவு கொள்ளும்போது விந்தணு உற்பத்தி குறைந்து இருக்கும். அதனால், கருத்தரிப்பும் ஏற்படாது என்பது பலருக்குத் தெரியாது. இதை மருத்துவரிடம் கேட்டுத் தெரிந்துகொள்வது நல்லது.

உங்களுக்கு ஏற்கெனவே குழந்தை பிறந்ததா? மனைவிக்கு கருக்கலைப்பு (அபார்ஷன்) அல்லது கருச்சிதைவு ஏற்பட்டதா என்ற தகவல்களைத் தெரியப்படுத்துவதன் மூலம், ஏற் கெனவே நன்றாக இருந்த நிலை மாறி, தற்போது பிரச்னை ஏற்பட்டுள்ளது என்பது தெரியவரும்.

அடுத்தடுத்த கருச்சிதைவு ஏற்படுமானால், கணவன் அல்லது மனைவிக்குப் பரம்பரைக் குறைபாடுகள் ஏதேனும் இருக்கும் என்பதையும் மருத்துவர் தெரிந்துகொள்வார்.

குடும்பத் தகவல்

பல குடும்பங்களில், சிலருக்குப் பரம்பரை பரம்பரையாகக் குழந்தைப் பேறு இல்லாத நிலை இருப்பது உண்டு. உங்கள் தாய், தந்தை, சகோதரர்கள் அல்லது சகோதரிகள் ஆகியோருக்கு ஏதேனும் பிரச்னைகள் உள்ளனவா என்பதைத் தெரிந்துகொள்ள வேண்டும்.

உதாரணத்துக்கு, உங்கள் தாயாருக்கு அடுத்தடுத்த கருச் சிதைவு ஏற்பட்டு, இறுதியாக நீங்கள் ஒரு மாத்திரையின் உதவியால் கருத்தரித்துப் பிறந்திருப்பதாக வைத்துக்கொள்ளுங்கள்.

அந்த மாத்திரையின் பக்கவிளைவுகளால், உங்கள் விரைப்பையில் இயல்பு மாற்றம் ஏதேனும் ஏற்பட்டிருக்கலாமா என்பதை உறுதிப்படுத்த அந்தத் தகவலும் தேவைப்படும்.

குடும்பத்தில் யாருக்கேனும் அல்லது நெருங்கிய உறவினர் யாருக்கேனும் ஹார்மோன் பிரச்னைகளான சர்க்கரை நோய், ஹைபோ-தைராய்டு, அட்ரீனல் சுரப்பிக் கோளாறு போன்றவை இருந்தாலும், வேறுவிதப் பாதிப்புகள் இருந்தாலும் அவற்றைத் தெரிந்துகொள்ளும்போது, அவற்றாலும் பிரச்னைகள் தோன்ற வாய்ப்புகள் உண்டு. விஷயம் தெரிந்தால்தான் குறிப்பிட்ட விஷயத்தில் கவனம் செலுத்தி பிரச்னையைச் சுலபமாகத் தீர்க்க இயலும்.

ஆண் மலட்டுத்தன்மையை அறியும் வழிவகைகள்

மருத்துவர், உங்களை விந்துப் பரிசோதனை மற்றும் உடலுறவுக்குப் பிறகான பரிசோதனைகளை மேற்கொள்ளச் சொல்வார்.

இதில் பிரச்னைகள் ஏதும் இல்லை என்பது தெரியவந்தால், உங்கள் மனைவியிடம் பிரச்னைகள் ஏதும் உள்ளதா என்பதை ஆராய்வார். விந்தில் இயல்பு மாற்றங்கள் இருந்தால், உடல் ரீதியான ஆய்வுகள் மேற்கொள்ளப்படும். இந்த முடிவுகளுடன், விந்துப் பரிசோதனை மற்றும் உடலுறவுக்குப் பிறகான பரிசோதனையும் சேர்ந்து மலட்டுத்தன்மைப் பிரச்னையை ஆராய்வார்.

எத்தகைய பரிசோதனைகள் தேவைப்படுகின்றன என்பதைப் பின்வரும் விஷயங்களில் இருந்து தெரிந்துகொள்ளுங்கள்.

ஒலிகோஸ்பெர்மியா (உயிரணுக்கள் குறைதல்)

ஒரு மில்லி லிட்டர் விந்தில், இருபது மில்லியனுக்கும் குறைவான உயிரணுக்களே இருக்கும் பிரச்னையை ஒலிகோஸ்பெர்மியா என்று சொல்வார்கள்.

ஒரு மில்லி லிட்டர் விந்தில் இருபது மில்லியனுக்கும் குறைவான உயிரணுக்கள் இருந்தால், உடலில் சேர்ந்துள்ள நச்சுகள் அல்லது சமீபத்திய நோய்கள், இதற்குக் காரணமாக இருக்கலாம் என்பதால் அதற்கான சிகிச்சை அளிக்கப்படும்.

மருத்துவத் தகவல்கள் மற்றும் வாழ்க்கை முறையில் எந்தவித தகவலும் தெரியவராவிட்டால், உங்கள் விரைகள் சரியான அளவில் இருக்கின்றனவா என்பதை அறிய விரைப் பையைப் பரிசோதிப்பார்கள். எண்ணற்ற காரணங்களால் விரைகள் வளர்ச்சி அடையாத நிலை உண்டாகிறது. இவற்றைப் பற்றி பிறகு விவரிக்கிறேன்.

- ★ விரைப்பையில் உள்ள ரத்த நாளங்கள் சரியாக உள்ளனவா?அவற்றின் பாதிப்பால் உயிரணுக் குறைவு ஏதேனும் ஏற்பட்டுள்ளதா?
- ★ மன இறுக்கம் காரணமாக விந்தணு பாதிப்பு ஏற்பட்டுள்ளதா?
- ★ விந்தணு எண்ணிக்கைக் குறைவு, குறைபாடான உயிரணுக்கள், நகரும் தன்மை குறைவு போன்றவை இருக்கின்றனவா?

என்பன போன்ற தகவல்களையும், ரத்தப் பரிசோதனை மூலம் ஹார்மோன் செயல்பாட்டையும் தெரிந்துகொள்ள முடியும்.

உங்களுக்குப் பரம்பரைக் குறைபாடு இருக்கும் என்ற சந்தேகம் இருந்தால், குரோமோசோம் பரிசோதனை செய்து கொள்ள நேரிடும். இவற்றின் மூலம், உயிரணுக்களின் எண்ணிக்கை, தரம் போன்றவற்றை உயர்த்த முடியும்.

சிகிச்சை அளித்தும் குறைவான எண்ணிக்கை மாறவில்லை, உயிரணுக்களின் எண்ணிக்கை அதிகரிக்கவில்லை என்றால்,

உங்கள் உயிரணுக்களை எடுத்து செயற்கை முறையில் அவற்றை உங்கள் மனைவியின் கருப்பைக்குள் செலுத்தி செயற்கை விந்தேற்றம் செய்வோம் அல்லது சோதனைக் குழாய்க் குழந்தை முறையில், உங்கள் மனைவியின் முட்டையை எடுத்து, தனித்து எடுக்கப்பட்ட உங்கள் உயிரணுக்களோடு கலந்து கருப்பைக்கு வெளியே வைத்து கருவாக்கம் செய்வோம்.

கருவுற்ற சினைமுட்டையை பிறகு உங்கள் மனைவியின் கர்ப்பப்பைக்குள் செலுத்தி பதியம் செய்துவிடுவோம். இவ்வாறு செய்வதன் மூலம் உங்களுக்குக் குழந்தை பிறக்கும்.

தீவிர விந்தணு எண்ணிக்கைக் குறைகள்

விந்துப் பரிசோதனையில், ஒரு மில்லி லிட்டருக்கு பத்து மில்லியன் விந்தணுக்கள் மட்டுமே இருப்பது தெரிய வந்தால், ஹார்மோன் அளவையும், விரைகளின் அளவையும் பரிசோதிக்கவேண்டி இருக்கும்.

ஃபாலிக்கிள் ஸ்டிமுலேட்டிங் ஹார்மோன் அளவைப் பரிசோதித்து, உங்கள் பிட்யூட்டரி சுரப்பியானது விரைகளைத் தூண்டி உயிரணுக்களை உற்பத்தி செய்ய உதவுகிறதா என்பதைத் தெரிந்துகொள்வார்கள்.

ஃபாலிக்கிள் ஸ்டிமுலேட்டிங் ஹார்மோன் இல்லாமல் இருந்தால் விரைகள் செயல் இழந்துபோயிருக்கும். போதுமான உயிரணு உற்பத்தி நடைபெறாது. ஹார்மோன் குறைபாடு இருந்தால், விரைகள் சிறியதாகவும் இருக்கும். கருவாக்கம் செய்வதற்கு வசதியாக ஹார்மோன் மாற்றுச் சிகிச்சை மேற்கொள்ள வேண்டும்.

உயிரணுக்களின் அடர்த்தி குறைவாக இருந்தால், விரைகளில் தசையை எடுத்துப் பரிசோதிக்க, சிறுநீரகவியல் மருத்துவரிடம் சிபாரிசுக்கு அனுப்பிப் பரிசோதிக்கச் செய்தால், செல்கள் சரியான முறையில் உள்ளனவா என்ற தகவல் தெரியவரும்.

உங்களுடைய ஜெர்ம் செல்கள், உயிரணுக்களைக் குறை வளர்ச்சி கொண்டவையாக உருவாக்குகின்றனவா என்பதை இந்தப் பரிசோதனைகள் மூலம் அறிய இயலும்.

செல்கள் முதிர்ச்சி அடைவதற்கு வேண்டிய ஐந்து நிலைகளில் ஏதேனும் ஒரு பாதிப்பை இந்த செல் அமைப்புகள் உண்டாக்குகின்றனவா, பாலியல் திறனை உண்டாக்கும் டெஸ்டோஸ்டீரான் ஹார்மோனை உருவாக்குகின்றனவா, உயிரணுவை உண்டாக்கும் நாளங்கள் பாதிக்கப்படாமல் உள்ளனவா என்பன போன்ற தகவல்களையும் தெரிந்து கொள்ளலாம்.

சீரமைக்க முடியாவதாறு விரை அமைப்புகள் சிதைந்திருந்தால், உயிரணு உற்பத்தியை மீண்டும் உண்டாக்க இயலாது. திசுப் பரிசோதனையில், விரையை ஹார்மோன்கள் சரியாகத் தூண்டவில்லை என்பது தெரிந்தால், ஹார்மோன் மாற்றுச் சிகிச்சை அளித்து பிரச்னையைச் சரியாக்கலாம். விரைகள் இயல்பாக இருப்பது தெரியவந்தால், விரையில் இருந்து ஆண் உறுப்புக்கு வரும் விரை மேல்நாளக் குழாயில் பகுதி அடைப்பு இருக்கிறது என்பதை உணர்ந்து, மைக்ரோ சர்ஜரி மூலம் பிரச்னையைச் சரியாக்கலாம்.

அசூஸ்பெர்மியா

விந்தும் உயிரணுக்களும் தனித்தனி இடங்களில் உற்பத்தியாகி, பிறகு இரண்டும் ஒன்றாகக் கலந்து வெளியே வரும். விந்துத் திரவத்தில் உயிரணுக்கள் இல்லாத நிலையைத்தான் அசூஸ்பெர்மியா என்று சொல்வார்கள்.

இந்தப் பிரச்னையை, விந்தணுக்கள் குறைந்த நிலையான ஒலிகோஸ்பெர்மியா கண்டறிவதைப்போலவே கண்டறிய வேண்டும்.

விந்துத் திரவத்தின் கொழகொழப்புத் தன்மையை அறிவதற்கான பரிசோதனையையும் மேற்கொண்டு, விந்தில் ப்ரக்டோஸ் சர்க்கரை அளவு உள்ளதா என்பதையும் பார்க்க வேண்டும்.

விந்து நாளங்கள், ப்ரக்டோஸ் சர்க்கரையையும், விந்தைக் கெட்டியாக்கும் ரசாயனத்தையும் உருவாக்குகிறது. விந்து நாளங்கள் இல்லாமல் பிறந்திருந்தால் அல்லது விந்தை வெளியேற்றும் குழாயில் அடைப்பு இருந்தால் விந்துத் திரவம் கெட்டிப்படாது.

விந்தை வெளியேற்றிய பிறகு சிறுநீர்ப் பரிசோதனை செய்தால், ரெட்ரோக்ரேட் எஜாகுலேஷன் எனப்படும் சிறுநீர்ப் பையில் விந்து விழும் நிலை தெரியவரும். அல்ட்ரா சவுண்டு பரிசோதனை மூலம், ப்ராஸ்டேட் பகுதியில் விந்தை வெளியேற்றும் குழாய்களின் அடைப்பை அறியலாம். இவற்றையெல்லாம் சரியாகக் கண்டுபிடித்துவிட்டால், சிகிச்சை செய்வது மிகச் சுலபமாகிவிடும்.

எப்போது வாசோக்ராம் அல்லது விரைகளின் திசுப் பரிசோதனை தேவை?

விந்து நாளங்களை எக்ஸ்-ரே மூலம் பரிசோதிப்பதற்குப் பயன்படும் கருவிக்கு வாசோக்ராம் என்று பெயர். இந்தப் பரிசோதனையும், விரைகளின் திசுப் பரிசோதனையும், மிக நுண்ணிய இனப்பெருக்க உறுப்பில் உள்ள சேதத்தையும் காட்டிவிடும்.

இந்த நோய் அறிதல் கண்டுபிடிப்பின்போது, மற்ற விஷயங்களை இரண்டாம்பட்சமாக மருத்துவர் எடுத்துக்கொள்வார். ப்ராஸ்டேட் அல்ட்ரா சவுண்டு போன்ற சாதாரணப் பரிசோதனைகளின்போது ஏதேனும் அடைப்பு இருப்பது தெரிவரும்.

எந்த இடத்தில் அடைப்பு அல்லது குழாய் இல்லாமல் இருக்கிறது என்பதை அறிவதற்கு எக்ஸ்-ரே பரிசோதனை தேவைப்படும். இந்தப் பரிசோதனை மற்றும் இதற்கான சிகிச்சை இரண்டுமே ஒரேநேரத்தில் மேற்கொள்ளப்படுகின்றன.

உயிரணுக்களின் எண்ணிக்கை மிகக் குறைவாக இருந்தால், ஃபாலிக்கிள் ஸ்டிமுலேட்டிங் ஹார்மோன் அளவு குறைவாகவோ இயல்பாகவோ இருந்து ஹார்மோன் மாற்றுச் சிகிச்சைக்குக் கட்டுப்படாமல் போனால், விரைகளில் திசுவை எடுத்து திசுப் பரிசோதனை எனப்படும் டெஸ்டிகுலர் பயாப்சி செய்யவேண்டி இருக்கும்.

டெஸ்டிகுலர் பயாப்சி இயல்பாகவும், அதே சமயம் உயிரணுக்கள் இல்லாத நிலையும் இருந்தால் உயிரணுக்கள் வரும் குழாயில் அடைப்பு இருக்கும்.

விரைகளின் செயல்திறன் குறைந்தால், அது உருவாக்கும் உயிரணுக்களின் எண்ணிக்கை குறையும். இந்த நிலை இருந்தால், உங்களுக்கு ஹைபோ-ஸ்பெர்மடோஜெனிசிஸ் என்ற பிரச்னை கண்டிப்பாக இருக்கும். ரசாயன நச்சுக்கள், மருந்து மாத்திரைகள், ரத்த நாளப் பிரச்னை போன்றவற்றால் ஹைபோ-ஸ்பெர்மடோஜெனிசிஸ் (குறைவான உயிரணு உற்பத்தி) பிரச்னை வரும்.

ஜெர்ம் செல்களின் செயல்திறன் மற்றும் குறிப்பிட்ட ஜெர்ம் செல்கள் அழிவு இருந்தால், உயிரணு உற்பத்தி பாதிக்கப் படும். உற்பத்தியானாலும் உயிரணுக்களின் முதிர்வு தடுக்கப் படுகிறது.

விரைகளின் மற்ற அமைப்புகளும் சரியாக இருந்து ஜெர்ம் செல்கள் பிரிந்து துவக்க நிலை உயிரணுக்களை உண்டாக்கி னாலும், அவை முதிர்ச்சியாகிற ஒரு கட்டத்தில் விரைப்பை யின் எல்லா குழாய்களும் சேர்ந்து உயிரணுக்களின் முதிர்ச்சியைத் தடுத்துவிடும். இந்தநிலை, அளவாக இருக்கும்போது அசூஸ்பெர்மியா என்றும், பாதியாக இருக்கும்போது ஒலிகோஸ்பெர்மியா என்றும் அழைக்கப் படுகின்றன. இதற்கு முக்கியக் காரணம், நச்சுகள் மற்றும் மாத்திரைகள், வெரிகோசீல் போன்றவை.

ஃபாலிக்கிள் ஸ்டிமுலேட்டிங் ஹார்மோன் (எஃப்.எஸ்.எச்.) அளவு அதிகமாக இருந்தால், விரைப்பையின் பல பகுதிகளில் பாதிப்பு இருக்கும் என்பதையும், சிகிச்சை முழுமையாக முடிய கூடுதல் நாள்கள் தேவைப்படும் என்பதையும் தெரிந்து கொள்ள வேண்டும்.

எஃப்.எஸ்.எச். அளவு குறைந்து, ரசாயன நச்சுகள் நீக்கப் படுமானால், ரத்த நாளச் சிதைவு சீராக்கப்படுமானால், உங்கள் பிரச்னையும் சரியாகும். உங்களுக்குக் குழந்தைப் பேறும் வாய்க்கும்.

10

ஆண்கள் – இனப் பெருக்கத் திறனை அதிகரித்தல்

உங்கள் மனைவியைக் கருத்தரிக்கச் செய்வதற்குத் தேவையான நான்கு முக்கிய விஷயங்கள் உங்களிடம் இருக்க வேண்டும் என்று கூறியிருந்தேன்.

நல்ல முறையில் நீங்கள் வெளிப்படுத்தும் விந்தில் தரமான உயிரணுக்கள் இருப்பதற்கு, விரைகள் வளர்வதற்கு முன்பான ஹார்மோன் செயல் நிலை, விரைகளின் செயல்பாடுகள், விரைகள் வளர்ச்சி அடைந்த பிறகு உள்ள செயல்பாடுகள், விந்து வெளியேற்றும் முறை ஆகியவை சரியாகச் செயலாற்ற வேண்டும்.

இவற்றுள் எதிலாவது தடை ஏற்பட்டால், சுமார் 80 சதவீத ஆண்கள் மலட்டுத் தன்மை உள்ளவர்களாக ஆகின்றனர் என்பதையும் பார்த்தோம்.

இந்தத் தகவலில், குழப்பம் ஏதாவது இருந்தால் சரிப்படுத்திக்கொள்ளுங்கள். அதன்பிறகு, தொடர்ந்து படியுங்கள்.

உடலுறவுத் திறன் பெறுவதற்கான முதல் பகுதியை, ப்ரிடெஸ்டிகுலர் பங்க்ஷன் என்பார்கள். விரைகள் வளர்ச்சி அடைவதற்கு முன்பாக, ஹார்மோன்கள்

செயல்பட்டு உயிரணுக்களை உற்பத்தி செய்ய அவற்றைத் தூண்டுவது.

இரண்டாவது, டெஸ்டிகுலர் காம்போனென்ட். அதாவது, செக்ஸ் ஹார்மோன்களால் தூண்டப்பட்ட பிறகு, உயிரணுக்கள் உற்பத்தி செய்யும் திறனை விரைகள் அடைவது.

சில வேளைகளில், பிறப்பிலேயே குறைபாட்டினாலும், பிறந்த பிறகு ஏற்படும் ரசாயன நச்சுகள், நோய்கள், தொற்று நோய்கள் அல்லது விபத்து ஆகியவற்றாலும், விரைகள் மோசமாகப் பாதிக்கப்படுவது உண்டு.

விரைகள் செயல்படாவிட்டால் எப்படி உடலுறவைத் தூண்டும் ஹார்மோன்கள் உருவாக முடியும்? மற்ற ஹார்மோன்கள்தான் அவற்றை எவ்வாறு தூண்ட முடியும்?

உங்கள் விரைகள், ஆண் ஹார்மோனான டெஸ்டோஸ்டீரானை உருவாக்கினாலும்கூட, மூளையின் அடிப்பகுதியில் அமைந்துள்ள பிட்யூட்டரிதான் ரசாயனங்களைச் சுரந்து, விரையில் எப்போது டெஸ்டோஸ்டீரான் ஹார்மோனை உருவாக்க வேண்டும்? எப்போது உயிரணுக்களை உற்பத்தி செய்ய வேண்டும் என்பதற்கான பல கட்டளைகளைப் பிறப்பிக்கிறது. மூளை மற்றும் பிட்யூட்டரிகளின் கட்டளைகள் இல்லாமல் விரைகள் முதிராது; உயிரணுக்களையும் உருவாக்காது.

இனப்பெருக்கத் திறனின் அடுத்த நிலை, போஸ்ட் டெஸ்டிகுலர் பங்க்ஷன். உயிரணுக்களை உற்பத்தி செய்யும் விரைகளில் இருந்து வரும் நாளங்கள், இடையூறு இல்லாமல் ஆண் உறுப்பை வந்தடைய வேண்டும். பிறவியிலேயே ஏற்படும் குழாய் தொடர்பான குறைகள், அறுவைச் சிகிச்சைப் பாதிப்புகள் மற்றும் நோய்த்தொற்றுகளால் வரும் அடைப்புகள், இந்தக் குழாய்களில் தடுப்பை உண்டாக்கி விடும்.

இப்படி ஒரு அடைப்பு இருந்தால் என்ன செய்வது?

தற்போது நடைமுறையில் உள்ள மைக்ரோ சர்ஜரி முறையில், பெரும்பாலான நாளப் பிரச்னைகள் அனைத்தும் துல்லியமாகச் சரி செய்யப்படுகின்றன.

நான்காவது, விந்துவெளியேறுவதில் உள்ள இடையூறுகள், ஆண்மைக் குறைவு மற்றும் பாலுறவுக் குறைபாடுகள் ஆகியவை. இவைதான், ஆணின் கருவாக்கத் திறனில் உள்ள இறுதி பார்முலாக்கள்.

குழந்தையை உருவாக்க, நீங்கள் உங்கள் உயிரணுக்களை மனைவியின் கருப்பை வாய்ப் பகுதியில் கொட்ட வேண்டும். இதிலும் சில இயலாத நிலைகள் உள்ளன. சிலருக்கு ஆண் உறுப்பு வழியாக உயிரணுக்கள் வெளியேறா மல், சிறுநீர்ப் பைக்குள் கொட்டப்பட்டுவிடும். இவ்வாறு இருந்தால், செயற்கை விந்தேற்றம் செய்து கருவாக்கத்தை வெற்றிகரமாகச் செய்யலாம்.

சிலருக்கு உடலுறவு கொள்ள முடியாத நிலை ஏற்படாலம். இது இரண்டு வகைப்படும். ஒன்று, உடலியல் ரீதியாக வரு வது. இன்னொன்று, உளவியல் சார்ந்து வருவது. அதாவது, முதலாவதை, உடல் சார்ந்த ஆண்மைக் குறைவு என்றும், அடுத்ததை, உள்ளம் சார்ந்த ஆண்மைக் குறைவு என்றும் சொல்வார்கள். ஆனாலும், இந்த இந்தப் பிரச்னையை இரண்டாகப் பிரிப்பது என்பது கஷ்டமான ஒன்று. உடல் ரீதியாகக் குறைபாடு உள்ளவர், உள்ளத்தளவிலும் சோர்ந்து விடுவார். உள்ளத்தளவில் சோர்ந்தவரால், உடல் அளவிலும் செயல்பட முடியாது.

உடல் அளவில் வரும் ஆண்மைக் குறைவுக்கு, ரசாயன நச்சுகள், வாழ்க்கை முறை, நரம்பு பாதிப்புகள், ஹார்மோன் குறைகள், மது-புகை-போதைப் பழக்கங்கள், சில மருந்துகள் போன்றவை காரணமாக இருக்கும். போதுமான, உடலுறவுத் திறன் இல்லாமல் இருந்தால், மருத்துவரை அணுகி முழுமை யாகப் பரிசோதித்து காரணங்களை நீக்கினால் பிரச்னை தீர்ந்துவிடும்.

இந்த நான்கு அம்சங்களும் சேர்ந்தால்தான், சிறப்பான கருவாக்கத்தில் ஆண்கள் ஈடுபட முடியும். இதில் ஏதேனும் ஒரு குறைபாடு இருந்தாலும் கருவாக்கத்தில் பிரச்னை ஏற்படும். மருத்துவரோடு ஒத்துழைத்து, பாதிப்பின் தன்மையை அறிந்து சிகிச்சை பெற்றால் இயல்பு நிலைக்குத் திரும்பி ஜமாய்க்கலாம்.

ஆண் கருவாக்கக் காரணிகள் - 1

ஆண்களின் ஹார்மோன் அமைப்பு

ஹைபோதலாமஸும் பிட்யூட்டரியும் செயலைத் துவக்கு கின்றன. தோராயமாக, ஒவ்வொரு 90 நிமிடத்துக்கு ஒரு முறை, மூளையின் ஒரு குறிப்பிட்ட பகுதியில், அதாவது ஹைபோதலாமஸ் பகுதியில் கொனடோட்ரோபிக் ரிலீசிங் ஹார்மோன் (பாலின ஊக்கி ஹார்மோன்) சுரக்கிறது.

இந்த ஹார்மோன், மூளையின் அடிப்பகுதியில் உள்ள பிட்யூட்டரி சுரப்பிக்கு சிக்னல் அனுப்பி, லூட்டினைசிங் ஹார்மோனையும் (எல்.எச்.), ஃபாலிக்கிள் ஸ்டிமுலேட்டிங் ஹார்மோனையும் (எஃப்.எஸ்.எச். - கருவணுக் கூட்டைத் தூண்டும் ஹார்மோன்) சுரக்கச் செய்கின்றன.

டெஸ்டோஸ்டீரான் என்ற ஆண்மையைத் தூண்டும் ஹார்மோனைச் சுரக்குமாறு, விரைப்பைக்கு எல்.எச். ஹார் மோன் சொல்கிறது. டெஸ்டோஸ்டீரான் சுரந்து உடலுறவு எண்ணத்தைத் தூண்டுகிறது.

ஆண்மைக்கு அடையாளமான குரல் மாறுதல், பிறப்பு உறுப்பில் முடி முளைத்தல் போன்ற பல அம்சங்களை டெஸ்டோஸ்டீரான் கவனித்துக்கொள்கிறது. டெஸ்டோ ஸ்டீரானும், எஃப்.எஸ்.எச். ஹார்மோனும் சேர்ந்து, விரை களைத் தூண்டி உயிரணுக்களை உற்பத்தி செய்ய வைக்கின் றன. இந்த ஹார்மோன் உற்பத்தியை சரியாகப் பார்த்துக் கொள்ளும் உடலின் திறனைப் பொறுத்தே ஆண்மையும், அணுக்களின் உற்பத்தியும் இருக்கின்றன.

விரைகளில் சுரக்கும் டெஸ்டோஸ்டீரான் மற்றும் இன்ஹிபின் ஆகிய ஹார்மோன்களுக்கு 'ஃபீட்பேக் ஹார்மோன்கள்' என்று பெயர். இவை இரண்டும் சேர்ந்து கொனடோட்ரோபின், எல்.எச். மற்றும் எஃப்.எஸ்.எச். ஆகிய ஹார்மோன்களின் அளவைக் கண்காணிக்கின்றன. விரைகளில் உள்ள லெய்டிக் செல்கள், போதுமான டெஸ்டோஸ்டீரானைச் சுரந்த பிறகு, இந்த ஹார்மோன்களின் தேவை போதும் என்ற தகவலை அனுப்பிவிடுகின்றன.

எஃப்.எஸ்.எச். ஹார்மோனைச் சுரக்கும் செர்டோலி செல்கள், போதுமான இன்ஹிபின் ஹார்மோனை சுரக்க

ஆரம்பித்ததும் எஃப்.எஸ்.எச். ஹார்மோனைச் சுரப்பதை நிறுத்திவிடும்.

உயிரணு உற்பத்தியின் பல்வேறு நிலைகள்

ஒவ்வொரு நாளும், உங்கள் விரைகள் பல மில்லியன் உயிரணுக்களை உற்பத்தி செய்கின்றன. மிக நுண்ணிய குழாய்ப் பின்னல்கள் சூழ்ந்திருக்குமாறு அமைந்த விரைகள், பல்வேறு வித செல்களால் ஆனவை. இந்த நுண்ணிய குழாய் களுக்கு, விந்து மெலி குழாய்கள் அல்லது செமினிஃபெரஸ் டியூபுலஸ் என்று பெயர். இந்த நுண் குழாய்களின் சுவர்களில், ஜெர்ம் செல்கள் அல்லது உயிரணுவின் அடிப்படைச் செல்கள் வரிசையாக உள்ளன. இந்த வரிசைச் செல்கள், ஆணின் இனப்பெருக்கத் திறன் உள்ள காலம் வரையிலும் அந்தப் பகுதியில் இருக்கும்.

செர்டோலி செல்களால் தூண்டப்படும்போது, ஜெர்ம் செல்கள் பிரிந்து 46 குரோமோசோம்களை உள்ளடக்கிய முதல்நிலை மூல விந்தணுக்களை (பிரைமரி ஸ்பெர்மடோ சைட்டுகள்) உருவாக்குகின்றன.

மறைமுகச் செல் பிரிதல் மூலம் ஒவ்வொரு ஜெர்ம் செல்லும் நான்கு ஸ்பெர்மாடிட் செல்களாக, அதாவது முதிராத செல்களாகப் பிரிகின்றன. இதை இரண்டாம் நிலை மூல விந்தணுக்கள் என்று கூறுவார்கள்.

இவற்றுக்குள் 23 குரோமோசோம்கள் இருக்கும். இவை பெண்ணின் முட்டையைக் கருத்தரிக்கச் செய்யும் ஆற்றல் உள்ளவை. 23 குரோமோசோம் உள்ள இந்த நிலையை அடைந்த பிறகு, செல் பிரிதல் நின்று விந்தணுக்கள் முதிரும் செயல்பாடு தொடங்குகிறது.

விந்தணு முதிர்தல்

செமினிஃபெரஸ் டியூபுலஸ் எனப்படும் நுண் குழாய்ச் செல்களில் ஸ்பெர்மாடிட்டுகள் எனப்படும் மூல விந்தணுச் செல்கள் ஒட்டிக்கொண்டிருக்கும். இவற்றை செர்டோலி செல்கள் உணவு கொடுத்து வளர்க்கின்றன. ஒரு விந்தணு வளர்ந்து முதிர்ந்து, அவை சேகரமாகும் இடத்துக்குச் செல் வதற்கு சுமார் 90 நாள்கள் ஆகின்றன.

விந்தை சேகரிக்கும் இடத்துக்கு விந்துநாளம் என்று பெயர். இங்குதான் விந்தணுக்கள் ஊர்ந்து செல்லும் திறனைப் பெறுகின்றன. ஒருமுறை விந்து வெளியேறிய பிறகு விந்துக் குழாய் நிரம்புவதற்கு 44 மணி நேரமாகும். இதனால்தான், அடிக்கடி உடலுறவு கொண்டால் குழந்தைப் பேறு வாய்ப்பு அரிதாகும் என்கிறோம். ஒவ்வொரு விந்தணுவும், முட்டை யுடன் சேர்ந்து கருத்தரிப்பதற்குத் தேவையான பரம்பரைத் தன்மைகளோடு பயணிக்கும். சில உயிரணுக்கள், எக்ஸ் குரோமோசோம்களையும் (இவை உங்கள் தாயிடம் இருந்து பெறப்பட்டவை), சில உயிரணுக்கள், ஒய் குரோமோசோம் களையும் (தந்தையிடம் இருந்து பெறப்பட்டவை) சுமந்து செல்லும்.

உங்கள் மனைவியின் முட்டையை, எக்ஸ் குரோமோசோம் உள்ள உயிரணு துளைத்தால், உங்களுக்குப் பெண் குழந்தை பிறக்கும். ஒய் குரோமோசோமை சுமந்துவரும் அணு கருத்தரித்தால், ஆண் குழந்தை பிறக்கும். இவ்வாறு ஆணின் உயிரணுதான், பிறக்கப்போவது ஆணா பெண்ணா என்பதைத் தீர்மானிக்கிறது.

உயிரணுவை வெளியேற்றும் முறை

நீங்கள் விந்தை வெளியேற்றும்போது, விரைமேவிக்கும் (எபிடைடமிஸ்) ஆண் உறுப்புக்கும் இடையே உள்ள எண் ணற்ற வழிகள் வழியாக விந்தணுக்கள் வெளியேறுகின்றன.

விந்து வெளியேற்றப்படும் அந்த நேரத்தில், வாஸ்டி ஃபெரன்ஸ் எனப்படும் விந்துப் பெருங் குழாயின் அதிரும் தசைகளுக்குள், உயிரணுக்களை விரைமேவி தள்ளுகிறது. எபிடைடமிஸ் வழியாக விந்துப் பெருங் குழாய்க்குள் உயிரணுக்கள் வருகின்றன.

இக்குழாய்களில், ப்ரக்டோஸ் சர்க்கரை, விந்துத் திரவம் (உயிரணுக்களைப் பாதுகாப்பது), பெண்ணின் உயிரணுவில் கொட்டியவுடனே ஒட்டிக்கொள்வதற்கு வசதியாக கொழகொழப்பான திரவம் ஆகியவையும் சுரக்கின்றன.

விந்து நாளங்கள் வழியாக ப்ராஸ்டேட் சுரப்பியை உயிரணு அடைகிறது. அங்கு மேலும் திரவங்களும், கொழகொழப் பான திரவத்தை இளக்குகிற ரசாயனமும் சுரக்கின்றன.

விந்து, சிறுநீர்ப் பையைக் கடக்கும்போது, அப்பகுதியில் உள்ள ஸ்பிண்டர் தசை மூடிக்கொள்கிறது. இதனால், சிறுநீர்ப் பையில் உள்ள துவாரத்துக்குள் செல்லாமல் ஆண் உறுப்பின் சிறுநீர்த் தாரை வழியாக விந்து வெளியேறுகிறது.

விறைப்பு, உச்ச நிலை, விந்து வெளியேற்றம்

விறைப்பு, உச்சக் கட்டம், விந்து வெளியேற்றம் - இந்த மூன்றும் விழிப்புணர்வு உள்ள மனம் மற்றும் தன்னிச்சையாகச் செயல்படும் நரம்புகளால் கட்டுப்படுத்தப்படுகின்றன. உங்கள் மனைவியின் கருப்பை வாய்ப் பகுதியில், உயிரணுக்கள் கொட்டப்படுவதற்கு இந்த மூன்று முறைகளும் சரியாகச் செயல்பட வேண்டும்.

விறைப்பு

கிளர்ச்சியூட்டும் எண்ணங்கள் அல்லது ஆண் உறுப்பு தொடப்படுதல் ஆகியவற்றின்போது விறைப்புத்தன்மை ஏற்படுகிறது. விறைப்பின்போது, ரத்த நாளங்களுக்கு நரம்புகள் சிக்னல் கொடுத்து விறைப்புத் தசைகளை இளக்கி பெரிதாக்கச் செய்கின்றன. இதனால், ஆண் உறுப்பு பெரிதாகி விறைப்படைகிறது.

பெண் உறுப்பில் ஏற்படும் அதிர்வுகளும் அசைவுகளும் மூளைக்குக் கடத்தப்பட்டு உச்சக் கட்டமும் அதைத் தொடர்ந்து விந்து வெளியேற்றமும் நிகழ்கிறது. உளவியல் காரணிகள், விறைப்புத் தன்மையை கூட்டவோ குறைக்கவோ செய்கின்றன. ஒ ருமுறை உச்சக் கட்டம் அடைந்தால், தானாகவே தசை தளர்ந்துவிடும்.

உச்சக் கட்டமும் விந்து வெளியேற்றமும்

விந்து வெளியேறுவதைத் தொடர்ந்து ஏற்படுகிற மயிர்க் கூச்செறியும் உடலியல் நிகழ்வுக்கு உச்சக் கட்டம் என்று பெயர். உச்சக் கட்டத்தின் முதல் நிலையை 'தவிர்க்க முடியாமல் விந்து வெளியேறும் நிலை' என்கிறார்கள். இது, இரண்டு முதல் நான்கு விநாடிகள் மட்டுமே நீடிக்கும்.

இந்த இடைவெளியில், உடனடியாக விந்து வெளியேறுவதையும், அப்போது நடைபெறுகிற செயல்பாடுகளை உங்களால் கட்டுப்படுத்த இயலாத வகையிலும் இருக்கும்.

ப்ராஸ்டேட் சுரப்பியும், விந்து நாளங்களும் துடிக்க ஆரம்பிக்கும். இரண்டாவது கட்ட உச்சக் கட்டமானது, விந்து வெளியேறும் நொடியில் ஏற்படும். இந்த நேரத்தில், விந்து பல்வேறு அலைகளாக வெளியேறும்.

ஒரு தேக்கரண்டி விந்தில் சுமார் நாற்பது முதல் நூற்று ஐம்பது மில்லியன் உயிரணுக்கள் இருக்கும். முதலில் வெளியாகும் விந்தில்தான் அதிக எண்ணிக்கையில் உயிரணுக்கள் இருக்கும்.

உச்சக் கட்டத்துக்குப் பிறகு, பெரும்பாலான ஆண்-பெண்கள் அந்த உணர்வு நிலையில் இருந்து திரும்புவார்கள். இத்தகைய நிலை பல நிமிடங்கள் பல மணி நேரம்கூட நீடிப்பது உண்டு. இந்தச் சமயத்தில், மீண்டும் ஒருமுறை விறைப்புத் தன்மை ஏற்படுவதுகூட உண்டு.

பிரச்னைகள் எங்கு இருக்கின்றன?

குறிப்பிட்ட குறைபாடுகள், எவ்வாறு கண்டறியப்பட்டு சீராக்கப்படுகின்றன என்பதைப் பார்ப்போம்.

ஹார்மோன் சமச்சீர் செயல்பாடு

★ ஹைபோதலாமஸ்-பிட்யூட்டரி ஆகிய நாளமில்லாச் சுரப்பிகளில் பல விஷயங்கள் சீர்கேடு அடைகின்றன.

★ உங்கள் மூளை, கொனடோட்ரோபின் ஹார்மோனை சரியாக வெளியிடாமல் போகலாம்.

★ பிட்யூட்டரி போதுமான அளவு எல்.எச். மற்றும் எஃப்.எஸ்.எச். ஹார்மோன்களைச் சுரக்காததால் விரைகள் தூண்டப்படாமல் போகலாம்.

★ விரைகளில் டெஸ்டோஸ்டீரான் ஹார்மோன் சுரக்காமல் போகலாம்.

★ வேறு ஹார்மோன்களையும், ரசாயனங்களையும் உங்கள் உடல் அதிகமாகச் சுரந்து, செக்ஸ் ஹார்மோன் அளவு பாதிக்கப்படலாம்.

இவற்றுள் ஏதேனும் ஒன்று இருந்தாலும் உயிரணு உற்பத்தி பாதிக்கப்படும்.

இவற்றைச் சீரமைப்பதற்கான மருந்துகள் நிறைய உள்ளன. அவற்றை மருத்துவர் ஆலோசனையுடன் பயன்படுத்தி பயன்பெற முயற்சிக்க வேண்டும்.

ஹார்மோன் பிரச்னையைக் கண்டறிதல்

அ. ஹைபர் ப்ரோலாக்டினிமியா

ப்ரோலாக்டின் ஹார்மோன், பெண்கள் உடலில் பால் சுரப்பதை ஊக்குவிக்கிறது. ஆண்களின் உடலுறவுத் திறனை மேம்படுத்துகிறது. இந்த ஹார்மோன் இல்லாத நிலையைத் தான் ஹைபர் ப்ரோலாக்டினிமியா என்கிறார்கள்.

எஃப்.எஸ்.எச்., எல்.எச். மற்றும் டெஸ்டோஸ்டீரான் ஆகியவை சீராக இருக்கும்போது, ப்ரோலாக்டின் அளவைக் கண்டறிய இயலாது. இந்த ஹார்மோன் குறைவால் பத்து முதல் நாற்பது சதவீத ஆண்கள் கருவாக்கக் குறை உள்ளவர் கள் ஆகிறார்கள்.

ப்ரோலாக்டின் மிகக் குறைவாக இருந்தால், அதற்கான அறிகுறிகள் வெளியே தெரியாது. அதிகமாக இருந்தால், உயிரணு உற்பத்தி இருக்காது. உடலுறவுத் திறனும், குழந்தைப் பேறு உண்டாக்கும் தன்மையும் குறையும்.

எதனால் பாதிப்பு ஏற்பட்டுள்ளதோ அந்தக் காரணத்துக்கு ஏற்ப மருந்து மாத்திரைகள், அறுவைச் சிகிச்சைகள் மற்றும் ரேடியேஷன் சிகிச்சை தேவைப்படலாம்.

ஆ. ஹைபோ தைராய்டிசம்

தைராய்டு ஹார்மோன் குறைவாகச் சுரப்பதே ஹைபோ தைராய்டு. இந்தப் பிரச்னையால், சுமார் ஒரு சதவீத ஆண்களுக்கு மலட்டுத் தன்மை ஏற்படுகிறது.

தைராய்டு குறைந்தால் விந்து உற்பத்தியும், விரைகளின் செயல் திறனும் குறையும். உடலுறவுச் செய்கையில் இடையூறு, அடிக்கடி சளி பிடித்தல், களைப்பு, அதிக எடை கூடுதல் ஆகியவை ஏற்படும். தைராய்டு பாதிக்கப் பட்டிருக்கும்போது, அதைத் தூண்டுவதற்காக பிட்யூட்டரி சுரக்கும் டி.எஸ்.எச். (தைராய்டை தூண்டும் ஹார்மோன்) செயலற்று வெளியேறும். ப்ரோலாக்டின் ஹார்மோனும்

அதிகமாகும். அடிக்கடி தோன்றும் இத்தகையப் பிரச்னையால்தான், பலருக்கு அவ்வப்போது ஆண்மைக் குறைவு ஏற்படுகிறது.

அதிகமான அயோடின் சத்து உள்ள உணவைச் சாப்பிட்டாலும், மல்டி மினரல் மாத்திரைகளைத் தொடர்ந்து சாப்பிட்டாலும், ஹைபோ தைராய்டு நிலை உண்டாகும். இருமல் மருந்தை தொடர்ந்து எடுத்துக்கொண்டாலும், ஆக்டிவ் தைராய்டு மருந்துகள் மற்றும் உடல் செல்களையே வெள்ளைச் செல் அழிக்கும் நோயான ஆட்டோ இம்யூன் நோயின்போதும் தைராய்டு குறை நோய் உண்டாகும்.

இ. மன இறுக்கமும் தீவிர உடற்பயிற்சியும்

பெண்ணுக்கு அதிகமான மன இறுக்கம் இருக்கும்போது, ஹைபோதலாமஸில் இருந்து கொனடோட்ரோபின் ஹார்மோன் பாதிக்கப்படுவதால் முட்டை வெளிவராது. இதைத் தூண்டுவதற்காக மாத்திரை கொடுத்து முட்டை வெளியிடுவதைச் சரிசெய்யலாம்.

இதே மருந்தை ஆண்களுக்குத் தரும்போது, அவர்களின் விந்தணுவின் தரம் உயர்வது சமீபத்திய ஆய்வுகளில் தெரிய வருகிறது.

விளையாட்டு வீராங்கனையின் கணவர், தீவிரமாக உடற்பயிற்சி செய்பவர். கூடவே தினமும் ஐந்து பாக்கெட் சிகரெட்டும், பத்து கப் காபியும் குடிப்பாராம். எப்போதும் வேலை வேலை என இருக்கும் அவரைப் பரிசோதித்தபோது உயிரணுக்களின் எண்ணிக்கை மிகக் குறைவாக இருந்தது.

பெண்களுக்கு முட்டை வெளியிட அளிக்கப்படும் மருந்தைக் கொடுத்து அவருக்கு உள்ள பழக்க வழக்கங்களை மாற்றிக் கொள்ளச் சொன்னேன். அடுத்த 5 மாதத்தில் உயிரணுக்களின் எண்ணிக்கை அதிகரித்து, ஓராண்டுக்குப் பிறகு அவர் மனைவியும் கருத்தரித்தார்.

ஈ. பிறவியிலேயே அட்ரீனல் குறைபாடு

இதை, கன்ஜீனிட்டல் அட்ரீனல் ஹைபர் பிளேசியா என்று சொல்வார்கள். மலட்டுத் தன்மை உள்ள ஆண்களில் ஒரு சதவீதத்தினருக்கு இந்தப் பாதிப்பு உள்ளது. இவர்களின்

விந்துத் திரவத்தை ஆராய்ந்தால், உயிரணுக்கள் எண்ணிக்கை குறைவாகவும், முதிர்ச்சி அடையாததாகவும், இயல்புக்கு மாறான பெரிய தலையுடனும், அசைந்து ஆனால் நகராத தன்மையுடனும் காணப்படும். பிட்யூட்டரி கட்டுப்படுத்தப் பட்டு, அட்ரீனல் ஆன்ரோஜென் ஹார்மோன் அதிகமாகும் போது இந்த நிலை ஏற்படுகிறது.

ரத்தக் கொதிப்பு, நீர் இழப்பு அதிகம் ஏற்படும் எடீமா நோய் உள்ளவர்களிடமும் இந்தப் பிரச்னை காணப்படுகிறது. பிறவியில் துவங்கும் இந்த நோயின் விளைவு, பருவம் அடையும்போது வெளிப்படும். இதன்விளைவாக, மலட்டுத் தன்மை, ரத்தக் கொதிப்பு, உடலில் நீர்ச் சத்து தானாகக் குறைதல் போன்ற பிரச்னை இருக்கும்.

ஆன்ட்ரோஜென் அளவைக் குறைத்து பிட்யூட்டரியை இயல் பாகச் செயல்பட வைக்க, கார்டிசோன் மாற்றுச் சிகிச்சைகள் மேற்கொள்ளப்படுகின்றன. உயிரணுக்களின் எண்ணிக்கை யும் அதிகமாகிறது.

உ. பாலின ஊக்கி ஹார்மோன் குறைவு மற்றும் பிட்யூட்டரி குறைவு (ஹைபோவகொனடோட்ரோபிக் - ஹைபோவ பிட்யூட்டரிசம்)

கொனடோட்ரோபிக் ஹார்மோன் மற்றும் பிட்யூட்டரி ஆகியவை குறைவான அளவில் செயல்படும் நிலையே ஹைபோ கொனடோ ட்ரோபிக் - ஹைபோ பிட்யூட்டரிசம். இந்தப் பாதிப்பால் போதுமான ஹார்மோன்கள் சுரக்காது. பிட்யூட்டரி முற்றிலுமாகப் பாதிக்கப்படும். இந்த நோய்கள், உயிரணு வளர்ச்சியைத் தடுத்துவிடுவதோடு, உயிரணுக் களின் மூல அணுக்களான ஜெர்ம் செல்களையும் விரைகளில் இருந்து நீக்கிவிடுகிறது. விரைப்பையில் டெஸ்டோ ஸ்டீரான் ஹார்மோன்களை உண்டாக்கும் செமினிஃபெரஸ் குழாய்கள் மற்றும் லெய்டிக் செல்களைக் குறைக்கிறது. இந்த நிலை, நீண்ட நாள்களுக்கு நீடித்தால், உயிரணு உற்பத்தி சுத்தமாக இருக்காது. இந்தப் பிரச்னையோடு பிட்யூட்டரி கட்டிகள், ப்ரோலாக்டின் சுரக்காத நிலை இருந்தால், ஆண்மைக் குறைவு பிரச்னையும் உண்டாகும்.

இந்தப் பாதிப்பு உள்ளவர்களைப் பின்வரும் அறிகுறிகளைக் கொண்டு அடையாளம் காணலாம். அவை:

★ படிப்படியாக, மீசை தாடி முடிகள் உதிர்ந்துவிடும்.

★ உடலுறவில் நாட்டம் இருக்காது.

★ விறைப்புத் தன்மை இருக்காது.

★ ரத்தப் பரிசோதனை செய்தால், எல்.எச். மற்றும் எஃப்.எஸ்.எச். ஹார்மோன்களின் அளவு குறைவாக இருக்கும்.

★ உயிரணுக்களின் எண்ணிக்கை ஒரு மில்லி லிட்டருக்கு பத்து மில்லியன் என்ற அளவில் இருக்கும்.

முட்டையைத் தூண்டும் மருந்தைக் கொடுத்து விந்தணுக் களின் எண்ணிக்கையை உயர்த்துவதோடு, டெஸ்டோ ஸ்டீரான் நிரப்பி மருந்துகளையும் கொடுத்து ஆண்மையை உண்டாக்கலாம். சோதனைக் குழாய்க் கருவாக்கத்தின் மூலம் குழந்தைப் பேறையும் உண்டாக்கலாம்.

ஊ. பான் ஹைபோ பிட்யூட்டரிசம்

பிட்யூட்டரி சுரப்பி முற்றிலுமாகப் பாதிக்கப்பட்டு உங்கள் வளர்ச்சி ஹார்மோனைக் குறைப்பதுதான், பான் ஹைபோ பிட்யூட்டரிசம். தைராய்டைத் தூண்டும் ஹார்மோன், எல்எச் மற்றும் எப்எஸ்எச் அளவுகள் எல்லாம் குறையும்.

இந்த அரிய நோய் இருந்தால், ஆண்மைக் குறைவு, உடலுறவுத் திறன் குறைதல், விறைப்பின்மை, உடலுறவுப் பண்புகள் இழந்துபோதல், விரைகளின் அளவு சிறுத்துப் போதல் போன்றவை இருக்கும்.

தைராய்டு குறைவதால் எடை அதிகரிக்கும். இளம் வயதிலேயே இந்தப் பிரச்னை வந்துவிட்டால், உயரம் அதிகரிக்காது. பெரும்பாலான பிரச்னைகள், பிட்யூட்டரி கட்டிகள், அதில் மேற்கொள்ளும் அறுவைச் சிகிச்சை, விபத்துகள் போன்றவற்றால் ஏற்படுகின்றன.

பிட்யூட்டரி ஹார்மோன் இல்லாவிட்டால், நாளமில்லாச் சுரப்பி மருத்துவரிடம்தான் சிகிச்சை பெற்றாக வேண்டும். தைராய்டு மாற்றுச் சிகிச்சைகள் மூலம் இழந்த நிலைகளை சிறிது பெறலாம்.

கொனடோட்ரோபிக் ஹார்மோனைத் தூண்டி, டெஸ்டோ ஸ்டீரானை விரைகள் உற்பத்தி செய்யவைக்கவும், உயிரணு உற்பத்தியை உருவாக்கவும் முடியும்.

எ. கால்மேன்ஸ் சின்ட்ரோம்

பிறவியிலேயே ஹைபோதலாமஸ் செயலிழந்து போவதைத் தான், கால்மேன்ஸ் சின்ட்ரோம் என்கிறார்கள். இந்தப் பிரச்னையின்போது, விரைகள் வளர்ச்சி அடைந்திருக்காது. முயல் உதடுகள், அண்ணப் பிளவு, நிறக் குருடு, வாசனை களை முகர இயலாத நிலை, உடல் வளர்ச்சியின்மை, உயிரணுக்கள் உருவாகாத தன்மை போன்றவை ஏற்படும்.

ஹைபோதலாமஸ் சுரப்பியானது பிட்யூட்டரியைத் தூண்டத் தவறுவதால் எஃப்.எஸ்.எச்., எல்.எச். மற்றும் டெஸ்டோ ஸ்டீரான் ஹார்மோன்கள் குறைவாகவே இருக்கும்.

ஏ. தாமதமாகப் பருவம் அடைதல்

பிட்யூட்ரியின் வளர்ச்சிஹார்மோன் குறைபாடு ஏற்படும் போது, பாலியல் ரீதியாக வளர்ச்சி அடைய முடியாது. சுமார் இருபது வயதுகளில்தான் வளர்ச்சி ஏற்படும். ஹார்மோன் மாற்றுச் சிகிச்சைகள் ஓரளவு ஆண்மையைக் கொண்டுவந்தாலும், அவர்கள் பருவம் அடையும்வரை கருத்தரிக்கச் செய்ய முடியாது. உரிய நேரத்தில் பாதிப்பைக் கண்டறிந்து சிகிச்சை அளித்தால், பிரச்னைகளை எளிதில் தீர்க்கலாம்.

ஐ. அலித் தன்மை

ஃபெர்டைல் யூனுச் (கருவாக்கம் செய்ய இயலாத அலித் தன்மை) என்ற பிரச்னையின்போது, பாலியல் ரீதியான முதிர்ச்சி சிறிதும் இருக்காது. விரைகளும் வளர்ந்திருக் காது. பயாப்சி செய்து பார்த்தால், விந்தணு உற்பத்திக்கான வாய்ப்புகள் இருப்பதையும், கருவாக்கத் தகுதி இருப்பதை யும் அறியலாம். ஆனால், எல்.எச். குறைபாட்டால் டெஸ்டோஸ்டீரான் உற்பத்தி குறைவாகவும், விந்தணு உற்பத்தி தடைபட்டும் இருக்கும். ஹார்மோன் குறை பாடுகளைச் சரி செய்தால், விந்தணு உற்பத்தியைச் சீராக்கலாம்.

ஒ. விந்தணுக்களை உருவாக்காத விரைகள்

கருவாக்கக் குறைபாட்டின் இன்னொரு முக்கியக் காரணி இது. பிட்யூட்டரியும், ஹைபோதலாமஸும் நன்றாகச் செயல்பட்டாலும், சில காரணிகள் இவற்றுக்குக் கட்டுப்படாதவாறு விரைகளை மாற்றிவிடுகின்றன. இத்தகைய மாற்றத்துக்குப் பரம்பரைக் குறைபாடுகள், போதை மாத்திரைகள், மருந்து மாத்திரைகள், காயம், கதிர்வீச்சு, அதிக வெப்பம், புட்டாலம்மை, ரத்த நாளச் சீர்கேடு, சுற்றுச் சூழல்களால் ஏற்பட்ட நச்சுகள் போன்றவற்றையும் காரணமாக இருக்கக்கூடும்.

பரம்பரைக் காரணிகளால் இளம் வயதிலேயே விரைகள் செயலிழந்துபோனால், துரதிருஷ்டவசமாக அவற்றைச் சீரமைப்பது கஷ்டம். குறைபாடு உள்ள விரைகள், உயிரணுக்களை உற்பத்தி செய்ய இயலாமலும், அவற்றின் செயல்பாடுகளைத் தூண்ட இயலாமலும் போய்விடும். இவ்வாறு இருந்தால், மனைவியைக் கருத்தரிக்கச் செய்ய முடியாதா என்று கவலைப்படத் தேவையில்லை. விந்து தானம் பெற்று மனைவிக்குக் கருவாக்கம் செய்யலாம்.

பிறவியில் அல்லாமல் இடையில் ஏற்படும் விரைகள் செயல் இழப்பைச் சீரமைப்பதற்கான வாய்ப்புகள் அதிகம் உள்ளன. விரைகளைச் சீரமைப்பதற்கு முன் தீமை செய்யும் மருந்து மாத்திரைகள், நச்சுத் தொற்றுகள், பூச்சிக்கொல்லிகளுடனான தொடர்பு, அதிக வெப்பத்தில் இருத்தல், வெரிகோசீல் பிரச்னை போன்றவற்றைச் சரிசெய்துவிட வேண்டும். பிறகு, விரைகளின் செயல் இழப்புக்குச் சிகிச்சை தர, அது சரியாவதோடு, உயிரணு உற்பத்தியும் ஆரம்பிக்கும்.

ஆண் கருவாக்கக் காரணிகள் - 2

அ. வெரிகோஸ் வெயின்

நாம் ஏற்கெனவே பார்த்த விளையாட்டு வீராங்கனையின் கணவரைப் பரிசோதித்தபோது (அவரும் ஒரு விளையாட்டு வீரர்தான்), அவருடைய விரைப்பையில் ரத்த நாளச் சுருக்கங்கள் இருப்பது தெரிந்தது.

இந்தப் பிரச்னையை வெரிகோஸ் வெயின் என்பார்கள். இது, விரைப்பைக்கு அதிக ரத்த ஓட்டத்தைக் கொண்டுவந்து

விடுவதால், ரத்தத்தில் நச்சுத் தன்மை தோன்றும் அல்லது விரைப்பையின் வெப்ப நிலையை அதிகப்படுத்தும். இதை டெஸ்டிகுலர் ஸ்ட்ரெஸ் பேட்டர்ன் என்போம். அதாவது, விரைப்பை மிக நெருக்கடியில் இருக்கிறது என வைத்துக் கொள்ளலாம்.

சிக்கலான இதுபோன்ற பிரச்னையால் விந்தணு உற்பத்தி பாதிக்கப்படும். உற்பத்தியாகும் உயிரணுக்களிலும் நகரும் தன்மை குறைந்துவிடும். விந்தணுக்களின் வடிவங்கள் குறையுள்ளதாக இருக்கும்.

அந்த நபரிடம், அவருடைய விந்துப் பரிசோதனை ரிசல்ட்டைக் காண்பித்து, 'இந்தப் படத்தில், உங்கள் இடப்பக்க விரைப்பை சிறியதாக இருப்பதைப் பாருங்கள். இதுவும் வெரிகோஸ் வெயின் பிரச்னையால் வந்ததுதான் என்றேன்'.

'இதுதான் எனக்கு குழந்தை பிறக்காமல் போனதற்கான காரணமா?. இந்தப் பிரச்னை எனக்குப் பல ஆண்டுகளாக இருக்கிறது. இதனால், இதுவரை எந்தத் தொல்லையும் இல்லை' என்றார் அவர்.

'இருக்கலாம். ஆனால், இதுதான் என்று திட்டவட்டமாகச் சொல்லமுடியாது. காரணம், இயல்பாகக் குழந்தையை உருவாக்கும் ஆண்களில் பத்து சதவீதத்தினருக்கு இந்தப் பிரச்னை இருக்கிறது. மலட்டுத் தன்மை உள்ள சுமார் நாற்பது சதவீத ஆண்களுக்கு இந்தப் பிரச்னை இருக்கிறது.

சிலருக்கு, அவர்களுடைய விந்தணுக்களையே எடுத்து செயற்கை விந்தேற்றம் முறையில் அவர்கள் மனைவியின் கருப்பையில் வைத்துவிடுவோம். அது செயல்படாவிட்டால், யூராலஜிஸ்டிடம் அனுப்பி இரண்டாவது கருத்து கேட்பேன்.

அறுவைச் சிகிச்சை மூலம் இந்தப் பிரச்னையைச் சரி செய்துவிட்டால், குழந்தை பிறக்கும் வாய்ப்பு பாதிக்குப் பாதிதான். இப்படிச் செய்யலாமா? அல்லது உங்களுக்குப் 15 மில்லியன் உயிரணுக்களும், 20 சதவீதம் நகரும் தன்மையும், சில இயல்பான அணுக்களும் இருப்பதால், செயற்கை முறையில் விந்தேற்றம் செய்து நல்ல பலனை எதிர்பார்க்க இயலுமா என யோசிக்கிறேன். உங்கள் விருப்பம் எப்படி என்றேன்?'

‘வெரிகோஸ் வெயின் பிரச்னை பற்றி கொஞ்சம் விளக்கிச் சொல்லிவிடுங்களேன்’ என்றார் அவர்.

‘ரத்த நாளம் மெலிந்து சிதைந்துவிடுவதுதான், வெரிகோஸ் வெயின். அதாவது, விரைப்பைக்கு ரத்தத்தைக் கொண்டு வரும் நாளங்கள் சிதைந்திருக்கிறது. இதனால், உள்ளே வரும் ரத்தம் வெளியே செல்ல முடியாமல் தேங்கி நிற்பதால் வீங்கித் தெரிகிறது.

வெரிகோஸ் வெயின் பிரச்னை, இடப்பக்க விரையில் மட்டும்தான் வரும். இதனால் பிரச்னை வரும் என்பதைவிட, அதனால் விரைப்பையில் ஏற்படும் இயல்பு மாற்றங்களால் மலட்டுத் தன்மை வருகிறது என்பதுதான் உண்மை’ என்றேன்.

மலட்டுத் தன்மை உள்ளவர்களில் மூன்றில் இரண்டு பேருக்கு வெரிகோஸ் வெயின் பிரச்னை இருக்கிறது. இதனால், விந்தணுக்களின் ஊர்ந்து செல்லும் தன்மையில் பாதிப்பு, உருவ அமைப்பில் மாறுபாடுகள் ஏற்படுகின்றன. விந்தில் குறைபாடு உள்ள அணுக்களும், முதிராத அணுக்களும் நிறைய காணப்படும்.

ஒரு விரையைவிட இன்னொரு விரை சிறியதாக இருந்தால் அது வெரிகோஸ் வெயின் பிரச்னையாக இருக்கும். பாதிக்கப் பட்டவரைக் குனியவைத்து, மூச்சை இழுத்துவிடச் சொன் னால், அந்த அழுத்தத்தில் விரை வீங்கும்.

டாப்ளர் பரிசோதனை, வெப்பப் பரிசோதனை மூலமும் வெரிக்கோஸ் வெயின் பிரச்னை உள்ளதா என்பதை அறிய லாம். வெப்பப் பரிசோதனை செய்யும்போது, ஒரு விரையின் வெப்பம் இன்னொரு விரையைவிட அதிகமாகவோ, குறைவாகவோ இருந்தால் அது வெரிகோஸ் வெயின் பிரச்னை என்பதை அறியலாம். இது, வலி இல்லாத, செலவு இல்லாத பரிசோதனையாகும்.

சிகிச்சை

வெரிகோஸ் வெயின் பிரச்னைக்கு அறுவைச் சிகிச்சை தேவைப்படலாம். இதன் மூலம், சுமார் 70 சதவீதம் அளவுக்கு விந்தணுக்களின் தரத்தை மேம்படுத்தலாம். 50 சதவீத

ஆண்களின் மனைவிகள் கருத்தரிப்பார்கள். செயற்கை முறையில் விந்தேற்றம் செய்யும்போது, ஆய்வகத்தில் விந்தணுக்கள் பிரிக்கப்பட்டு அணுக்களின் தரம் மேம்படுத்தப்படுவதால் பிரச்னை இருக்காது.

ஆ. கீழ் இறங்காத விரைகள்

ஆயிரத்தில் சுமார் எட்டு குழந்தைகளுக்கு விரைகள் கீழ் இறங்குவது இல்லை. பிறந்த முதல் ஆண்டுக்குள் இந்தப் பிரச்னையைக் கண்டுபிடிப்பது சிரமம். ஒரு விரை பாதிக்கப் பட்டிருந்தால், கருவாக்கப் பிரச்னை எதுவும் வராது. ஆனாலும், பிற்காலத்தில் இயல்பான விரையில் புற்றுநோய் வருவதற்கான வாய்ப்பு 20 சதவீதம் அதிகம் என ஆய்வுகள் கூறுகின்றன.

ஆறு வயதுக்குள் பிரச்னையைக் கண்டறிந்து பாதிப்பைச் சீர் செய்தால், இயல்பாகக் கருவாக்கம் செய்ய இயலும். ஆறு வயதுக்கு மேல் செய்தால், விந்து தானம் பாதிக்கப்பட வாய்ப்பு இருக்கிறது. இவர்கள், ஆண் தன்மையுடன் இருந்தாலும், விரைப்பைப் புற்றுநோயால் பாதிக்கப்பட 40 முதல் 50 சதவீதம் வாய்ப்பு ஏற்படும்.

இ. தொற்று நோய்கள்

புட்டாளம்மை, காச நோய், கொனேரியா, டைபாய்டு, இன்ஃபுளூயென்சா, சின்னம்மை, சிபிலிஸ் போன்ற நோய்கள், விரையில் கிருமித் தொற்றை உண்டாக்கும்.

தொற்றுகள் இருந்தாலும், டெஸ்டோஸ்டீரான் மற்றும் எல்.எச். ஹார்மோன்கள் இயல்பாக இருக்கும். ஆனால், எஃப்.எஸ்.எச். அதிகமாக இருந்தால், விரைப்பைப் பாதிப்பில் இருந்து தப்புவது கடினம். இவர்களின் உயிரணுக்கள் பாதிக்கப்படும். இவர்கள் சோதனைக் குழாய் மூலம் கருவாக்கம் செய்துகொள்ளலாம்.

ஈ. விரைகள் முறுக்கிக் கொள்ளுதல்

விரையைச் சுற்றியுள்ள நாளங்கள் முறுக்கிக்கொள்வதால், விரைகள் முறுக்கிக்கொள்ளும். இதற்கு டார்சியன் என்று பெயர். தசைகளில் பாதிப்பு ஏற்படும். இந்தப் பிரச்னை இருக்கும்போது அதிகமான வலி, வீக்கம் போன்றவை

ஏற்படும். பெரும்பாலும், வளர்ச்சிப் பருவமான பருவ வயதில் வெளியே தெரியவரும் இந்தப் பிரச்னையை, உடனடியாகக் கண்டறிந்து சிகிச்சை செய்துகொள்ள வேண்டும்.

இந்தப் பாதிப்பு மீண்டும் வரக்கூடிய வாய்ப்பு இருப்பதால், தகுந்த தடுப்பு நடவடிக்கை மேற்கொள்ள வேண்டும். பாதிக்கப் பட்ட விரையானது, பாதிப்பு இல்லாத விரையைத் தூண்டி முறுக்கிக்கொள்ள வைக்கும். இந்தப் பிரச்னையைச் சரி செய்வதால், மலட்டுத் தன்மை வராமல் பார்த்துக்கொள்ள லாம். கவனிக்காமல் விட்டால், மலட்டுத் தன்மை கண்டிப்பாக வரும்.

உ. விபத்து

விரைப்பையில் அடிபடுதல் என்பது மலட்டுத் தன்மைக்கான முக்கியக் காரணங்களுள் ஒன்று. அடி பட்டதும் வலி, வீக்கம் போன்றவை இருந்தால், வீக்கத்துக்கான காரணத்தை அறிந்து சிகிச்சை அளிக்க வேண்டும். விரைப்பை கிழிந்திருந்தால் அதைச் சீரமைக்க வேண்டும்.

ஊ. பரம்பரைக் குறைபாடுகள்

1. விரைப்பை என்ஸைம் குறைபாடு

விரைப்பை என்ஸைம் குறைபாடு இருந்தால், ஹார்மோனின் தூண்டுதலுக்கு ஏற்ப விரை செயல்படுவது தடைபடும். இந்த பரம்பரைக் குறைபாடுகளால் ஆண்மைக் குறைவு, சிறிய விரைகள், குறைந்த அல்லது அணுக்களே இல்லாத நிலை, எல்.எச். மற்றும் எஃப்.எஸ்.எச். ஹார்மோன்கள் அதிகமாகச் சுரத்தல் ஆகியவை ஏற்படும். விரைகளைச் செயல்படவைக்க மூளை தொடர்ந்து தூண்டுவதால், உயிரணுக்களின் உற்பத்தி மிகக் குறைவாக இருக்கக்கூடும். சோதனைக் குழாய் மூலம் குழந்தையை உருவாக்கலாம்.

2. லைன்ஃபெல்ட்டார்ஸ் சின்ட்ரோம் (Klinefeltors's Syndrome)

இயல்பான ஆணின் உடலில் உள்ள ஒவ்வொரு செல்லிலும் ஒரு ஒய் குரோமோசோம் உண்டு. ஆனால், லைன்ஃபெல் டார்ஸ் சின்ட்ரோம் இருந்தால், ஒவ்வொரு செல்லிலும், ஒரு ஒய் குரோமோசோமும், இரண்டு எக்ஸ் குரோமோசோம் களும் இருக்கும். பாதிப்பு உள்ளவர்களைப் பரிசோதித்தால்

அவர்களுக்கு, பட்டாணி அளவில் சிறிய விரைகளும், பெரிய மார்பகமும் இருக்கும். எஃப்.எஸ்.எச். குறைவாகச் சுரக்கும். பிரச்னையைக் கண்டறிந்து சிகிச்சை அளித்தால் பாதிப்பைக் குறைத்து உயிரணு உற்பத்தி செய்யலாம்.

கவனிக்காமல் விட்டால், விரைச் செல்கள் அனைத்தும் அழிந்துவிடுவதோடு விரைகள் சுருங்கிக் காணப்படும்.

3. குஷிங்ஸ் சின்ட்ரோம்

அட்ரீனல் சுரப்பி, கார்டிசால் ஹார்மோனை அதிகமாகச் சுரக்கும்போது இந்த நோய் வருகிறது. இவர்களுக்கு நிலா மாதிரி குறுகிய நெற்றி, குடலில் நீர்ச் சத்து குறைதல், உடல் பருமன், ஆண்மைக் குறைபாடு, பெண்தன்மை, உடலுறவில் ஆர்வம் இன்மை, மலட்டுத் தன்மை போன்றவை ஏற்படும்.

அட்ரீனல் கட்டி, அட்ரீனல் தூண்டும் ஹார்மோன் மிகைப்பு போன்றவற்றிலும் இந்தப் பிரச்னை வருகிறது. உரிய சிகிச்சைகள் மூலம் பிரச்னையைச் சரிசெய்யலாம்.

4. ஜெர்ம் செல் அப்லாசியா

பரம்பரையாக வரும் இந்தப் பிரச்னையால், சிறிய விரை களும், குறுகிய விந்து நாளக் குழாய்களும் இருக்கும். உயிரணுக்களை உற்பத்தி செய்யும் செல்கள் இருக்காது.

இவர்களுக்கு, டெஸ்டோஸ்டீரான் அதிகமாகச் சுரந்து ஆண்மை இருந்தாலும் உயிரணுக்கள் இருக்காது. பரம்பரை தவிர, அதிக நச்சுகளுடன் நீண்ட நாள்கள் தொடர்பு கொண்டிருத்தல், அதிகமான கதிர்வீச்சு உடலின் மீது படுதல் போன்றவற்றாலும் வருகிறது. நோய் அறிதல் மூலம் நோயை அறிந்து, முறையான சிகிச்சை செய்து பிரச்னையைத் தீர்க்கலாம் என்றாலும், செயற்கை முறையிலான விந்தேற்றம் நல்ல தீர்வாக அமையும்.

ஆண் கருவாக்கக் காரணிகள் - 3

அ. உயிரணு நாளங்களைச் சீரமைத்தல்

மலட்டுத் தன்மை உள்ள ஆண்களில் ஏழு சதவீதத்தினர், விரைகளில் இருந்து ஆண் உறுப்புக்கு உயிரணுக்களைக்

கடத்த முடியாத நிலையில் இருக்கிறார்கள். இந்தப் பாதைகள் பல்வேறு காரணிகளால் அடைபட்டிருக்கும்.

பரம்பரை அல்லது உறுப்புகள் வளர்ச்சியடையும்போது ஏற்படும் கோளாறுகளால் அடைப்பு இருக்கலாம் அல்லது ஒன்றோ இரண்டோ குழாய்கள் இல்லாமலே இருக்கலாம்.

காச நோய் அல்லது பால்வினை நோய்ப் பாதிப்பால் வரும் வடுக்களால், விரைமேவி அல்லது விந்துக் குழாய்கள் போன்ற நாளங்களில் எங்காவது அடைப்பு ஏற்பட்டு இருக்கலாம். கருத்தடை அறுவைச் சிகிச்சை அல்லது வேறுவிதப் பாதிப்பால் குழாய்கள் துண்டாகி இருக்கலாம்.

விரைகளும், ஹார்மோன் அளவும் இயல்பாக இருந்து, அடைப்பு இருந்தால் ஒரு மில்லியனுக்கும் குறைவான அணுக்கள் மட்டுமே விந்து வெளியேற்றத்தின்போது இருக்கும். பகுதி அடைப்பு இருந்தால், உயிரணுக்களின் நகரும் தன்மை மற்றும் எண்ணிக்கை குறைவாக இருக்கும். குறைபாடு உள்ள உயிரணுக்களே விந்தில் காணப்படும். முழு அடைப்பு இருந்தால், உயிரணுக்கள் முழுமையாகத் தோன்றாது. எந்த இடத்தில் அடைப்பு இருக்கிறதோ அந்த இடத்தில் விந்தும் இருக்காது.

அசூஸ்பெர்மியா பாதிப்பு உள்ள 25 சதவீதத்தினருக்குக் குழாய் அடைப்புதான் இருக்கிறது. அதிக அளவில் வாஸ்டிஃபெரன்ஸ் இல்லாவிட்டால், அறுவைச் சிகிச்சை மூலம் சரி செய்துகொள்ளலாம்.

அடைப்பு இருப்பதாகச் சந்தேகப்பட்டால், மருத்துவர் அல்ட்ரா சவுண்டு அல்லது எக்ஸ்-ரே பரிசோதனை மூலம் பாதிப்பு உள்ள இடம், அளவு ஆகியவற்றைக் கண்டறிவார். பரிசோதனைகள் அனைத்தும் சரியாக இருந்தால், அறுவைச் சிகிச்சை மேற்கொள்ளப்படும்.

தற்போது உள்ள நவீன வசதிகளின்படி, எபிடைடமிஸ் பகுதியில் இருந்து உயிரணுக்களை அகற்றி, சோதனைக் குழாய் மற்றும் இக்சி முறையில் கருவாக்கம் செய்து கொள்ளலாம். இதன் மூலம், வெற்றி விகிதம் 25 முதல் 30 சதவீதம் இருக்கும்.

ஆ. கருத்தடை

குடும்பக் கட்டுப்பாட்டுக்காகத் தாமாக முன்வந்து விந்துக் குழாய்களைத் துண்டித்துக் கொண்டுவிட்டு, பிறகு கருவுற விரும்பும்போது, கருவுறச் செய்ய இயலாத நிலை உண்டாகிறது. தற்செயலாக விபத்து, விரைப்பை அறுவைச் சிகிச்சை, கீழ் வயிற்றில் செய்யப்படும் ஹெர்னியா அறுவைச் போன்றவற்றாலும் மலட்டுத்தன்மை உண்டாகிறது.

இ. நோய்த் தொற்று மற்றும் நோய்கள்

நாள்பட்ட, ஆனால் தீவிர செயல்பாடு உள்ள ஒட்டுண்ணிக் கிருமிகளும், கொனோகாக்கல் அல்லது காச நோய்க் கிருமிகளும், விரைப்பை நாளங்களில் அடைப்பை உண்டாக்கும். இந்த நிலை இருப்பவருக்கு, சிறுநீர் கழிக்கவே சிரமம் உண்டாகும். ப்ராஸ்டேட் சுரப்பி வீங்கித் தெரியும்.

பெரும்பாலும், எபிடைடமிஸ் பகுதியின் நுனி மற்றும் வாஸ்டிஃபெரன்ஸ் குழாயும் சந்திக்கும் இடத்தில் இந்த அடைப்பு இருக்கும். விந்துப் பெருங்குழாய், ப்ராஸ்டேட், விந்தை வெளியேற்றும் நாளங்கள் போன்றவற்றிலும் அடைப்பு இருக்கும். இந்த அடைப்பால், அசூஸ்பெர்மியா பிரச்னை உள்ள நபரின் விந்தில், ப்ரக்டோஸ் என்ற சர்க்கரைப் பொருளும், எஃப்.எஸ்.எச். அளவும் அதிகரிக்கும். இவ்வாறு இருந்தால், விரைகள் செயல்படுவதாக அர்த்தம்.

பரிசோதித்து சிகிச்சை அளித்தால், விந்தணுக்கள் உற்பத்தியாகும். எபிடைடமிஸ் பகுதியில் மைக்ரோ சர்ஜரி சிகிச்சை அளிப்பது மிகவும் சிக்கலான ஒன்றாகும். ஆனால், கருத்தடை செய்வதற்காகத் துண்டிக்கப்பட்டிருப்பின், அதை மீண்டும் இணைத்து 50 - 70 சதவீதம் வெற்றி வாய்ப்பை உண்டாக்கலாம்.

சிஸ்டிக் ஃபைப்ரோசிஸ் என்ற பரம்பரைக் குறைபாடு நோய் உள்ளது. 2500 பேரில் ஒருவரைத் தாக்கும் இந்த நோயாலும் உயிரணு எண்ணிக்கைக் குறைவு, விந்து அடர்த்திக் குறைதல், மற்றும் வாஸ் டிஃபெரன்ஸ் இல்லாத நிலை ஆகியவை தோன்றும்.

ஈ. பரம்பரையாக வரும் அடைப்பு

ஆண்களுக்கான மலட்டுத் தன்மையில், இந்தப் பிரச்னையின் அளவு சுமார் இரண்டு சதவீதம்தான். இந்த அடைப்பு, விந்து

நாளம் மற்றும் எபிடைடமிஸ் எனப்படும் விரை மேல்நாளப் பகுதியில் காணப்படும்.

விந்துத் திரவத்தில் ஃப்ரக்டோஸ் இல்லாமல் இருந்தால், விந்து நாளம் மற்றும் விரை மேல்நாளம் ஆகியவை பிறவி யிலேயே உருவாகவில்லை என்பதை அறிந்துகொள்ளலாம் அல்லது விந்தை வெளியேற்றும் குழாயில் பிறவியிலேயே அடைப்பு உள்ளதை அறிந்துகொள்ளலாம்.

இத்தகைய நிலையில், மைக்ரோ சர்ஜரி செய்து விந்தணு உற்பத்தி செய்யவேண்டி இருக்கும். விரை அல்லது விரை மேவியில் இருந்து உயிரணுவை எடுத்து நேரடியாக முட்டைக்குள் செலுத்தி கருவாக்கம் செய்யலாம்.

உ. கருத்தடை சீரமைப்புச் சிகிச்சை

விவாக ரத்துகள் பெருகி வரும் இந்தக் காலகட்டத்தில், கருத்தடை அறுவைச் சிகிச்சை செய்துகொண்டுள்ள ஆண் கள், அதைச் சீரமைக்கும் சிகிச்சையைப் பெருமளவில் நாடுகிறார்கள்.

இவர்கள், மீண்டும் குழந்தையை உருவாக்கும் தகுதி பெற வேண்டுமானால், கருத்தடை அறுவைச் சிகிச்சையைப் பத்தாண்டுக்குள் மேற்கொண்டவராக இருக்க வேண்டும். அதற்கு மேல் என்றால், விரை மேல்நாளக் குழாயின் சுவர்கள் சிதைந்துபோய் இருக்கும். அவற்றைச் சீரமைப்பது கடினம். அவர்களது சொந்த நோய் எதிர்ப்பு அணுக்களேகூட விந்தணு வுக்கு எதிரான தாக்குதலைத் தொடுக்க ஆரம்பிக்கும்.

பத்து ஆண்டுகளான பிறகு விந்து நாளத்தையும், விரை மேல்நாளக் குழாயையும் இணைப்பது மிகவும் சிரமம். பொதுவாக, விந்துக் குழாயின் உள் பகுதியைப் பார்த்தால், பெனிசிலினின் உள் பகுதியில் இருக்கும் லெட் அளவுக்குத் துளை இருக்கும். அதைச்சுற்றி, தடித்த சதைச் சுவர் இருக்கும். விந்து வெளியேறும்போது, இந்தச் சுவர் விரை மேல்நாளம் இணைக்கப்பட்ட பகுதியில் அழுத்தத்தை உண்டாக்கி வீங்கவைப்பதால் வாஸ்டிஃபெரன்ஸ் துளையின் குறுக்களவு பெரிதாகத் தெரியும்.

ஆண் உறுப்புக்குச் செல்லும் குழாய் துண்டிக்கப்பட்டிருக்கும் போது அதன் உள் பகுதி சிறியதாக இருக்கும். பெரிதாகவும்,

சிறியதாகவும் உள்ள இரண்டு குழாய்களை இணைப்பது கடினம். இதனால்தான், இந்தப் பகுதியில் மேற்கொள்ளப் படும் அறுவைச் சிகிச்சைகளின் வெற்றி சதவீதம் குறைவாக இருக்கிறது. திறமையான டாக்டர்கள், இதை மைக்ரோ சர்ஜரி மூலம் சரிப்படுத்துவார்கள்.

ஆண் கருவாக்கக் காரணிகள் - 4

விந்து வெளியேற்றத்தில் உள்ள இடையூறுகளை எவ்வாறு சரிசெய்வது?

அ. ஆண்மைக் குறைபாடு

விரைப்பு இல்லாமலும், விந்தை வெளியேற்ற இயலாமலும் இருந்தால் ஆண்மைக் குறைபாடு உள்ளது என்பதை அறிந்து கொள்ளலாம். இதில், 'ஆர்கானிக் இம்பொடன்ஸ்', 'சைக்காலஜி இம்பொடன்ஸ்' என்று இரு வகைகள் உள்ளன.

ஆர்கானிக் இம்பொடன்ஸ் என்ற ஆண்மைக் குறைபாட்டில், ஹார்மோன் தூண்டுதலுக்கு ஏற்ப உடல் ஒத்துழைக்காது. நரம்புப் பாதைகள் முழுமை அடையாமலும் அல்லது இனப் பெருக்க உறுப்பு வளர்ச்சிகள் போதுமான அளவு வளர்ந்திரா மலும் இருக்கும்.

சிலர், இளம் வயதிலிருந்தே ஆண்மைக் குறைபாட்டுடன் இருப்பார்கள். வேறு சிலர், பிற்காலத்தில் அறுவைச் சிகிச்சை, காயங்கள் அல்லது நோய்களின் விளைவாக ஆண்மைக் குறைபாடு என்ற நிலைக்குத் தள்ளப்படுகிறார் கள். உடல் ரீதியான காரணங்களால் ஆண்மைக் குறைபாடு வந்தபோதிலும், அவை உள்ளத்தையும் பாதித்து ஆண்மைக் குறைபாட்டின் அளவையும் அதிகரித்துவிடும்.

★ ப்ராஸ்டேட் பிரச்னைகள்,

★ சர்க்கரை நோய்,

★ சிறுநீரகச் செயலிழப்பு,

★ முதுகுத் தண்டுவட காயங்கள்,

★ நரம்புப் பிரச்னைகள்,

- ★ இடுப்புப் பகுதியில் செய்யப்படும் அறுவைச் சிகிச்சைகள்,
- ★ சிறுநீரகம் மற்றும் ப்ராஸ்டேட் போன்ற அறுவைச் சிகிச்சையின் விளைவுகள்,
- ★ ஹார்மோன் சீரின்மை, டெஸ்டோஸ்டீரான் குறைதல்,
- ★ ரத்தக் கொதிப்புக்காகச் சாப்பிடும் மாத்திரைகள்,
- ★ மது, போதை மருந்துகள் மற்றும் புகைப் பழக்கம்

போன்றவை ஆண்மைக் குறைபாட்டை உண்டாக்குகின்றன.

உடல் அளவில் ஏற்படும் பாதிப்பால், ஆண்மைக் குறைபாடு என்ற நிலைக்கு ஆளானவர்களின் தூக்கத்தின்போது சிறிதளவு விரைப்புத் தன்மை ஏற்படுவது உண்டு. இதைப் பரிசோதனை மூலம் கண்டறியலாம்.

படுக்கப்போகும் முன், ஒரு சிறிய ஸ்ட்ரிப் ஒன்றை எடுத்து நீரில் நனைத்து ஆண் உறுப்பின் மையப் பகுதியில் சுற்றிக் கொள்ள வேண்டும். விடிந்து எழுந்து பார்க்கும்போது, ஸ்ட்ரிப் விலகி இருந்தால் உறக்கத்தின்போது விரைப்பு வந்திருக்கிறது என்பதைத் தெரிந்துகொள்ளலாம். இந்தப் பரிசோதனையைப் பல இரவுகள் செய்து பார்க்க வேண்டும்.

ஹார்மோன் பற்றாக்குறை அல்லது நோய்களின் காரணமாக ஆண்மைக் குறைபாடு வந்திருந்தால், டெஸ்டோஸ்டீரான் கொடுத்து அதைச் சீராக்கலாம் அல்லது அறுவைச் சிகிச்சை மூலம், ஆண் உறுப்பில் 'பீனைல் இம்ப்ளாண்ட்' என்ற பதியம் செய்து விரைப்பை உண்டாக்கலாம்.

சர்க்கரை நோயாளிகள், முதுகுத் தண்டுவடப் பாதிப்பு உள்ளவர்கள், இடுப்புப் பகுதியில் முறிவு ஏற்பட்டவர்கள், நாள்பட்ட சிறுநீரகப் பாதிப்பு உள்ளவர்கள், விபத்தால் ஆண் உறுப்பு பாதிக்கப்பட்டவர்கள், பீனைல் இம்ப்ளாண்ட் கருவியைப் பதியம் செய்துகொள்ளலாம்.

மருந்து, மாத்திரைகள் மற்றும் இம்ப்ளாண்ட் சிகிச்சை செய்து கொண்டவர்களின் உடலில் உயிரணுக்கள் அதிக அளவில் உற்பத்தி ஆகும் என்பதால், கருவாக்கம் செய்துகொள்ள இயலும்.

சிகிச்சைக்குச் செல்ல முடிவு எடுக்கும் முன், மருத்துவரை அணுகி இந்த விவரங்களைத் தெரிந்துகொள்வது நல்லது.

ஆ. விந்து முந்துதல்

பெண் உறுப்பில் ஆண் உறுப்பை நுழைத்து, சுமார் 30 விநாடிகளாவது விறைப்பு நிற்க வேண்டும். அவ்வாறு நிற்காமல் உடனே விந்து வெளியேறிவிட்டால், அது விந்து முந்துதல் எனப்படுகிறது. பொதுவாக, பெண்ணைத் திருப்திப்படுத்த இயலாத நிலையை விந்து முந்துதல் எனக் கருதி சிகிச்சை மேற்கொள்ளப்படுகிறது.

ஆண் உறுப்பைப் பெண் உறுப்புக்குள் நுழைப்தற்கு முன்பே விந்து வெளியேறிவிட்டால், மனைவியைக் கருத்தரிக்கச் செய்ய இயலாத நிலை ஏற்படும். இவர்கள், செயற்கை முறை விந்தேற்றம் என்ற முறையில் கருத்தரிப்பை உண்டாக்கலாம் என்றாலும், உடலுறவு கொள்ளும் முறைகளை மாற்றியோ அல்லது உடலுறவு நுணுக்கங்களை மருத்துவரிடம் கேட்டு அறிந்தோ பிரச்னையை, சிகிச்சை இல்லாமலேயே சமாளிக்கலாம்.

உடலுறவு கொள்ளும்போது, ஆண் உறுப்பை இறுக்கமாக விரல்களால் பிடித்துக்கொண்டால் விந்து வெளியேறாது. விறைப்பு குறைந்தாலும் அடுத்த பதினைந்து முதல் முப்பது நிமிடங்கள்வரை ஆண் உறுப்பைத் தூண்டி விறைப்பை உண்டாக்கலாம்.

அடுத்து, விந்து வெளியேறும்போது இதேபோல் ஆண் உறுப்பை அழுத்தி விந்து வெளிறேுவதைத் தடுத்தால், மீண்டும் மீண்டும் உடலுறவு கொள்ள முடியும். இந்தப் பயிற்சியை மேற்கொள்ள, மனைவியின் ஒத்துழைப்பு மிக அவசியம். ஒருமுறை இந்த முயற்சியில் வெற்றிபெற்றால், உடலுறவு கொள்ளும்போதெல்லாம் இதே முறையைக் கையாண்டு விந்து முந்துவதைத் தடுக்கலாம்.

இந்த யுக்தியைக் கையாளும்போது, பெரும்பாலும் மனைவியை மேற்புறமாக இருந்து உடலுறவு கொள்ள வைக்கவேண்டும். இதன்மூலம் மனைவி, தன் வசதிக்கு ஏற்ப உறுப்பை அசைத்து உடலுறவு கொள்ளவும், கணவனின் விந்து வெளியேறுவதைத் தடுக்கவும் முடியும்.

இ. விந்தை வெளியேற்ற இயலாத ஆண்மைக் குறைபாடு

விறைப்பு ஏற்பட்டால்தான் விந்தை வெளியேற்ற முடியும். விறைப்பு ஏற்படாமல் உடலுறவு கொண்டாலும், விந்து வெளியேறாது. விந்துத் திவரம் வெளியேறினாலும் அதில் உயிரணுக்கள் இருக்காது. உளவியல் சார்ந்த இந்த ஆண்மைக் குறைபாட்டை, மருத்துவரின் ஆலோசனைப்படி நடந்து சரிசெய்ய முயற்சிக்கலாம். முடியாவிட்டால், செயற்கை விந்தேற்றம் மூலம் கருவாக்கம் செய்துகொள்ளலாம்.

ஈ. சிறுநீர்ப் பைக்குள் உயிரணுக்கள் விழுதல்

இதற்கு, ரெட்ரோகிரெட் எஜாகுலேஷன் என்று பெயர். உடலுறவின்போது சிறுநீர்த் தாரையின் வழியாக விந்தும், உயிரணுக்களும் ஆண் உறுப்பைக் கடந்து பெண் உறுப்புக்குச் செல்லும். அந்த நேரத்தில், சிறுநீர்ப்பை திறப்பு மூடியபடி இருக்கும்.

ரெட்ரோகிரெட் பிரச்னை இருக்கும்போது, சிறுநீர்ப் பையின் திறப்பு மூடிக்கொள்ளாமல் திறந்தே இருப்பதால், வெளி யேறும் விந்தும் உயிரணுக்களும் ஆண் உறுப்புக்கு வருவ தற்குப் பதில் சிறுநீர்ப் பைக்குள் விழுந்துவிடுகின்றன. இந்தப் பிரச்னை, சுமார் 2 சதவீதம் பேருக்கு இருக்கும்.

ஒருவருக்கு இந்தப் பிரச்னை இருக்கிறதா என்பதை எப்படித் தெரிந்துகொள்வது?

பெரும்பாலும், சர்க்கரை நோயாளிகள், ரத்த அழுத்தத்தைக் குறைக்க மாத்திரை மருந்து சாப்பிடுவோர், சிறுநீரகம் சார்ந்த பிரச்னைகளுக்கு வயிற்றில் அறுவைச் சிகிச்சை செய்து கொண்ட நபர்களுக்கு ரெட்ரோகிரெட் பிரச்னை இருக்கும். சிறுநீரில் இருக்கும் அமிலங்கள், உயிரணுக்களைக் கொன்று விடுவதால் எந்த வகையிலும் உயிரணுக்களை எடுக்க இயலாத நிலை உண்டாகும்.

வெளியேற்றப்படும் விந்து ஒரு மில்லி லிட்டருக்கும் குறை வாக இருந்தால், உடலுறவுக்குப் பிறகு சிறுநீர் கழிக்கும் போது, அது கொழகொழப்பாக மஞ்சள் நிறத்தில் இருந்தால், ரெட்ரோகிரெட் எஜாகுலேஷன் பிரச்னை உள்ளது என்று அர்த்தம்.

மருத்துவப் பரிசோதனை செய்து சந்தேகத்தை உறுதிப் படுத்திக்கொண்டு சிகிச்சை பெறுங்கள். இந்தப் பாதிப்பு எந்த அளவில் இருந்தாலும் அது மலட்டுத் தன்மையை உண் டாக்கும்.

இந்தப் பிரச்னையை, மருந்து மாத்திரைகள் மற்றும் சிறு நீர்ப்பை சுருக்குத் தசையில் அறுவைச் சிகிச்சை போன்ற வற்றின் மூலம் சரிப்படுத்தலாம்.

கருவாக்கச் சிகிச்சையில், ஆண்களுக்குச் செய்யப்படும் சிகிச்சைகள், உயிரணுக்களை எடுப்பதற்காகவே மேற் கொள்ளப்படுகின்றன என்பதால், இந்தப் பிரச்னை உள்ள நபர்கள், மனைவிக்கு முட்டை வெளியாகும் காலத்தை அறிந்து அதற்கு முன்னதாக ஒரு தேக்கரண்டி பைகார்பனேட் சோடாவை ஒரு டம்ளர் நீரில் கரைத்து தினமும் நான்கு வேளை வீதம் இரண்டு நாளைக்குக் குடிக்க வேண்டும்.

சிகிச்சைக்காக விந்து எடுப்பதற்கு 20 நிமிடம் இருக்கும் முன், சிறுநீர் கழித்து சிறுநீர்ப் பையைக் காலியாக்க வேண்டும். அதன்பிறகு, விந்தை வெளியேற்றி குடுவையில் பிடித்து அதை ஆய்வகத்தில் கழுவி உயிரணுக்களை உயிருடன் எடுக்கலாம். பிறகு, சிரிஞ்ச் மூலம் உயிரணுக்களைப் பெண்ணின் கருப்பை வாய்க்குள் செலுத்தி கருவாக்கம் செய்யலாம்.

சில சமயம், கதீட்டர் கருவியை ஆண் உறுப்பின் வழியாக சிறுநீர்ப் பைக்குள் செலுத்தி சிறுநீரை வடித்துவிட்டு, உயிரணுக்களை வளர்க்கும் பொருளை, சிறுநீர்ப் பைக்குள் செலுத்தி உயிரணுக்களை எடுப்போம். இவற்றைச் சுத்தப் படுத்தி செயற்கைமுறை விந்தேற்றம் செய்து கருவாக்கம் செய்யப்படும்.

உ. செயற்கை முறையில் விந்தைப் பெறுதல்

சிலருக்கு விந்தை வெளியேற்ற முடியாது. சுயஇன்பத்தால் கூட இவர்களுக்கு வைப்ரேட்டர்களைப் பயன்படுத்தியோ அல்லது மின் தூண்டல் முறையிலோ விந்தை வெளியேற்றி கருவாக்கத்துக்குப் பயன்படுத்துவோம்.

இந்த அணுகுமுறைகள் அனைத்தையும் சரியாகப் புரிந்து கொள்வதன் மூலம், மருத்துவர் அளிக்கும் சிகிச்சைக்கு

உங்களால் ஒத்துழைப்பை அளிக்க இயலும் என்பதோடு, உங்கள் மனைவி சுலபத்தில் கருத்தரித்து குழந்தைப் பேறு அடையவும் இயலும் என்பதற்காகத்தான் விரிவாக இந்தத் தகவல்கள் அனைத்தும் தருகிறோம்.

இதுவரை, கருவாக்கத்தில் ஆண்களுக்கு வரும் முக்கியப் பிரச்னைகளைப் பற்றித் தெரிந்துகொண்டீர்கள்.

அடுத்து, பெண்களுக்கான பிரச்னைகள் மற்றும் அவற்றைச் சீரமைக்கும் நவீன சிகிச்சை முறைகளையும் தெரிந்து கொள்வோம்.

பெண்கள்

கருவாக்கப் பிரச்னைகள், தீர்வுகள்

11

சிகிச்சைக்கு உதவும் கடந்த காலத் தகவல்கள்

அவசரச் சிகிச்சை அளிக்க வேண்டிய சூழல், முட்டை உருவாக்கம், கருவாக்க நிகழ்வுகள் போன்ற செயல்களைச் செய்வதற்கு, மருத்துவமனையிலேயே பெரும்பாலான நேரத்தைச் செலவிடவேண்டி இருக்கிறது. இதனால், நோயாளிகளை எந்த நேரத்திலும் வந்து பார்த்து அவர்களுக்குத் தேவையான ஆலோசனை, அவசரச் சிகிச்சை வசதிக்காக, எங்கள் மருத்துவமனையின் மேல் தளத்திலேயே ஒரு பகுதியை வீடாக மாற்றியிருக்கிறேன்.

காலையில், உடற்பயிற்சி செய்வதற்காக மாடியில் இருந்து இறங்கி ஏறுவதும், அறுவைச் சிகிச்சை இருந்தால், செய்வதற்கும் அதிகாலையிலேயே எழுந்து வந்துவிடுவேன்.

முதன்முறை கீழ்த்தளத்துக்கு வந்தபோது, சூமார் 32 - 35 வயது மதிக்கத்தக்க ஒரு பெண்ணும், ஓர் ஆணும் உட்கார்ந்திருந்தனர். சிகிச்சை பெற்று உள்நோயாளியாக உள்ள யாரையாவது பார்க்க அவர்கள் வந்து இருப்பார்கள் என்று நினைத்து, எதுவும் கேட்காமல் சென்றுவிட்டேன்.

ஒரு மணி நேரம் கழித்து, மறுமுறை வந்தபோதும் அவர்கள் இருவரும் அதே இடத்தில் உட்கார்ந்து

இருந்தார்கள். நான் சிகிச்சை செய்வதற்காக எனது அறைக்கு வந்தபோதும் அவர்கள் நின்று கொண்டிருந்தார்கள். நான் உள்ளே சென்று உட்கார்ந்ததும் முதல் ஆளாக அவர்கள் வந்தார்கள்.

'அதிகாலையில் வெளியில் உட்கார்ந்திருந்தது நீங்கள் தானே?' என்றேன்.

'ஆமாம் டாக்டர். நாங்கள் மதுரைக்கு அருகில் உள்ள ஒரு கிராமத்தில் இருந்து வருகிறோம். அதிகாலை மூன்று மணிக்கே வந்துவிட்டோம். எப்படியும் முதல் ஆளாக உங்களைப் பார்க்க வேண்டும் என்ற தவிப்பில்தான் காத்துக்கொண்டிருந்தோம்'.

'என்ன விஷயம்? காலையில் என்னைப் பார்த்தபோதே சொல்லியிருக்கலாமே'.

'காலையில் உங்களுக்குத் தொல்லை கொடுக்க வேண்டாம் என்றுதான் பேசாமல் இருந்துவிட்டோம்'

'சரி என்ன விஷயம்?'

'எத்தனையோ இடங்களுக்குப் போய்ப் பார்த்துவிட்டேன். என்னால் கருத்தரிக்கவே முடியவில்லை. இதுதான் எனக்கு கடைசி வாய்ப்பு. எப்படியாவது எனக்குக் கண்டிப்பாக ஒரு குழந்தை வேண்டும்...

'உங்கள் மருத்துவமனையில், 55 வயதுப் பெண்மணிக்குக் குழந்தை பிறந்த செய்தியைப் பேப்பரில் படித்தோம்.

கருப்பை இல்லாத அந்தப் பெண்மணிக்குக் கருப்பையை உருவாக்கி, அதன்மூலம் குழந்தை பெற வைத்தது பற்றியும் படித்தோம். உங்களிடம் சிகிச்சை பெற்று எப்படியும் ஒரு குழந்தையைப் பெற்றுவிட முடியும் என்ற நம்பிக்கை எனக்கு வந்துவிட்டதால், தாமதிக்காமல் உங்களைப் பார்க்க வேண்டும் என முடிவெடுத்து வந்திருக்கிறோம்' என்று அந்தப் பெண், படபடவெனக் கூறினார்.

'முதலில் உட்காருங்கள் என்று சொல்லி, அவர்களது மெடிக்கல் ரிப்போர்ட்டை வாங்கிப் பார்த்தேன். நீங்கள் இருவரும் கணவன்

மனைவியா? இருவருமே விளையாட்டில் இருக்கிறீர்களா? ஓட்டப் பந்தயமா?'

'ஆமாம், டாக்டர்'

'சரி, உங்களுக்கு எப்போது பீரியட் கடைசியாக நின்றது?'

தோளை உயர்த்தி நிமிர்ந்து என்னைப் பார்த்த அந்தப் பெண், 'நான்கு வருஷங்களுக்கு முன்னால்...' என்றார்.

'சரி, எப்போதிருந்து ஓடுகிறீர்கள்?'

'பள்ளியில் படிக்கும் காலத்திலேயே ஓட்டப் பந்தய வீராங்கனைதான். ஆனால், நான் ஒரு பள்ளியில் உடற்கல்வி ஆசிரியையாகப் பொறுப்பு ஏற்றது முதல், மீண்டும் எனது பயிற்சியைக் கடுமையாக்கிக் கொண்டேன்...' என்றார்.

'அதுதான் எப்போது' - நான், அந்தப் பெண்ணின் முகத்தைப் பார்த்தேன்.

'நான்கு ஆண்டுகளுக்கு முன்னால்...'' என்று, அந்தப் பெண்ணின் கண்களில் தனது ஓட்டப் பந்தயத் திறமையைப் பற்றி டாக்டர் பெருமையாக நினைக்கிறார் என நினைப் பதைப் போன்ற பெருமிதம் தெரிந்தது.

தீவிர உடற்பயிற்சியை ஆரம்பித்தும், மாதவிலக்கு நின்றும் நான்கு ஆண்டுகள் ஆகின்றன. இரண்டுக்கும் நெருங்கிய தொடர்பு இருக்கிறது என்பதை நிச்சயப்படுத்திக்கொண்ட படி, 'கடுமையாக உடற்பயிற்சி செய்யும் விளையாட்டு வீராங்கனைகளுக்கு மாதவிலக்கு நின்றுவிடும் பிரச்னை இருப்பது பற்றி உங்களுக்குத் தெரியுமா?'

இப்படி நான் கேட்டபோது, அந்தப் பெண்ணின் கண்களில் இருந்த பெருமிதம் மறைந்து திகில் தெரிந்தது.

'இந்தப் பிரச்னைதான் உங்கள் மாதவிலக்கு முற்றிலும் நின்ற தற்கான காரணம் என்று நான் சொல்லவில்லை. உங்களை இன்னும் நிறைய பரிசோதனை செய்யவேண்டி இருக்கிறது. அப்போதுதானே என்ன பிரச்னை என்பது தெரியவரும்' என்று சொன்னதும், அந்தப் பெண்ணின் முகத்தில் புன்னகை கூட இல்லை.

‘டாக்டர், நான் தனியார் பள்ளியில் வேலை செய்கிறேன். இந்தப் பயிற்சியை விட்டுவிட்டால், என்னால் மாணவர்களுக்குக் கற்பிக்க முடியாது. வேலையைத் தக்க வைக்கவும் இயலாது. என் விருப்பம், உடம்பு இப்படியே இருக்க வேண்டும். அதே சமயம், குழந்தை பெறவும் வேண்டும். தயவுசெய்து உதவுங்கள்’ என்றபடி அந்தப் பெண் கையெடுத்துக் கும்பிட்டார்.

‘தீவிரப் பயிற்சியால்தான் கருவாக்கம் பாதிக்கப்படுகிறது என்றால், பயிற்சியை விட்டுவிட்டால் மீண்டும் மாதவிலக்கு வர வாய்ப்பு இருக்கிறதா? அதன்மூலம் கருத்தரிக்கும் நிலை உண்டாகுமா?’ - அதுவரை அமைதியாக இருந்த அந்தப் பெண்ணின் கணவர் கேட்டார்.

‘கருவாக்கத் திறன் குறைவதற்கு இதுவும் ஒரு காரணம். அவ்வளவுதான். அதற்காக, பயிற்சியை முற்றிலுமாக நிறுத்தி விடுங்கள் என்று நான் சொல்லவில்லை. உங்கள் மருத்துவத் தகவல்கள் அனைத்தையும் ஒருமுறை பார்த்துவிடுகிறேன். எந்தெந்த வழிகளில் உங்களுக்குக் குழந்தை பெறும் வாய்ப்பு இருக்கிறது என்பதையும் சொல்லிவிடுகிறேன்’ என்றேன். இருவர் முகத்திலும் புன்னகை.

பொதுவாக, உடல் அளவில் கடுமையாக உழைப்பது, உடற்பயிற்சி மேற்கொள்வது போன்றவையெல்லாம், முட்டை வெளியாவதைக் கட்டுப்படுத்தி, மாதவிலக்கைத் தடைசெய்து, குழந்தைப் பேறு கிடைக்காமல் செய்யும் காரணிகளுள் ஒன்று.

நீங்கள் வளர்ந்த விதம், வாழ்க்கை முறை, உறுப்புகளின் வளர்ச்சி, உங்களுக்கு வந்த நோய்கள், பாதிப்புகள் மற்றும் உங்கள் குடும்பத்தினர், நெருங்கிய உறவினர் ஆகியோரின் மருத்துவத் தகவல்களைப் பற்றியெல்லாம் மருத்துவரிடம் விரிவாகச் சொன்னால், அந்த விஷயங்களில் இருந்து உங்களுக்கு எதனால் இந்த நிலை ஏற்பட்டிருக்கக்கூடும் என்ற முடிவுக்கு மருத்துவரால் வர முடியும்.

எப்படிப்பட்ட விஷயங்களை மருத்துவர் ஆராய்கிறார் என்பதை இந்த அத்தியாயத்தில் முழுமையாகத் தெரிந்து கொள்ளுங்கள்.

தீவிர உடற்பயிற்சி

ஒரு பெண்ணின் சினைப்பையில், லட்சக்கணக்கான முட்டைகள் உருவாகின்றன என்று பார்த்தோம். அவையெல்லாம் ஏன் முதிர்ந்து குழந்தைகளாகப் பிறக்கவில்லை தெரியுமா?

மனித இனம் பரிணாம வளர்ச்சி அடையும்போது, ஆணைச் சார்ந்திருக்க வேண்டிய கட்டாயத்துக்குப் பெண் தள்ளப் பட்டாள்.

உணவுக்கான வாய்ப்பு குறைந்துவிட்ட காலத்தில், அதைத் தேடி நீண்ட தூரம் செல்ல வேண்டிய கட்டாயத்துக்கு ஆளானாள். கருத்தரிப்பு, அவளுடைய திறனை ஆண்களுக்கு ஈடாகச் செயல்பட முடியாமல் செய்துவிட்டது.

தனது வாழ்வைத் தக்க வைத்துக்கொள்வதற்காக, அவளது கடினமான நடை மற்றும் வாழ்க்கை முறைப் பயிற்சிகளின் விளைவாகவே, மாதவிலக்கு போன்ற தொல்லைகளும், முட்டை வெளியாகும் நிகழ்வுகளும் கட்டுப்பட்டன.

காலப்போக்கில், பரம்பரை பரம்பரையாக இனக்கீற்றுகளில் பதியமாகிவிட்ட இந்தத் தன்மையால், கடினப் பயிற்சி மூலம் அவர்களின் உடல் இறுகிப்போகும்போது, பெண்மைக்கு உரிய இயல்பான மாதவிலக்கு போன்றவை தடைபடுகின்றன. இதே காரணத்தால்தான், ஓட்டப்பந்தய வீராங்கனைக்கும் கடின உடற்பயிற்சியால் முட்டை வெளியாகாமலும், மாதவிலக்கு ஒழுங்காக ஏற்படாமலும் போனது.

அந்தப் பெண்ணைப் பொறுத்தவரை, மாதவிலக்கு நின்று போனதற்கான காரணத்தைச் சுலபமாகக் கண்டுபிடித்துவிட முடிவதால், அதற்கு எளிமையாகச் சிகிச்சை அளிக்கவும் இயலும் என நினைத்தேன்.

மனத் தூண்டுதலால் வரும் கவலைகள்

கருத்தரிக்க முடியாத பிரச்னை உள்ள பல பெண்களுக்கு மனத்தளவில் நிறையக் கவலைகள் இருக்கும். இந்தக் கவலைகளால் கருத்தரிக்கவில்லையா, கருத்தரிக்காததால் கவலை வந்துவிட்டதா என்பது தெரியவில்லை.

மனக் கவலை உள்ள பல பெண்கள் கருத்தரித்திருக்கிறர்கள். சிலருக்குக் கருத்தரிப்பதில்லை. இது எப்படி என்பதும்தான் இன்னும் புரியாத புதிர். ஆனால், மன இறுக்கத்துக்கும் மலட்டுத் தன்மைக்கும் இடையே நெருங்கிய தொடர்புகள் நிறைய இருக்கின்றன.

மன இறுக்கத்தால் ஹைபோதலாமஸ் பகுதி பாதிக்கப்படு கிறது. இந்தப் பகுதிதான், செக்ஸ் ஹார்மோன்களைக் கட்டுப் படுத்துகிறது. வேறுவிதமான பிரச்னைகள் இல்லாமல், கவலைகள் மட்டுமே உள்ள பெண்களுக்கு, ஹைபோ தலாமஸை சீரமைக்க மருந்து, மாத்திரைகள் கொடுத்தாலே கருத்தரிப்பு நிகழ்ந்துவிடுகிறது.

எனக்கு எந்தப் பிரச்னையும் இல்லை; ஏதோ ஒருவிதக் கவலை மட்டும்தான் மனத்தை அழுத்துகிறது என்பவர்கள், அதை மறைக்காமல், மருத்துவரிடம் சொல்லிவிட வேண்டும். அப்போதுதான், சரியான காரணத்தைக் கண்டு பிடித்து சிகிச்சை அளிக்க இயலும்.

உணவுக் கட்டுப்பாடும் ஊட்டச்சத்தும்

குறைந்த கலோரி உள்ள உணவைச் சாப்பிடுதல், குறைவாகச் சாப்பிடுதல், உணவுக் குறைபாடுகள், விரதம், பட்டினி கிடத்தல் என, உண்டி (வயிறு) சுருங்குதல் பெண்டிர்க்கு அழகைத் தந்தாலும், கருவாக்கக் குறைபாட்டை உண்டாக்கி விடுகிறது.

உண்டி சுருங்குவதால் என்னென்ன பிரச்னைகள் வருகின்றன என்பதைத் தெரிந்துகொள்ளுங்கள்.

★ எடை குறைந்துவிடுகிறது.

★ உடலில் இயல்பாக இருக்க வேண்டிய கொழுப்பு குறைந்துவிடுகிறது.

★ உடலுக்கு நோய் எதிர்ப்புத் திறன் குறைந்து, பிரச்னைகள் வருகின்றன.

★ ஊட்டச்சத்துக் குறைபாடும், அதைத் தொடர்ந்து மற்ற பாதிப்புகளும் வருகின்றன.

★ ஊட்டச்சத்துக் குறைபாட்டால் ரத்த சோகை வருகிறது. கூடவே, மாதவிலக்கில் பாதிப்புகளும் வந்துவிடுகிறது.

உடலை மெலியவைக்க ஆசைப்படும் இளம் பெண்கள் பலருக்கு மாதவிலக்கு வருவதில்லை என்பது குறிப்பிடத் தக்கது.

மாதவிலக்கு வராவிட்டால், கருமுட்டை உற்பத்தியில் முதிர்ச்சி என்பதும், அது வெளியிடப்படுவதும் நடைபெறாது. உணவுக் குறைபாட்டால் வரும் இந்தப் பிரச்னையைச் சுலபமாகத் தீர்த்துவிடலாம்.

சில பெண்கள், சுத்த சைவமாக இருப்பார்கள். ரத்தத்தில் கரோட்டின் அதிகமானால், கருமுட்டை வெளியாகாத நிலை ஏற்படும். இவர்கள், முட்டை வெளியாக மருந்து சாப்பிடு வதற்குப் பதில் கொஞ்சம் மீனையும், முட்டையையும் எடுத்துக்கொள்ளலாம்.

இயல்பைவிட அதிக உடல் பருமனாக உள்ள பெண்களுக்கும் முட்டை வெளியாகாது. அதிகமான உடல் பருமன் இருக்கும் சூழல், கரு வளர்ச்சிக்கும், குழந்தைப் பிறப்புக்கும் உகந்தது அல்ல என்பதால், இதுவும் இயற்கை உண்டாக்கி இருக்கிற கருத்தடை வசதிதான் என்று சொன்னால் அது மிகையில்லை.

நவீன மருத்துவ வளர்ச்சிக்கு முன்பெல்லாம், உடல் பருமன் உள்ள பெண்கள் கருத்தரித்து குழந்தைபெறும் சமயத்தில், தாயும் சேயுமாக இறந்துபோன நிகழ்வுகள் அதிகம்.

உடல் பருமன் உள்ளவர்களுக்கு மாதவிலக்குக் கோளாறும், கருவாக்கக் குறைபாடும் இருக்கும். உடலைக் கட்டுக்கோப் பாக வைத்துக்கொள்ள வேண்டும். பிறகு பிரச்னை தானாகவே சீராகும்.

உடல் பருமன் உள்ள பெண்ணுக்கு வரும் மலட்டுத் தன்மைக் கான காரணங்கள், சுவாரசியமானவை. கொழுப்புச் செல்கள், சினைப்பைகளும் அட்ரீனலும் சுரக்கும் ஆன்ட்ரோஜென் என்ற ஆண் ஹார்மோனை, ஈஸ்ட்ரோஜென் என்ற பெண் ஹார் மோனாக மாற்றிவிடுகின்றன.

இதனால் குழம்பிப்போகும் மூளை, சினைப்பைதான் ஈஸ்ட் ரோஜெனை உருவாக்குகிறது என நினைத்து, பிட்யூட்டரியில் இருந்து சுரக்கும் ஹார்மோனைத் தடுத்துவிடுகிறது. இதனால், கருமுட்டை வெளியாகாத நிலை ஏற்பட்டு மலட்டுத் தன்மை உண்டாகிறது.

மருத்துவத் தகவல்களைச் சேகரித்துத் தருதல்

இடுப்புக்கூடு மற்றும் இனப்பெருக்கப் பாதை அறுவைச் சிகிச்சை

வயிற்றுக்குழிப் பகுதிக்குள் நோய்த் தொற்றுகள் இருந்தால் வடுக்கள் உள்ள திசு ஏற்பட்டிருக்கும். இல்லாவிட்டால், அடி வயிற்றுப் பகுதியில் செய்யப்பட்ட அறுவைச் சிகிச்சையால், கரு உறுப்புகள் பாதிக்கப்பப்டு மலட்டுத் தன்மை ஏற்பட்டு இருக்கலாம். குடல்வால் அறுவைச் சிகிச்சை, குடல் சீரமைப்பு, சிசேரியன் அறுவை, புற கர்ப்பம், சினைப்பைக் கழலை நீக்கம் போன்றவை செய்துகொண்டவர்களுக்கு, வயிற்றின் உள் பகுதியில் வடுக்கள் இருக்கலாம்.

சினைப்பை, கருப்பை மற்றும் கருக் குழாய்கள் ஆகியவை திருகிக்கொண்டிருத்தல் காரணமாக, இயல்பாக அசையும் தன்மையை இந்த உறுப்புகள் இழந்துவிட்டிருப்பதாலும் கருத்தரிப்பு பாதிக்கப்பட்டிருக்கலாம்.

என்னிடம் சிகிச்சைக்கு வந்த பலருடைய கரு உறுப்பை ஆராய்ந்தால், எப்போதோ மேற்கொண்ட குடல்வால் அறுவைச் சிகிச்சையின் காரணமாக வடுக்கள் ஏற்பட்டிருப் பதையும், அவை சினைப்பையில் இருந்து விடுபடும் முட்டைகளை கருக் குழாய்க்குள் நுழையவிடாமல் தடுத்து விடுவதையும் கண்டறிந்து, அவற்றைச் சரிப்படுத்தி முட்டை செல்வதற்கு வசதியாக அறுவைச் சிகிச்சை செய்துவிடுவேன்.

வடுக்கள், கருப்பைக்கு உள்ளேகூட ஏற்படுவது உண்டு. டி அண்ட் சி அறுவைச் சிகிச்சை செய்துகொண்டவர்களுக்கு இப்படி நேரலாம். அவர்களுக்கு மாதவிலக்குக் கோளாறும் ஏற்படுவது உண்டு. கருப்பை உள்நோக்கிக் கருவியைக் கொண்டு கருப்பையைச் சோதித்துப் பார்த்தால், இந்த வடுக்கள் இருப்பது தெரியும். இல்லாவிட்டால், கருப்பைச் சுவர்கள் ஒன்றோடு ஒன்று ஒட்டிக்கொண்டிருக்கும். இந்த சுவர்களைப் பிரித்து இயல்பானதாக மாற்றினால், பிரச்னை சரியாகிவிடும். இதுபோன்ற பிரச்னை இருக்குமானால், அதை மறைக்காமல் மருத்துவரிடம் தெரிவித்துவிட வேண்டும்.

அடிக்கடி ஏற்படும் பிறப்பு உறுப்புத் தொற்று

அடிக்கடி காளான் அல்லது ட்ரிகோமோனாஸ் தொற்றால் பாதிக்கப்படுபவருக்கு, கிளாமிடியா கிருமித் தொற்று இருக்கும். இதனால், கருக் குழாய்களில் பாதிப்பு ஏற்படும்.

ஒன்றுக்கு மேற்பட்ட நபர்களுடன் உடலுறவு கொள்ளும் பெண்களுக்கு இந்தப் பாதிப்பு ஏற்படும். பிறப்பு உறுப்பில் தொற்றுகள் இருந்தால், கருக் குழாய் அடைப்பு, இடுப்புக் கூட்டுப் பகுதியில் வடுக்கள் உள்ள திசுக்கள் போன்றவை இருக்கலாம். பரிசோதித்து சிகிச்சை அளிக்க வேண்டும்.

பெண்ணின் கணவர் இந்த நோய்களால் பாதிக்கப்பட்டிருந் தாலும், அவர் மனைவியுடன் தாம்பத்ய உறவு மூலம், மனைவிக்கும் அந்த நோய்த் தொற்றை அளித்திருப்பார். ஆகவே, இப்படிப்பட்ட பிரச்னை இருந்தால், மருத்துவரிடம் தெரிவித்துவிடவேண்டும்.

விஷயங்கள் ரகசியமாக வைக்கப்படுவதால், அவை வெளியே தெரிந்துவிடும் என்று அச்சப்படத் தேவையில்லை.

நோய்கள்

எண்ணற்ற நோய்களும், கருத்தரிப்புத் திறனைக் குறைக்கும். பால்வினை நோய்களான கொனேரியா, கிளாமிடியா, சிபிலிஸ், யுரியாப்ளாஸ்மா தொற்று, இடுப்புக்கூட்டில் ஏற்படும் அழற்சி போன்றவற்றை உதாரணங்களாகச் சொல்லலாம்.

இந்த நோய்கள், கருப்பையில் வடுக்களையும், கருப்பைக் குழாய்களில் அடைப்பையும் உண்டாக்கும். இடுப்புக் கூட்டுப் பகுதியில் பெரிய வடுக்களையும் உண்டாக்கும்.

பலர், வலது பக்க விலாவின் கீழ்ப் பகுதியில் வலி இருப்ப தாகவும், பித்தப் பை பிரச்னையாக இருக்கும் என்றும் சிகிச்சைக்கு வருவார்கள்.

பரிசோதித்துப் பார்த்தால், இடுப்புக்கூட்டில் ஏற்பட்ட அழற்சியால் ஏற்பட்ட வடுக்களால், பித்தப் பை பாதிப்பு வந்திருப்பதைப் போன்ற அறிகுறிகள் இருக்கும். வடுத் திசுக் களால், கருக்குழாயில் அடைப்பும் உறுத்தலும்

ஏற்பட்டிருக்கும். இந்தப் பகுதிகளில் வரும் பாதிப்புகளை அறுவைச் சிகிச்சை செய்து சரிசெய்யலாம்.

மஞ்சள் காமாலை, சிறுநீரகப் பாதிப்பு போன்றவற்றாலும் கருவாக்கத் திறன் பாதிக்கப்படும். கல்லீரலும், சிறுநீரகமும் உடலில் இருந்து கழிவுகளையும், நச்சுப் பொருள்களையும், ரத்தக் கழிவுகளையும் நீக்கும். தொடர்ச்சியாக கழிவுகள் தேங்கி, நீக்கப்படாத நிலை இருந்தால், ஹார்மோன்களால் மாதவிலக்குக் கோளாறுகள் உண்டாகி, கருத்தரிப்பைத் தடை செய்திருக்கும். இந்தப் பிரச்னைகளைச் சரிசெய்தால் கருத்தரிப்பு நிகழும்.

தைராய்டு சுரப்பியில் பிரச்னை இருந்தாலும் மலட்டுத் தன்மை உண்டாகும். அதிகமான தைராய்டு சுரப்பு இருக்கும் போது ஈஸ்ட்ரோஜென் உற்பத்தி வேகமாகப் பாதிப்புக்கு உள்ளாகும்.

ஈஸ்ட்ரோஜென் இல்லாமல் முட்டைவெளியாகாது. தைராய்டு குறைவாகச் சுரக்கும்போது, ரத்தத்தில் அதிகமான ஈஸ்ட்ரோஜென் இருக்கும். இதனால், புரோலாக்டின் அளவு அதிகரித்துவிடும். இந்த இரண்டும் அதிகமாக இருந்தால் சினைப்பைகள் சரியாக வேலை செய்யாது.

தைராய்டு சுரப்பியில் உள்ள குறைபாட்டைக் கண்டுபிடித்து, அறுவைச் சிகிச்சையின் மூலம் சரிசெய்து ஹார்மோன் சுரப்பைச் சீரமைத்தால் அது இயல்பாகச் செயல்படும்.

இளம் வயதில் வரும் சர்க்கரை நோய் அல்லது இன்சுலின் எதிர்ப்பினால், இயல்பான மாதவிலக்குச் சுழற்சியில் பிரச்னை ஏற்படும். அதிக அளவில் சுரந்துள்ள இன்சுலின், சினைப்பையைத் தூண்டி ஆன்ட்ரோஜென் ஹார்மோனைச் சுரக்கவைக்கும். இது, முட்டை வெளியாவதைத் தடுத்து விடும்.

ரத்தக் கொதிப்புக்கும் அட்ரீனல் சுரப்பிப் பாதிப்புக்கும் இடையே தொடர்பு இருக்கிறது. இதனால், ஆண் ஹார்மோன் அதிகமாகச் சுரந்து சினைப்பையின் செயல்பாட்டில் இடையூறை உண்டாக்கும். பெண் தன்மையையும் மாற்றும். இந்தப் பிரச்னை உள்ள பெண்ணின் முகத்தில் முடி முளைத்தல், முகத்தில் எண்ணெய்ப் பிசுபிசுப்பு, கொழுப்புக் கட்டிகள்

போன்றவை இருக்கும். ரத்தப் பரிசோதனை செய்தால், அட்ரீனல் சுரப்பி இயல்புக்கும் அதிகமாகச் சுரப்பது தெரியும். சிகிச்சை கொடுத்து ஆன்ட்ரோஜென் ஹார்மோனைக் கட்டுப் படுத்தினால், மாதவிலக்கு சீராகும். முகத்தில் முடி முளைப் பதும், வளர்வதும் கட்டுக்குள் வரும்.

ஆகவே, கருவாக்கச் சிகிச்சைக்கு வருபவர்கள், ஏதேனும் நோய்கள் உள்ளனவா என்பதைப் பரிசோதித்துப் பார்த்துக் கொள்வது அவசியம்.

கருப்பைத் திசுச் சுரண்டல் சிகிச்சை

கருப்பைத் திசுச் சுரண்டல் பரிசோதனையின்போது, கருப்பை வாயில் உள்ள சளிச் சுரப்பின் அளவும் தன்மையும் குறைந்து விடும். இதனால், கருப்பை வாய்ப் பகுதியைத் தாண்டி உயிரணுக்கள் செல்ல இயலாத நிலை உண்டாகும்.

சிலருக்கு, கருப்பை வாய்ப் பகுதி சுரப்பு நீர் துர்நாற்றத் துடனும், உயிரணுக்கள் உள்ளே நுழையாதவாறு கெட்டிப் பட்டும் இருக்கும். கருப்பைப் பகுதியில் கோன் பயாப்சி செய்தால், கருப்பை வாய்ப் பகுதி பலவீனமாவது உண்டு. இதனால், கருச்சிதைவு ஏற்படும். இந்தப் பிரச்னைக்கான காரணத்தைக் கண்டறிந்து உரிய முறையில் சிகிச்சை அளித்து கருவாக்கம் செய்ய வேண்டும். இவர்களுக்குச் செயற்கை முறை விந்தேற்றம் செய்து கருவாக்கம் செய்யலாம்.

புற்றுநோய்க்கு எதிரான சிகிச்சைகள்

புற்றுநோய்க்கு எதிராக அளிக்கப்படும் மருந்து, மாத்திரைகள் மற்றும் கதிர்வீச்சு போன்றவை, கருத்தரிக்கும் வாய்ப்பைக் குறைக்கும். கதிர்வீச்சால், இடுப்புப் பகுதி உறுப்புகளில் வடுக்கள் உண்டாவதும் உண்டு. இந்தப் பிரச்னை உள்ளவர் கள், கருத்தரிக்க நினைத்தால் மருத்துவரைக் கலந்து ஆலோசிக்க வேண்டும்.

கருப்பை உள்வரிச் சவ்வு வளர்ச்சி

எண்டோமெட்ரியோசிஸ் எனப்படும் இந்தப் பிரச்னையால், கருக் குழாய்களில் வடுக்கள் உண்டாகி முட்டை வெளி யாவதும், கரு பதியமாவதும் தடைபடும்.

கருப்பையின் உள்வரிச் சவ்வானது வளர்ச்சி அடைந்து கருப்பைக்கு வெளியே வந்துவிடுவதுதான் கருப்பை உள்வரிச் சவ்வு வளர்ச்சி எனப்படுகிறது. மாதந்தோறும் ஏற்படும் ஹார்மோன் மாற்றங்கள் காரணமாக இந்தத் திசு வளர்ச்சி ஏற்படலாம்.

ஒவ்வொரு மாதமும், உள்வரிச் சவ்வு உதிர்ந்து கருப் பைக்குள் விழுந்து, மாதவிலக்குக்குப் பிறகு வளருவதுதான் இயல்பு. ஆனால், இந்த இயற்கை நிலைக்கு மாறாக, வளர்ச்சி அடைந்த சவ்வுச் செல்கள் உதிராமல் போவதாலும், உதிர்ந்த செல்கள் அப்படியே தொடர்ந்து வளர்வதாலும் பிரச்னைகள் வருகின்றன. இதனால், மாதாந்திரப் போக்கின் போது கடுமையான வலி ஏற்படும். கருத்தரிக்க இயலாத நிலையும் உண்டாகும்.

ஹார்மோன் சிகிச்சை மற்றும் தேவைப்பட்டால் அறுவைச் சிகிச்சை செய்து பாதிப்பைச் சீராக்கலாம்.

ரூபெல்லா

ஜெர்மன் மீசில்ஸ் எனப்படும் இந்த நோயால் கருத்தரிப்பு பாதிக்கப்படுவதில்லை. ஆனால், கருவுற்ற முதல் சில மாதங்களில் இந்த நோய் வரும்போது, கருக் குழந்தையின் உறுப்பு வளர்ச்சியில் குறைபாடுகள் தோன்றும். செவிட்டுத் தன்மை, மனவளர்ச்சிக் குன்றுதல் ஆகியவை வரலாம் என்பதால் இந்த நோய் குணமான பின்பு கருத்தரிப்பதே நல்லது.

இந்தப் பிரச்னைகள் எதுவும் வரக் கூடாது என்பதற்காகத் தான், அம்மைத் தடுப்பு ஊசிகள் போடப்பட்டுள்ளதா என்பதை முதலிலேயே ஆராய்ந்து, அதற்காகச் சிகிச்சை அளித்துவிட்டுத்தான், மூன்று மாதம் கழித்து கருவுறுதல் உண்டாக்கப்படுகிறது.

வைரஸ் பாதிப்பு, நோய் குணமான பிறகும் இருக்கலாம் என்பதால்தான், இந்த மூன்று மாதத்துக்கும் ஆணுறை போன்ற கருத்தடைச் சாதனங்களைப் பயன்படுத்தும்படி தம்பதிகளுக்கு ஆலோசனை சொல்கிறோம்.

மார்பகத்தில் வலி மற்றும் திரவக் கசிவு

மார்பகத்தைத் தொட்டாலே வலிக்கிறது என்றாலோ, அதில் இருந்து திரவக் கசிவு இருந்தாலோ, மார்பகக் கட்டிகள் இருக் கலாம். கட்டி ஏதும் இல்லாவிட்டால், புரோலாக்டின் அதிகம் சுரத்தல் போன்ற ஹார்மோன் சமச்சீர் இன்மை இருக்கலாம்.

புரோலாக்டின் எனப்படும் பால் சுரப்பு ஹார்மோன் அதிக மாகச் சுரந்திருந்தால் முட்டை வெளியாவது தடுக்கப்படும். பாதிக்கப்பட்டவரைப் பரிசோதித்தால், பிட்யூட்டரி சுரப்பியில் அதிகமாக புரோலாக்டின் சுரப்பது தெரியவரும். சிகிச்சை மூலம் பாதிப்புகளைச் சரிசெய்து, மாதவிலக்கை உண்டாக்கிய பிறகு கருத்தரிப்புக்கான வாய்ப்புகளையும் ஏற்படுத்தலாம்.

நரம்பு சார்ந்த கோளாறுகள்

மைய நரம்பு மண்டலத்தில் ஏற்படும் எந்தப் பிரச்னையும் ஹைபோதலாமஸ், பிட்யூட்டரி மற்றும் சினைப்பை ஹார் மோன் சீரமைப்பில் கோளாறை உண்டாக்கிவிடும்.

வலிப்பு, பார்வைக் கோளாறுகள், வாசனை அறியும் திறன் குறைதல், களைப்பு, தடுமாற்றம், நாள்பட்ட தலை வலி போன்றவை இருந்தால், மைய நரம்பு மண்டலத்தில் பாதிப்பு இருப்பதாக அர்த்தம். வலிப்பையும், நரம்புக் கோளாறையும் கட்டுப்படுத்த, மருந்து மாத்திரைகளை எடுத்துக்கொள்ளும் போது, அவை ஏற்படுத்தும் பக்கவிளைவுகளால் கருத்தரிப்பு பாதிக்கப்படும். நரம்பியல் மருத்துவரை அணுகி சிகிச்சை எடுத்துக்கொண்டால் கருத்தரிக்கும் வாய்ப்பு உண்டாகும்.

மருந்துகள்

ஆன்டிபயாடிக் மருந்து மாத்திரைகள், ஹார்மோன் மருந்து கள், ரத்தக் கொதிப்புக்கான மருந்துகள், கருப்பையில் கரு பதியம் ஆவதைத் தடுத்துவிடுகின்றன.

மாதவிலக்கான பத்துப் பதினைந்து நாள்களில் ஆஸ்பிரின், அனாப்ராக்ஸ் போன்ற மாத்திரைகளையோ அல்லது மாத விலக்கு வலி நிவாரணிகளையோ எடுத்துக்கொண்டால், முதிர்ந்த முட்டை வெளியவருவது தடைபடும்.

வலி நிவாரணிகள், ஆல்கஹால், மன நோய்க்காகச் சாப்பிடும் மருந்துகள் போன்றவை, புரோலாக்டின் ஹார்மோனை அதிகமாகச் சுரந்து முட்டை வெளியாகாமல் செய்துவிடுகின்றன. இந்த மருந்துகளை, மருத்துவரின் ஆலோசனையின் பேரில் நிறுத்திவிட்டால், கருத்தரிப்பு விரைவில் ஏற்படும்.

நீங்கள் எந்த மாத்திரை பயன்படுத்தினாலும் அதைப் பற்றிய விவரத்தை மருத்துவரிடம் தெரிவித்துவிடவேண்டும். இந்த மருந்துகள், கருத்தரிப்பு வாய்ப்பை மட்டுப்படுத்துவதோடு, கருத்தரித்து கருக் குழந்தை வளரும்போது அதில் வளர்ச்சிக் குறைபாட்டையும் உண்டாக்கலாம். மாத்திரையால் பிரச்னை வரும் என்ற சந்தேகம் வந்தால், அதை எடுத்துக்கொள்ளாமல் தவிர்ப்பதே புத்திசாலித்தனம்.

போதை மருந்துகள்

ஹெராயின், கஞ்சா போன்ற போதை மருந்துகளால், உடலுறவு வேட்கை குறைவதோடு, மாதவிலக்கு மற்றும் முட்டை வெளியாகத் தேவையான ஹார்மோன்களின் நிலையும் சீர்கேடு அடைகிறது. இந்தப் போதை மருந்துகளைக் கைவிடா விட்டால், கருவாக்கத்துக்கு நீங்கள் நிறையப் பணம் செல வழிக்கவேண்டி இருக்கும். அப்படியே, குழந்தை பெற்றாலும் குறைபாடு உள்ள குழந்தையே பிறக்கும்.

பீடி, சிகரெட், கஞ்சா போன்றவை, ரத்தத்தில் கார்பன் டை ஆக்ஸைடு அளவை அதிகமாக்குவதால், குழந்தைக்குத் தேவையான ஆக்சிஜன் கிடைக்காது. இதனால், குழந்தையின் உடல் திசுக்கள் பாதிக்கப்படும் அல்லது தாயின் வயிற்றிலேயே குழந்தை இறந்துவிடும்.

கோகெய்ன் போன்றவற்றைப் பயன்படுத்தினாலும், இது போன்ற பிரச்னைகள்தான், கருவில் உள்ள குழந்தைக்கு ஏற்படும். நச்சுகள் நிறைந்த இவற்றை நிறுத்திவிட்டால், நாளடைவில் கருத்தரிப்பு வாய்ப்பு அதிகரிக்கும்.

குழந்தைப் பிறப்பின்போது அதிக ரத்தப் போக்கு

கருவாக்கத்துக்கு வந்த ஒரு பெண் சொன்ன தகவல் கொஞ்சம் வித்தியாசமானது.

'முதல் குழந்தை பிறந்தபோது, நானும் என் குழந்தையும் மரணத்தின் விளிம்புக்கே சென்றுவிட்டோம். குழந்தை பிறந்த பிறகு என்ன நடந்தது என்றே எனக்குத் தெரியாது. அந்த அளவுக்கு ரத்தப்போக்கு அதிகமாக இருந்தது. மருத்துவமனையில் 12 பாட்டில் ரத்தம் ஏற்றி என்னைக் காப்பாற்றினார்கள். பத்துப் பன்னிரண்டு நாள்கள் கழித்துத் தான் எனது குழந்தையை நான் முதல்முதலாகப் பார்த்தேன்.

இதுபற்றி, டாக்டரிடம் கேட்டபோது, கர்ப்பக் காலத்தில் பிட்யூட்டரி சுரப்பியில் அதிர்ச்சி ஏற்பட்டு, அதற்குப் போகும் ரத்தப்போக்கு தடைபட்டுவிட்டதால், அது செயல் இழந்து விட்டதாம். அதனால்தான், இவ்வாறு ரத்தப்போக்கு ஏற் பட்டது. இதற்கு ஷீஹன்ஸ் சின்ட்ரோம் என்று பெயர் என்று சொன்னார்.

முதலில் பெண் குழந்தை பிறந்தது. ஆண் குழந்தை பிறக்கும் எனக் காத்துக் கிடந்தோம். மாதவிலக்கே ஆகவில்லை, கருமுட்டையும் வெளியாக வாய்ப்பு இல்லை என்று சொன்ன டாக்டர், உங்களைப் பார்க்கச் சொன்னார். அதனால்தான், வந்தோம்' என்று கூறினார்.

அவருடைய பரிசோதனை ரிப்போர்டுகளை வாங்கிப் பார்த்தேன். பிட்யூட்டரி பாதிக்கப்பட்டிருந்தது. அதனால் தைராய்டு சுரப்பியையும், அட்ரீனல் ஹார்மோன் உற்பத்தியை யும் கட்டுப்படுத்த இயலாமல், சர்க்கரை அளவு உயர்ந்து விட்டிருந்தது.

இந்தப் பிரச்னை இருக்கும்போது, எப்போதுமே அசதியாக, களைப்பாக இருக்கும். கரு முட்டை வெளியாகாது. மாத விலக்கும் ஆகாது. குழந்தைப் பேறு மட்டும் எப்படி வாய்க்கும்.

கடைசியில், இவருக்கு பிட்யூட்டரி ஹார்மோன் மாற்றுச் சிகிச்சை செய்து, மாதவிலக்கை உண்டாக்கி கருவாக்கம் செய்தேன்.

பெண்மை தொடர்பான மருத்துவத் தகவல்

பெண்மை தொடர்பான மருத்துவத் தகவல் என்றதும், உங்கள் பெண்மையைப் பற்றி ஆராய்வதாக நினைத்துக் கொள்ளாதீர்கள். நீங்கள் கருத்தரிப்பதற்கு ஏற்ற வாய்ப்புகள்

எப்போது இருக்கும் என்பதை ஆராய்வதற்காக, உங்கள் மருத்துவக் குறிப்புகளைத் திரட்டி தகவல் சேகரிப்பதைத் தான், பெண்மைத் தொடர்பான தகவல் என்று குறிப்பிட்டிருக் கிறேன்.

மாதவிலக்கின் முதல் நாளன்று உங்கள் பீரியட் ஆரம்பிக் கிறது. இந்த நாளை முதல்நாளாகக் கொண்டுதான் கருவுற்ற நாள் கணக்கிடப்பட வேண்டும். பலர் இதைக் கவனத்தில் கொள்வது கிடையாது.

சமீபத்தில் ஒரு தம்பதியர் வந்தார்கள். மாதவிலக்கு நின்ற நாள் முதல் பதினான்கு நாள்களை எண்ணி, அந்த நாளில் உடலுறவு வைத்துக்கொண்டோம் என்று சொன்னார்கள். முட்டை வெளியாவது மாதவிலக்குத் தொடங்கிய 14-வது நாள் வாக்கில் என்றால், இவர்கள் உடலுறவு கொண்டது இருபதாவது நாள் வாக்கில். அதாவது, முட்டை வெளியான ஆறு நாள் கழித்து. எப்படிக் கருத்தரிப்பு நிகழும்?

மாதவிலக்காவது, பெண்ணுக்குப் பெண் வேறுபடுகிறது. சிலருக்கு 26 நாள்கள். சிலருக்கு 35 நாள்கள்கூட ஆவது உண்டு. இந்தநிலையில், கருத்தரிக்க வாய்ப்பு உள்ள நாளைக் கணக்கிடும்போது, கடைசியாக மாதவிலக்கு ஆக ஆரம்பித்த நாளைக் கணக்கில் எடுத்துக்கொண்டு, அதில் இருந்து பதினான்கு நாள்களைக் கழிக்க வேண்டும். இவ்வாறு, 35 நாள்கள் மாதவிலக்குச் சுற்று உள்ள பெண்ணுக்கு, 20 அல்லது 21-வது நாளும், 26 நாள்கள் சுழற்சி உள்ள பெண்ணுக்கு, 11 முதல் 12-வது நாளும் முட்டை வெளியாகும். முட்டை வெளியாகி 24 மணி நேரம் வரை காத்திருக்கும். இதுதான், உடலுறவுக்கும் கருவுறுவதற்கும் ஏற்ற காலமாகும்.

இதை, எடுத்துச் சொல்லும்போது முதலில் அவர்களுக்குப் புரியாது. ஓரிரு மாதச் சுழற்சிகளுக்குப் பிறகுதான் தெளிவாகப் புரியும். ஆகவே, அத்தனை மாதங்கள்வரை, குழந்தைப் பேறுக்காக வருபவர் மட்டுமல்ல, நாங்களும் காத்திருக்க வேண்டி இருக்கிறது.

மருத்துவர் கேட்கும் அனைத்துத் தகவல்களையும் விரல் நுனியில் வைத்திருக்க வேண்டும். அப்போதுதான், உங்க ளுக்குக் குழந்தைப் பேறு வாய்க்கும்.

12

பெண்களுக்கான கருவாக்க முறைகள்

கருவாக்கச் சிகிச்சைக்கு வரும் அனைவருக்குமே, கருமுட்டை வெளியாவதன் முக்கியத்துவம் கண்டிப்பாகத் தெரிந்து இருக்கும்.

கரு முட்டை வெளியானால் மட்டுமே, மற்ற பிரச்னைகளைக் கண்டறிந்து சுலபமாகச் சரிப்படுத்தி எளிதில் கருவாக்கம் செய்ய இயலும். இதற்காக, ஒவ்வொருவரும் அடிப்படை விஷயங்கள் சில வற்றைத் தெரிந்துகொண்டால், எவ்வாறு கரு முட்டை உருவாகிறது, அது எப்படி வெளியாகிறது, அது எந்த அளவுக்கு நமக்கு உதவுகிறது என்பதைப் புரிந்துகொள்ள முடியும்.

இந்த அத்தியாயத்தில், கரு முட்டை மற்றும் அதைச் சார்ந்த அத்தனை விஷயங்களையும் தெரிந்து கொள்ளலாம்.

முதலில், கரு முட்டை என்றால் என்ன என்பதைப் பற்றித் தெரிந்துகொள்ளுங்கள்.

கரு முட்டை

ஒரு பெண்ணை, பெண்ணாக்குவது அவளது கரு உறுப்புகள். இந்த உறுப்புகளில் சுரக்கும் ஹார் மோன்கள்தான், அவளைப் பெண்ணாக

மாற்றுகின்றன. இவ்வாறே, ஒரு பெண்ணைத் தாயாக்குவது, சினைப்பைகளில் உருவாகும் கரு முட்டைகள்.

ஓர் ஆண் பருவம் அடைந்த பிறகு, தொடங்கும் உயிரணுக் களின் உற்பத்தி அவனது கடைசிக் காலம்வரை தொடர்ந்து நடைபெறுகிறது. ஆனால், இதற்கு எதிர்மாறானது பெண்ணின் கரு முட்டை உற்பத்தி.

ஒரு பெண் சிசு, தாயின் வயிற்றில் இருக்கும்போதே, கரு முட்டை உருவாக்கத்துக்கான மூலச் செல்கள் இருக்கும். இந்த மூலச் செல்களுக்கு ஜெர்ம் செல்கள் என்று பெயர். தாயின் வயிற்றில் உள்ள 5 மாதச் சிசுவின் உடலில் சுமார் 70 லட்சம் ஜெர்ம் செல்கள் இருக்கும் என்றால் பார்த்துக் கொள்ளுங்கள்.

இந்த எண்ணிக்கை, அந்தக் குழந்தை பிறக்கும்போது முப்பது லட்சமாகக் குறையும். அந்தக் குழந்தை வளர்ந்து பருவம் அடையும்போது, சுமார் நான்கைந்து லட்சங்கள் எனக் குறைந்துவிடும்.

பருவ வயதுப் பெண்ணின் சினைப்பைகளில் உள்ள இத்தனை லட்சம் செல்களும் முதிர்ந்துவிடுகின்றனவா என்றால், இல்லை. ஒவ்வொரு மாதவிலக்குக்குப் பிறகும் சில முட்டை கள் வீதம், அவளுக்கு முற்றிலுமாக மாதவிலக்கு நிற்கும் காலம் (மெனோபாஸ்) வரை, சுமார் 400 முதல் 500 முட்டைகள் மட்டுமே முதிர்ந்து வரும். ஆண்டுக்கு ஒரு பிள்ளை என்றாலும், அதிகபட்சமாக முப்பது குழந்தைகள்வரை பெற்றுக்கொள்ள முடியும்.

கரு முட்டைக்குள், நமது பரம்பரைப் பண்புகளுக்குக் காரணமான குரோமோசோம்களில் 23 எக்ஸ் குரோமோசோம் கள் இருக்கும். ஆனால், இந்த முட்டைகள் அனைத்தும், முதிர்ச்சி அடையாமல் செயலற்ற நிலையில்தான் சினைப் பையில் இருக்கும். ஒவ்வொரு முட்டையைச் சுற்றிலும் கிரானுலோசா என்ற செல்கள் இருக்கும்.

இவை, முட்டை அமைந்துள்ள கருவணுக் கூட்டையும் வரிசைப்படுத்தித் தூண்டி, முட்டைகளுக்கு ஊட்டச்சத்து கொடுக்கக் கட்டளையிடும். இரண்டாவதாக, ஈஸ்ட்ரோஜென் என்ற பெண்மை ஹார்மோனைச் சுரக்க வைக்கின்றன.

ஹைபோதலாமஸின் தூண்டுதலால் சுரக்கும் எஃப்.எஸ்.எச். ஹார்மோன், கருவணுக் கூட்டில் இருக்கும் முட்டையைத் தூண்டி அதை முதிரச் செய்துவிடும். கருத்தரிப்பைத் தூண்டும் எல்.எச். ஹார்மோன், கரு முட்டையைச் சுமந்திருக்கிற கருவணுக் கூட்டைத் தூண்டி அதை வெளியேற்ற வைத்து விடும்.

கரு முட்டை வெளியாகக் காரணமான எஃப்.எஸ்.எச். ஹார்மோன், கிரானுலோசா செல்களைத் தூண்டும்போது, அவை அதிகமான எண்ணிக்கையிலும், செயல் வீரியம் கொண்டதாகவும் மாறி, முட்டைகளுக்கு ஊக்கமும் ஊட்ட மும் கொடுக்கும். இந்த ஊட்டத்தையும் ஊக்கத்தையும் பெற்று எந்த முட்டை முதிர்கிறதோ அது வெளியில் வந்துவிடும். மற்ற முட்டைகள் இறந்துவிடும்.

முட்டை வெளியாவதற்கு முன்பு, கிரானுலோசா செல்களின் தூண்டுதல் மற்றும் எஃப்.எஸ்.எச். ஹார்மோனின் மறைமுகத் தூண்டுதலை, கருவணுக் கூடுகளில் சுரக்கும் ஈஸ்ட்ரோஜென் ஹார்மோன் ரத்தத்தில் கலந்துவிடும். இந்தத் தகவல் மூளைக்குக் கிடைத்ததும், முட்டையை வெளியாக்குவதற் காக எல்.எச். ஹார்மோனை அனுப்பிவைக்கும். எல்.எச். ஹார்மோன் சுரந்து அதிகமாகும்போதுதான், அடுத்த 36 மணி நேரத்துக்குள் கரு முட்டை வெளியாகும்.

ஈஸ்ட்ரோஜென் என்ற ஹார்மோன் சுரந்து அதிகமாவதன் மூலம், இன்னொரு ஹார்மோன் சுரப்புக்குக் காரணமாகி, அந்த ஹார்மோன் சுரப்பையும் அதிகப்படுத்தி வேலை வாங்குகிறதே, இதற்குத்தான் 'ஃபீட்பேக் மெக்கானிசம்' என்று பெயர்.

இந்த ஹார்மோன்களின் செயல்பாடுகள் மாதந்தோறும் சரியாக இருந்தால்தான் கரு முட்டை வெளியே வருவதில் பிரச்னைகள் எதுவும் இருக்காது. வெளியே வரும் கரு முட்டையை, உயிரணு சந்தித்து இணைந்தால், சினை முட்டையாகி, கருப்பைக்கு வந்து பதியமாகும்.

இதுதான், கரு முட்டையைப் பற்றிய சுருக்கமானத் தகவல்.

இந்தக் கரு முட்டை வெளியாவதை அறிவதற்குப் பல வழிகள் உள்ளன. அவற்றைப் பற்றித் தெரிந்துகொள்ளுங்கள்.

முட்டை வெளியாவது என்றால் என்ன?

மேலே சொல்லப்பட்ட விவரங்கள், உங்களுக்குப் புரிந்து கொள்ள வசதியாக இருக்கும் என நினைக்கிறேன். அவ்வாறு புரிந்துகொள்ள முடியாவிட்டால், மீண்டும் அதைப்பற்றி தெளிவாகச் சொல்கிறேன்.

ஹைபோதலாமஸ், பிட்யூட்டரி சுரப்பி, சினைப்பை ஆகிய மூன்றும் ஒரே சமமாகச் செயல்பட்டு, தங்களுக்குள் ஹார் மோன் சீரான நிலையை உண்டாக்கிக்கொள்கின்றன.

ஹைபோதலாமஸ் கொனடோட்ரோபிக் ஹார்மோன் எனப் படும் பாலின ஊக்கி ஹார்மோனைச் சுரந்து, எல்.எச். மற்றும் எஃப்.எஸ்.எச். ஹார்மோனைச் சுரக்கவைக்கும்.

பிட்யூட்டரி சுரப்பியானது, மாதந்தோறும் ஒரே மாதிரியாகச் செயல்பட்டு எஃப்.எஸ்.எச். ஹார்மோனைச் சுரந்து, சினைப் பையில் உள்ள ஆயிரம் முட்டைகளுக்கு மேல் தூண்டும். இந்தக் காலகட்டத்துக்குக் கருவணுக்களைத் தூண்டும் காலம் என்று பெயர்.

வயதுவந்த பெண்களின் உடலில் சுமார் ஐந்து லட்சம் முட்டைச் செல்கள் இருக்கும். இவற்றுள், 400 முதல் 500 முட்டைகள்வரை மட்டுமே முதிர்ச்சி அடையும். என்ன காரணத்தாலோ, ஆயிரத்தில் ஒரே ஒரு முட்டை மட்டுமே முதிர்ச்சி அடைந்துவருகிறது.

கரு முட்டையானது, மிகச்சிறிய கூட்டுக்குள் இருக்கும். இதற்குக் கருவணுக் கூடு என்று பெயர்.

கருவணுக் கூட்டுக் காலத்தின்போது, எல்.எச். ஹார்மோன், சினைப் பையின் தாக்கா செல்களில் செயல்புரிந்து, கிரானுலோசா செல்களில் இருந்து ஈஸ்ட்ரோஜென் உற்பத்தியை ஆரம்பித்துவைக்கிறது. இந்த ஈஸ்ட்ரோஜென், எல்.எச். ஹார்மோனை மேலும் கூர்மையானதாக மாற்றி, கருவணுக் கூட்டைத் தூண்டி முட்டைச் செல் வளர்ச்சியை உண்டாக்குகிறது.

சினைப்பையின் வெளிப்பகுதியை நோக்கி கருவணுக் கூடு வளருவதால், அதில் உள்ள முட்டை தன்னுடைய இயல்பு

நிலையைவிட நாற்பது மடங்கு பெரிதாக வளர்கிறது. முட்டையின் வளர்ச்சி முடிவடையும் தருணத்தில், சினைப் பையானது பிட்யூட்டரி ஹார்மோனிடம், 'எனக்கு எஃப்.எஸ்.எச்.சின் தேவை போதும். நிறுத்திக்கொள்ள உதவி செய்' என்று சொல்லும். இந்தத் தகவல் வந்ததும், உடனே வேறு ஹார்மோனை அனுப்பி எஃப்.எஸ்.எச். ஹார் மோனை பிட்யூட்டரி குறைத்துக்கொள்கிறது. இதற்கு 'ஃபீட்பேக் மெக்கானிசம்' என்று பெயர்.

முட்டை வெளியாவதற்குச் சற்று முன், அதன் நியூக்ளியஸ் எனப்படும் மையப் பகுதி இரண்டாகப் பிரிக்கிறது. இதனுள் மொத்த குரோமோசோமில் பாதி அளவு இருக்கும்.

ஆணின் உயிரணுச் செல்லைப்போலவே, பெண்ணின் முட்டைச் செல் உருவாவதற்காக, பெண்ணின் மூலக் கருவணு இரண்டு முறை பிரிகிறது. இந்தப் பிரிவின்போது, உயிரோடு உள்ள முட்டையானது, ஊட்டச்சத்தைப் பெற்றுக் கொண்டு தேவை இல்லாத குரோமோசோம்களை நீக்கிக் கொள்கிறது. முட்டையானது சினையுற்று, கருப்பையில் பதியமாகும்வரை இந்த ஊட்டச்சத்தைத்தான் பயன்படுத்திக் கொள்கிறது.

ஈஸ்ட்ரோஜென் ஹார்மோன், கருப்பை வரிப் பள்ளங்களைத் தூண்டி அவற்றைப் பருமனாகவும், சதைப் பிடிப்பு உள்ளதாக வும், கருவுக்குத் தேவையான போஷாக்குகள் நிரம்பிய தாகவும் மாற்றுகிறது.

கருப்பை சளிச்சுரப்பு தெளிவாகவும், நீர்மைத் தன்மை யுடனும் மாறுவதன் மூலம் ஈஸ்ட்ரோஜென் அளவை உயர்த்து கிறது. விந்தணுக்கள் வரும்போது அவற்றைத் தடுத்து நேர்வழியில் முட்டையை அடையும் வழியை ஏற்படுத்தித் தருகிறது.

மாதவிலக்கின் மையப் பகுதியில் ஈஸ்ட்ரோஜென் அளவு அதிகமாக இருக்கும்போது, வெளிப்பட்ட முட்டையானது தனது பயணத்தைத் தொடங்கப்போகிறது என்பதை பிட்யூட்டரி சுரப்பி உணர்ந்துகொள்ளும். உடனடியாக, எல்.எச். ஹார்மோனைச் சுரந்து 18 முதல் 36 மணி நேரத்துக்குள் முட்டையை வெளியிட வைத்துவிடும்.

சினைப்பையின் வெளிப்பகுதிக் கருவணுக் கூடு கரைந்து முட்டை வெளியேற வழிவிடுவதால், பாதுகாப்புத் திசுக்கள் சூழ, முட்டை அங்கிருந்து வெளியேறி கருப்பைக் குழாயை நோக்கி வரும். கருக் குழாயின் விரல் போன்ற அமைப்பு, முட்டையைத் தாங்கிப்பிடித்து தன்னுள் அணைத்துக் கொள்ளும்.

சிலியா என்ற மெல்லிய மயிரிழை போன்ற அமைப்பின் உதவியோடு, கருக் குழாய்க்குள் நான்கைந்து நாள் பயணமாக முட்டை செல்லும். முட்டை வெளியான பன்னிரெண்டு மணி நேரத்துக்குள் முட்டையை உயிரணு சந்தித்து இணைந் தால், அங்கேயே சினை முட்டையாகி பிறகு கருப்பையை நோக்கி வரும்.

முட்டையின் பயணத்தின்போது, அதை விடுவித்துவிட்ட கருவணுக் கூடு, கார்பஸ் லூட்டியம் என்ற பொருளாக மாறும். பிட்யூட்டரி சுரக்கும் எல்.எச். ஹார்மோன் உதவி யோடு மஞ்சள் நிறமாக மாறி, சினை முட்டையை வளர்க்கும் பொறுப்பை ஏற்பதற்குக் கருப்பையில் வசதிகளை உண்டாக்கும்.

இதற்காக, இது சுரக்கும் புரொஜெஸ்டீரான் என்ற ஹார் மோன், கரு பதிவதற்கு மட்டுமின்றி, உடல் வெப்பநிலையை யும் கட்டுப்பாட்டில் வைத்துக்கொள்ள உதவுகிறது. இதனால்தான், முட்டை வெளியான சிறிது நேரத்திலேயே உடல் வெப்பநிலை சற்று உயர்கிறது. கருவாக்கம் நிகழாத பட்சத்தில், கார்பஸ் லூட்டியம் சிதைந்துவிடும். ஈஸ்ட் ரோஜென் மற்றும் புரொஜெஸ்டீரான் ஹார்மோன் அளவும் வேகமாகக் குறைந்துவிடும். இதனால், அடுத்த மாதவிலக்கு சுமார் ஒரு வார காலத்துக்குள் ஏற்பட வழி பிறக்கும்.

கருவாக்கம் சிறப்பாக இருப்பதற்கு, ஹைபோதலாமஸ், பிட்யூட்டரி மற்றும் சினைப்பை ஆகியவை ஓர் ஒழுங்கமை வில் சீராகச் செயல்பட வேண்டும். இவை ஒற்றுமையாகச் செயல்படாவிட்டால், மாதவிலக்கு ஒழுங்கீனம் தோன்றும். முட்டை வெளியாகாது. கருவாக்கப் பிரச்னைகள் தோன்றும்.

சரியான முறையில் கருவாக்கம் நடைபெற, முட்டை வெளி யாவதை அறியும் வழிகளைத் தெரிந்துகொள்ளுங்கள்.

மாதச்சுழற்சித் தகவலில் இருந்து க்ளூ பெறுதல்

முட்டை வெளியாகி அதைப் பெறுவதை, ஒரு முழுமையான இசையைக் கேட்பதற்கு ஒப்பிடலாம். ஒரு சிறந்த இசை அமைப்பாளரிடம் இருந்து, இசைக் குறிப்புகள் எல்லாம் ஒன்று சேர்ந்து, ஒரு புதுவித முழுமையான இசையை நாம் கேட்கிறோம்.

இப்படித்தான், முட்டை வெளியாகிற நிகழ்ச்சியில், வெவ்வேறு செயல்பாடுகள் எல்லாம் சேர்ந்து ஒன்றாக ஒத்துழைத்து, முட்டை வெளியாகும் நிகழ்வை வெற்றிகர மாக்குகின்றன. இவற்றில் எங்காவது பிரச்னை ஏற்பட்டால், ஒத்து ஊதாத வாத்தியம் எப்படி அமங்கல இசையாகி விடுமோ, அப்படித்தான் முட்டை சேகரிக்கும் நிகழ்ச்சியும் ஆகிவிடும். முட்டை வெளியாகும் நிகழ்ச்சி, மாதவிலக்குச் சுழற்சியின்போது ஏற்படும் மாற்றங்களால் நடைபெறுகிறது என்பதையும், அதில் ஏதோ காரணங்களால் வரும் தடை யினால்தான் நிறுத்தப்படுகிறது என்பதையும் பார்த்தோம்.

முட்டை வெளியாகாவிட்டால், ஹார்மோன்கள் அதற்கான நடவடிக்கைகள் எதுவும் எடுக்கப்படாமல் கிடப்பில் போட்டுவிட்டால், மாதந்தோறும் விலக்கு வராமல், எப்போதாவது ஒருமுறை விலக்காகிறது அல்லது விலக்கு வராமல் போகிறது. அப்படியும் இல்லாவிட்டால், விட்டு விட்டு விலக்காகிறது. இது பிரச்னைக்குரிய நிலையாகும்.

விந்துப் பரிசோதனைபோலவே மாதவிலக்கு பற்றிய தகவல் களும் பல்வேறு விஷயங்களை உணர்த்தும். இதைக் கொண்டு, எங்கு பிரச்னைக்கான காரணம் உள்ளது என்பதைத் தெரிந்துகொள்ளலாம்.

மாதவிலக்கின் மூன்று பகுதிகள்

வழக்கமான மாதவிலக்குக் காலம்

கடிகார முள்கள் எவ்வளவு சரியாகச் சுழன்று விநாடிகள், நிமிடங்கள் மற்றும் மணியைத் துல்லியமாகக் காட்டு கின்றனவோ, அப்படித்தான் மாதந்தோறும் கரு உறுப்பில் ஏற்படுகிற மாற்றங்கள் அனைத்தும், முட்டை வெளியிடுதல் என்ற இலக்கை நோக்கி நகர்ந்து குறிப்பிட்ட நாளில் விலக்காக வெளியே வரும்.

ஒழுங்காக வரும் விலக்கு 25 நாள்களுக்கு ஒருமுறை யாகவோ, 35 நாள்களுக்கு ஒருமுறையாகவோ இருக்கலாம். மாதவிலக்கு ஒழுங்காக இருந்தால், முட்டை ஒழுங்காக வெளியாகும். முதல் மாதம் 23 நாள்களில் வந்து, மறுமாதம் 35 நாள்களுக்குச் சென்றால், உங்களுக்கு முட்டை வெளி யாவதில், அதாவது கருத்தரிப்பில் பிரச்னை இருக்கிறது என்பது பொருள். மாதவிலக்கு சரியாக வருகிறது என்பதை நீங்கள் தெரிவித்தால், முட்டை வெளியாகிறது; ஆனால், கருவாக்கத்தை வேறு ஏதோ ஒன்று தடை செய்கிறது என்பதை மருத்துவர் தெரிந்துகொள்வார்.

ஒழுங்கற்ற மாதவிலக்கு

கருவாக்கக் குறைபாட்டுக்கு இந்தப் பிரச்னை ஒரு பொதுவான காரணம். சில பெண்களுக்கு, முற்றிலும் விலக்கு நின்றுவிட்டதுபோன்றே இருக்கும். சரியான சிகிச்சை அளித்து மீண்டும் மாதவிலக்கில் ஒழுங்கை உண்டாக்க வேண்டும்.

மாதவிலக்கே வராத நிலை

பெண்ணுக்கு வயதாகியும் மாதவிலக்கே வரவில்லை என்றால், பரம்பரைக் காரணிகளே காரணமாக இருக்கும். பிறவியிலேயே குறைபாடான பிறப்பு உறுப்புகள், தாமதமாக விலக்கு ஏற்படுதல், பிட்யூட்டரி குறைபாடாகச் செயல் படுதல் ஆகியவை காரணமாக இருக்கும். பதினாறு வயதாகி யும் மாதவிலக்கு வரவில்லை என்றால், கண்டிப்பாக மருத்துவரைப் பார்க்க வேண்டும்.

சிலருக்கு, ஹார்மோன் சிகிச்சை அல்லது அறுவைச் சிகிச்சை மூலம் தீர்வு கிடைக்கும். தற்போது உள்ள நவீன சிகிச்சைகள் மூலம் நோய்ப் பரிசோதனையும், சிகிச்சையும் செய்து மாதவிலக்கை ஒழுங்குபடுத்தலாம்.

எது இயல்பான மாதவிலக்கு

பொதுவாக, பெண்கள் எல்லோருமே தங்களுக்கு அடுத்த மாதவிலக்கு எப்போது வரப்போகிறது என்பதை முன்னதாக அறிந்து வைத்திருப்பார்கள்.

ஒரு பெண், குறிப்பிட்ட தேதியன்று தனக்கு மாதவிலக்கு ஆகும் என்று சொல்லி, அந்தத் தேதியில் மாதவிலக்கு ஆனால், அந்தப் பெண்ணுக்கு மாதவிலக்குச் சுழற்சி ஒழுங் காகவும் சரியாகவும் நடைபெறுகிறது என்று பொருள். இத்தகைய பெண்களுக்கு முட்டை சரியாக வெளியாகும். அந்த நிலையில், அவர்களுக்கு வேறு என்ன பிரச்னை இருக்கிறது என்பதை மருத்துவர் ஆராய ஆரம்பித்துவிடுவார்.

என்னிடம் இப்படிச் சொல்லும் பெண்களிடம், இந்த நேரத்தில் உடல் வெப்பநிலை எந்த அளவுக்கு உயர்கிறது என்பதை அறிந்துகொள்வதற்காக, வெப்பப் பரிசோதனை செய்யச் சொல்வேன்.

இந்தப் பரிசோதனையை, இரண்டு மாதங்கள் தொடர்ந்து செய்துவந்தால், இதனுடன் சிறுநீர்ப் பரிசோதனையில் எல்.எச். இருப்பதை அறிந்துகொண்டால், முட்டை வெளி யாகும் நேரத்தைத் துல்லியமாக அறிந்து, அடுத்தகட்ட நடவடிக்கையில் ஈடுபட முடியும்.

உடல் வெப்பப் பரிசோதனையில், முட்டை வெளியாவதை அறிதல்

படுக்கையில் ஓய்வாக இருக்கும்போது, உங்களுடைய உடல் வெப்பநிலை எவ்வாறு இருக்கிறது என்பதை அறிவதுதான் உடல் வெப்பப் பரிசோதனை. இதை, ‘பேசல் பாடி டெம்பரேச்சர்’ என்று சொல்வார்கள்.

இந்தப் பரிசோதனை, ஒழுங்காக மாதவிலக்கு ஆகும் பெண் களுக்கு மட்டுமே பொருந்தும். மற்றவர்களுக்குப் பொருந்தாது என்பதைக் கவனத்தில் வைத்துக்கொள்ள வேண்டும்.

கார்பஸ் லூட்டியம் எனப்படும் பழுப்புச் சுரப்பிக் குமிழ், புரொஜெஸ்டீரான் ஹார்மோனைச் சுரக்கும்போது, வெப்பநிலை கொஞ்சமாக உயரும். மாதவிலக்கு ஆன முதல் இரண்டு வாரத்தில், இந்த வெப்ப அளவு உங்களது இயல் பான உடல் வெப்ப அளவில் இருந்து சிறிது மாறும்.

இயல்பான உடல் வெப்பநிலை 98 டிகிரிக்கும் கீழ் இருக்கிறது என வைத்துக்கொள்ளுங்கள். புரொஜெஸ்டீரான் சுரந்தால் 98.4 டிகிரி அளவுக்கு உயரும்.

வெப்பம் உயர ஆரம்பித்த இரண்டு அல்லது மூன்று நாள்கள் வரையிலான காலம், உங்களுக்கு முட்டை வெளியாகும் காலமாகும். இதுவே கருவுற ஏற்ற காலமாகும். அதற்குப் பிறகு அந்த வாய்ப்பு குறைந்துவிடும்.

தொடர்ச்சியாக மூன்று மாதங்கள்வரை வெப்பப் பரி சோதனை செய்துவந்தால், எப்போது நீங்கள் கருத்தரிக்க வாய்ப்பு இருக்கிறது என்பதைத் தெரிந்துகொள்ளலாம்.

முட்டை வெளியாகத் தவறுதல்

முதலில் உயரும் அதிக வெப்பம் கொஞ்சமும் குறையாமல் தொடர்ந்து நீடித்தால், முட்டை வெளியாகவில்லை என்று பொருள். வெப்பம் அதிகரிக்க ஆரம்பித்த பத்து நாள் களுக்குள் அடுத்த மாதவிலக்கு ஆரம்பித்துவிட்டால், உங்களுக்கு புரொஜெஸ்டீரான் ஹார்மோன் அளவு குறைந்துவிட்டதாகப் பொருள். புரொஜெஸ்டீரான் இல்லா மல் கருவை வளர்க்க இயலாது. எனவேதான், மாதவிலக் கான சுமார் பதினான்காவது நாள் முதற்கொண்டு வெப்ப நிலையைக் கவனமாகக் கண்காணித்து என்னிடம் தெரிவிக்க வேண்டும் என சிகிச்சை மேற்கொள்பவர்களிடம் நான் சொல்வது உண்டு.

அடுத்த மாதவிலக்கு ஆகும் தேதியைத் தாண்டியும் உயர்ந்த வெப்பநிலை கொஞ்சமும் குறையவில்லை என்றால், நீங்கள் மகிழ்ச்சியால் துள்ளிக் குதிக்கலாம். ஏனெனில், நீங்கள் கருவுற்றிருப்பதற்கான அடையாளம் அது. உடல் வெப்பப் பரிசோதனை அட்டவணை வைத்திருக்கும்போது, வெறும் உடல் வெப்பத்தை மட்டும் கணக்கிடக் கூடாது.

- ★ உங்கள் மாதவிலக்குத் தேதி
- ★ நீங்கள் உடலுறவு வைத்துக்கொண்ட நாள்
- ★ முட்டை வெளியானதைத் தொடர்ந்து ஏற்பட்ட வலி
- ★ எந்த நாளில் உங்களுக்கு காய்ச்சல் போன்ற நோய்கள் தோன்றின?
- ★ குறிப்பிடக்கூடிய நிகழ்வுகள் என்ன?

என்பது போன்ற விவரங்களையெல்லாம் அட்டவணையில் குறித்துக்கொள்ள வேண்டும்.

இவ்வளவு முக்கியத்துவம் கொண்ட உடல் இயல்பு வெப்பப் பரிசோதனையை, டாக்டர் முக்கியமாகக் கருதாமல், வேறு ஏதேனும் பிரச்னைகள் இருக்கிறதா என்பதைக் கண்டறிய, இதை ஒரு வழிகாட்டியாக மட்டும் எடுத்துக்கொள்வார்கள்.

உடல் வெப்பப் பரிசோதனை அட்டவணையை எப்படிப் பயன்படுத்துவது?

முதல் மாதவிலக்கு முடிந்த நாளில், அதிகாலையில் உங்கள் உடலில் வெப்பத்தைக் குறித்துக்கொள்ளுங்கள். இதற்காக, தெர்மாமீட்டரை உங்கள் படுக்கையிலேயே வைத்துக் கொள்ள வேண்டும்.

விழித்து எழுந்தவுடனே உட்காரவோ, சிறுநீர் கழிக்கவோ செல்லக் கூடாது. ஓய்வு நிலையிலேயே தெர்மாமீட்டரை உங்கள் வாயில் வைத்துக்கொள்ளுங்கள். அதற்கு முன், தெர்மாமீட்டரை நன்றாகக் குலுக்க வேண்டும். பிறகு, பிறப்பு உறுப்பு அல்லது ஆசன வாயிலில் ஐந்து நிமிடங்கள்வரை வைத்துக்கொள்ள வேண்டும்.

ஒருநாள் காலையில் நான்கு மணிக்கும், இன்னொரு நாள் காலையில் ஐந்து மணிக்கும் இந்தப் பரிசோதனையைச் செய்யக் கூடாது. குறிப்பிட்ட நேரத்தைத் தீர்மானித்துக் கொண்டு, அந்த நேரத்தில் இந்தப் பரிசோதனையை ஆரம் பிக்க வேண்டும். மாதத்துக்கு மாதம் இந்தப் பரிசோதனை முறையை மாற்றிக்கொள்ளவும் கூடாது.

எழுந்த பிறகு சிறுநீர் கழித்துவிட்டு வந்து பரிசோதிக்கலாம், காபி குடித்துவிட்டு பரிசோதிக்கலாம், தெர்மா மீட்டரை தேடி எடுத்து வந்து பரிசோதிக்கலாம் என்று இருந்தால், சரியான வெப்பநிலை தெரியவராது. படுக்கையில் இருந்து எழுந்திருக்காமலேயே பரிசோதனையைச் செய்ய வேண்டும். உடலின் வெப்பநிலை, முதல் நாளில் எவ்வளவு என்பதைக் குறித்துக்கொள்ள வேண்டும். அதற்கு ஒரு குறியீடு கொடுக்க லாம். உடலுறவு வைத்துக்கொண்ட நாளைக் குறிப்பிட இன்னொரு மாதிரியான குறியீடு, மாதவிலக்கான தேதிக்கு ஒரு குறியீடு, முட்டை வெளியான பிறகு ஏற்பட்ட அசவுகரியங் களைக் குறிப்பிட ஒரு குறியீடு, நீங்கள் ஒருநாள் நோய்வாய்ப் பட்டிருந்தீர்கள் அல்லது அயர்ந்து தூங்கிவிட்டீர்கள் அல்லது தூங்கவே இல்லை என்றால் அதை உணர்த்த ஒரு குறியீடு,

காய்ச்சல் இருந்து அதற்காக மருந்து சாப்பிட்டீர்கள் என்றால் அதை உணர்த்த ஒரு குறியீடு.

இப்படி, ஒவ்வொரு விஷயத்தையும் குறியீடுகளால் சரியாகக் குறித்துக்கொள்ள வேண்டும்.

தெர்மா மீட்டரைப் பயன்படுத்திவிட்டு அதைச் சுத்தமாகக் கழுவி, குலுக்கி, துடைத்து உங்கள் படுக்கை அருகே வைத்துக் கொள்ள வேண்டும். அடுத்த மாதவிலக்கு வரும்வரை, தொடர்ச்சியாக நாள் தவறாமல் இந்தப் பரிசோதனையைச் செய்துவர வேண்டும். மருத்துவரைப் பார்க்கச் செல்லும் போதெல்லாம், இந்த உடல் வெப்ப அட்டவணையைக் கையோடு எடுத்துச்செல்ல வேண்டும். மறக்கவே கூடாது.

இந்தப் பரிசோதனை, உங்கள் ஹார்மோன் அளவு, முட்டை வெளியாகும் நாள், உடலுறவு கொள்ள வசதியான நாள் போன்றவற்றைத் தெளிவுபடுத்தும். தவிர, உங்கள் வாழ்வில் நடைபெற்ற நிகழ்வுகளை மறைக்காமல் டாக்டரிடம் சொல்ல வேண்டும்.

சிறுநீரில் எல்.எச். அளவைப் பரிசோதித்தல்

பல்வேறு பரிசோதனைகளை எல்லாம் உங்களுக்குக் கரு முட்டை வெளியாகி இருக்கிறதா என்பதைத் தெரியப்படுத்தி னாலும், எந்த நாளில் முட்டை வெளியானது என்பதை அவை துல்லியமாகத் தெளிவுபடுத்தாது என்பதால்தான், எல்.எச். ஹார்மோன் அளவைச் சிறுநீரில் பரிசோதிக்கிறார்கள்.

எல்.எச். அளவு, முட்டை வெளியாவதற்கு 24 மணி நேரம் இருக்கும்போதே வெளிப்படுகிறது. தற்போது, எல்.எச். இருப்பதைக் கண்டுபிடிப்பதற்காக கிட்டுகள் நிறையவே வந்துவிட்டன.

28 நாள்களுக்கு ஒருமுறை மாதவிலக்கு வருகிறது என்றால், எல்.எச். பரிசோதனையை 12-வது நாளிலேயே தொடங்கி விட வேண்டும். முட்டை வெளியாவதற்காக மாத்திரைகள் சாப்பிட்ட நான்கு நாள்களுக்குப் பிறகு பரிசோதனையை ஆரம்பிக்கலாம்.

பரிசோதனை ஸ்டிக்குகளை தூர எறிந்துவிடாமல் சேகரித்து வைத்துக்கொண்டால், அதில் உள்ள மாற்றங்களை வைத்து

எப்போது முட்டை வெளியானது என்பதையும், இந்த மாற்றத்துக்கு என்ன காரணம் என்பதையும் மருத்துவரிடம் கேட்டு விவரங்களைத் தெரிந்துகொள்ளலாம்.

சிறுநீரில் எல்.எச். இருக்கிறதா இல்லையா என்பது பரிசோதனை மேற்கொண்ட ஆறு நாள்கள்வரை தெரியா விட்டால், ரத்தப் பரிசோதனை அல்லது அல்ட்ரா-சவுண்டு பரிசோதனை செய்து எல்.எச். பற்றித் தெரிந்துகொள்ளலாம்.

எண்டோமெட்ரியல் பயாப்சி

கருப்பைச் சுவரில் இருந்து மிகச்சிறிய அளவில் திசு எடுத்து, கருப்பை எந்த அளவுக்கு உங்கள் கருவைத் தாங்கும் என்பதைப் பரிசோதித்துத் தெரிந்துகொள்ளலாம்.

எப்போதுமே, பயாப்சி எடுக்கும் முன் உங்கள் எல்.எச். உயரும் அளவு, மாதவிலக்குச் சுழற்சி விவரம் போன்றவற்றைத் தெரிந்துகொள்வேன். பயாப்சி எடுக்கும் மாதத்தில், குறிப்பிட்ட சில நாள்களுக்கு உடலுறவு வைத்துக்கொள்ளக் கூடாது என்று வலியுறுத்துவேன்.

கருவணுக் கூடுகள் வெடிக்காமல் அல்லது நோய்த் தடுப்பு செல்கள் பிரச்னை காரணமாக, பாதிப்புகள் ஏதேனும் ஏற்பட்டு இருந்தால், எண்டோமெட்ரியல் பயாப்சியில் தெரிந்துகொள்ள முடியும்.

பெண்ணின் மாதவிலக்குச் சுழற்சி சரியாக இருந்துவிட்டால், வேறுவிதப் பரிசோதனைகள் மேற்கொண்டு, பிரச்னைகளுக்கு என்ன காரணம் என்பதை அறியவும், மேல் சிகிச்சை செய்வதற்கு வேறு வழிகளை ஆராயவும் உதவும்.

ஆகவே, கருவாக்கச் சிகிச்சைக்கு வருகிறவர்கள், கருமுட்டை வெளியாகிறதா என்கிற விவரத்தை முற்றிலுமாக அறிந்தவர்களாக இருக்க வேண்டியதும், அந்த விவரங்கள் அனைத்தையும் தங்கள் மருத்துவரிடம் தெரிவிக்க வேண்டியதும் அவசியம் என்பதைக் கவனத்தில் வைத்துக்கொள்ள வேண்டும்.

இப்படிச் செய்தால்தான், விரைவில் உங்களுக்குக் குழந்தை பிறக்கும்.

13

மாதவிலக்குப் பிரச்னைகளை கண்டறிதல்

மாதவிலக்கு ஒழுங்காக இல்லை என்ற பிரச்னையோடு வரும் பெண்களிடம், நான் இரண்டு கேள்விகள் கேட்பது உண்டு.

‘உங்களுக்கு மாதவிலக்கு ஆகிறதா?’

‘முட்டை வெளியாகிறதா?’

இந்த இரண்டு கேள்விகளுக்கும் அவர்கள் சரியாகப் பதில் சொல்லிவிட்டால், அவர்களின் கருவாக்கப் பிரச்னைக்கு என்ன காரணம் என்பதை நான் ஓரளவு கணித்துவிடுவேன்.

இந்த கேள்விகள் மட்டுமல்ல, அவ்வப்போது வேறு சில கேள்விகளும் கேட்பது உண்டு. இவை அனைத்துமே, அவர்களின் கருவாக்கத் திறனை மேம்படுத்தி, கூடுமானவரை நவீன சிகிச்சைகளான சோதனைக் குழாய் போன்ற சிகிச்சைகள் இன்றி இயல்பாகக் கருத்தரிக்கும் வாய்ப்பை ஏற்படுத்துவதற்கு உதவும்.

மாதவிலக்கை உண்டாக்குவது எது?

ஒவ்வொரு மாதமும் ஈஸ்ட்ரோஜெனும் புரொஜெஸ்டீரானும் கருப்பைச் சுவரைத் தூண்டுகின்றன.

புரொஜெஸ்டீரானை உண்டாக்கும் கார்பஸ் லூட்டியம், மாத விலக்கின் முடிவில் உதிர்ந்துவிடுகிறது. புரொஜெஸ்டீரான் வித்ட்ராயல் ப்ளீட், அதாவது புரொஜெஸ்டீரானை நீங்கிய தற்காக ரத்தப்போக்கு உண்டாகிறது.

கருப்பையின் சுவர்ப் பகுதியில் உள்ள ரத்த நாளங்கள், அலை அலையாக ரத்தக்கசிவை உண்டாக்குவதால்தான் மாத விலக்கு ஆகிறது. விலக்கின் முடிவில், ரத்த உறைவை உண்டாக்கும் பொருள்கள், ரத்தகசிவு உள்ள பகுதிகளை மூடிவிடுவதால் மாதவிலக்கு நின்றுவிடுகிறது. இதனால், ஈஸ்ட்ரொஜென் அடுத்த மாத சுழற்சியை ஆரம்பிப்பதற்காக, கருப்பைச் சுவரை பலப்படுத்தும் பணியில் ஈடுபடுகிறது.

இவை இயல்பாக நடைபெறும் கருத்தரிப்புச் செயல்கள். இந்த வழக்கம் மாறுபாடாகத் தோன்றுவதற்கு என்ன காரணங்கள் இருக்கக்கூடும் என்பதை அறிவதற்காகப் பல்வேறு பரிசோதனைகள் செய்வது அவசியம். அவற்றைப் பற்றியும் தெரிந்துகொள்ளுங்கள்.

துவக்கப் பரிசோதனைகள்

உங்கள் மாதவிலக்கு இயல்புக்கு மாறாக இருப்பது ஏன் என்பதை அறிவதற்குப் பல்வேறு சோதனைகள் உள்ளன. இதன்மூலம், உங்கள் மாதவிலக்கையும், வெளியாக வேண்டிய முட்டையையும் எது தடுக்கிறது என்பதை அறிந்து கொள்ளலாம்.

கர்ப்பப் பரிசோதனை

என்னிடம் கருவாக்கச் சிகிச்சைக்காக வந்த முப்பத்தைந்து வயதுப் பெண்மணி, தொடர்ந்து மாதவிலக்கு ஆகி வந்ததாக வும், சமீபத்தில் அதுவும் நின்றுவிட்டதாகவும் தெரிவித்தார். அவருக்கு என்ன பயம் என்றால், மாதவிலக்கு குறிப்பிட்ட வயதுக்கு முன்பே நின்றுவிட்டால், அதன்பிறகு குழந்தை பெற்றுக்கொள்ள இயலாதே என்பதுதான்.

அவரைப் பரிசோதித்தபோது, கர்ப்பம் தரித்திருப்பதற்கான அறிகுறி அனைத்தும் இருந்தன. உண்மையிலேயே அவர் கர்ப்பம் தரித்திருந்தார். நான் இந்த விஷயத்தைச் சொன்ன போது, அவர் என்னை நம்பவே இல்லை. அவரை நம்ப

வைப்பதற்காக, சில பரிசோதனைகள் செய்து விளக்கிய பிறகுதான் அவர் நம்பினார். அவர் அடைந்த மகிழ்ச்சிக்கும் அளவே இல்லை.

மாதவிலக்கு நிற்பதற்குத் தனிப்பெறும் காரணமாக இருப்பது கர்ப்பம்தான். கருவாக்கச் சிகிச்சையை ஆரம்பிப்பதற்கு முன், கர்ப்பப் பரிசோதனையைச் செய்துவிட்டால், கர்ப்பத்துக் கான வாய்ப்புகள் இருக்கின்றனவா என்பது தெரியவரும்.

தொடர்ச்சியாக இரண்டு மாதமாக விலக்கு நின்றுவிட்டது என்று யாராவது சொன்னால், கர்ப்பப் பரிசோதனையைச் செய்து பார்த்துவிடுவேன். அதற்கு மேலும் பல மாதங்களாக விலக்கு ஆகவில்லை என்றால், வேறு பரிசோதனைகள் மேற்கொள்ள வேண்டும்.

கருப்பைச் சளிப் பரிசோதனை

பொதுவாக, கருப்பைச் சளிச் சுரப்பு திக்காகத்தான் இருக்கும். வெளிப்புறச் சூழல்களில் இருந்து கருப்பையைக் காப்பதற்கு ஏற்ற வகையில் அமைந்துள்ள கருப்பைச் சளிச் சுரப்பு, ஈஸ்ட்ரோஜென் ஹார்மோனால், மாதவிலக்குச் சுழற்சியின் முதல் பகுதியில் படிகத்தைப்போல் மாற்றப்படும்.

முட்டை வெளியாகும் தருணத்தில், சளிச் சுரப்பை தெளி வான, நீர்த்த, குழம்பு மாதிரியாக ஈஸ்ட்ரோஜென் மாற்றி விடும். இதனால்தான், சளிச் சுரப்பை உயிரணுக்கள் எளிதாகக் கடந்து உள்ளே செல்ல முடிகிறது.

முட்டை வெளியான பிறகு, பழுப்புச் சுரப்பிக் குமிழியான கார்பஸ் லூட்டியத்தில் இருந்து வெளியாகும் புரொ ஜெஸ்டீரான் ஹார்மோன், ஈஸ்ட்ரோஜென் செயல்பாட்டை எதிர்க்கும். இதனால் மீண்டும் சளிச் சுரப்பு திக்காகிவிடும்.

மாதவிலக்குச் சுழற்சியின் கடைசியில், புரொஜெஸ்டீரான் வெளியேற்றப் பரிசோதனை செய்தால், முட்டை வெளியாகி யிருக்கிறதா இல்லையா என்பதைத் தெரிந்துகொள்ளலாம்.

வஜைனல் அல்ட்ரா-சவுண்டு

பிறப்பு உறுப்பு வழியாக, அல்ட்ரா-சவுண்டு கருவியை உள்ளே செலுத்தி பரிசோதனை செய்யலாம். இதற்கு 10

நிமிடங்கள் போதும். இது, முட்டை வெளியாவதில் உள்ள பிரச்னைகளைப் பற்றிய தகவல்களைத் தெரிவிக்கும்.

12 மில்லிமீட்டர் அளவு உள்ள அல்ட்ரா-சவுண்டு படத்தில், இயல்பான ஈஸ்ட்ரோஜென் தூண்டுதல் தெரியும். கருவணுக் கூடு வளர்ந்து, ஈஸ்ட்ரோஜென் தூண்டுதல் நிகழ்ந்து, கருப்பைச் சுவர்கள் தடித்து வருவதையும் பார்க்க முடியும்.

இயல்பான மாதவிலக்குச் சுழற்சியின்போது, முட்டை வெளியாவதற்குச் சற்று முன்பாக, எண்டோமெட்ரியம் 8 முதல் 12 மில்லிமீட்டராகவும், கருவணுக் கூடு 20 முதல் 24 மில்லி மீட்டராகவும் இருக்கும். முட்டை வெளியாவதற்கான மருந்து கொடுத்து முட்டை முதிர்ந்து வரும்போது, கருவணுக் கூடு 16 முதல் 18 மில்லிமீட்டராகும்.

முட்டை வெளியான பிறகு பார்த்தால், எண்டோமெட்ரியம் பகுதி தூய வெள்ளை நிறமாக இருக்கும். இப்படி இருந்தால், புரொஜெஸ்டீரானை கார்பஸ் லூட்டியம் உருவாக்குகிறது என்று பொருள்.

ஈஸ்ட்ரோஜெனை சினைப்பைகள் உருவாக்காவிட்டால், எண்டோமெட்ரியம் மிகவும் மெலிந்து 6 மில்லிமீட்டர் அல்லது அதற்குக் குறைவாக இருக்கும். சினைப்பையில் மிகச்சிறிய கருவணுக் கூடுகள் அல்லது கருப்பைக் கழலைகள் காணப்படும். சில சமயம், கருவணுக் கூடுகளே இருக்காது. இது, சினைப்பை செயல் இழந்திருப்பதை அல்லது இயல்புக்கு மாறான ஹார்மோன் செயல்பாட்டைக் காட்டும் அடையாளமாகும். இந்தக் கண்டுபிடிப்புகளில் தெரியவரும் அடையாளங்களுக்கு ஏற்றவாறு, சிகிச்சைகளை மாற்றி அமைத்துக்கொள்ளவேண்டி இருக்கும்.

புரொஜெஸ்டீரான் வித்ட்ராயல்டெஸ்ட்

மாதவிலக்கை நிகழ்த்துவதற்கு உரிய தகுதியுடன் உங்கள் கருப்பை இருக்கிறதா என்பதை இந்தப் பரிசோதனை சொல்லிவிடும். தகுதியாக இருக்கிறது என்ற பட்சத்தில், ஹார்மோன் ஒழுங்கின்மையால் மாதவிலக்குப் பிரச்னை

வந்திருக்கும். கருப்பை தகுதியாக இல்லாவிட்டால், பிரசனை கருப்பையிலேயே இருக்கும்.

இந்தப் பிரச்னையைச் சீராக்குவதற்கு, புரெஜெஸ்டீரான் மாத்திரையை ஐந்து அல்லது பத்து நாள்களுக்கு முன்னதாகக் கொடுத்தால் போதும். 14 முதல் 20 நாள்களில் மாத விலக்கு ஆகும்.

இந்தப் பரிசோதனையைச் செய்யும்போது, கருப்பைச் சுவர்களைச் சீரமைப்பதற்குப் போதுமான ஈஸ்ட்ரோஜெனை உங்கள் சினைப்பைகள் உருவாக்குகின்றனவா என்பதையும், ஈஸ்ட்ரோஜென் மற்றும் புரொஜெஸ்டீரான் தூண்டுதலுக்குக் கருப்பை செவி சாய்க்கிறதா என்பதையும் அறியலாம். கருப்பை சரியாகச் செயல்பட்டால், ஹார்மோன் பிரச்னை காரணமாக மலட்டுத்தன்மை வரலாம் என்பதையும் தெரிந்து கொள்ளலாம்.

இரண்டாவதாக, முட்டை வெளியாகாததன் காரணமாக மாத விலக்கு ஆகாது. சில காரணங்களால், பிட்யூட்டரியில் எல்.எச். ஹார்மோன் போதுமான அளவு சுரக்காததால், கருவணுக் கூட்டில் இருந்து முட்டையை விடுவிக்க முடியாது.

இந்த இரண்டு பிரச்னைகளும், பிட்யூட்டரி சுரப்பியானது எல்.எச். ஹார்மோன் சுரப்பதைப் பொறுத்திருக்கும்.

சினைப்பைகளில் வளரும் கருவணுக் கூடுகள், போதுமான ஈஸ்ட்ரோஜெனைச் சுரந்து பிட்யூட்டரிக்கு தகவல் அனுப்பி, ஒரு முட்டையாவது முதிர்ந்திருக்கிறது, அதை வெளியேற்ற எல்.எச். ஹார்மோனை அனுப்பு என்று சொல்லவைக்க வேண்டும். உடனே, பிட்யூட்டரியும் எல்.எச்.ஐ சுரந்து அனுப்ப வேண்டும். இந்த இரண்டும் நடைபெறவில்லை என்றால், பிட்யூட்டரியை ஹைபோதலாமஸ் சுரப்பி சரியாகக் கவனிக்கவில்லை என்று அர்த்தம்.

கருவணுக் கூடு வளர்ந்து முதிர்ச்சியுறாத நிலையில், போதிய ஈஸ்ட்ரோஜென் சுரந்து எல்.எச். ஹார்மோனைத் தூண்டி முட்டையை வெளியிட வைத்திருக்காது. பிட்யூட்டரியின் தவறான செயல்பாடு காரணமாகவே இந்தப் பிரச்னை வந்திருக்கும்.

ஈஸ்ட்ரோஜென் தூண்டலுக்குப் பிறகு புரொஜெஸ்டீரான் வெளியேறுதல்

புரொஜெஸ்டீரான் வெளியேறுவதால்தான் பெண்களுக்கு மாதவிலக்கு ஆகிறது. உங்கள் ஈஸ்ட்ரோஜென் அளவு கருப்பைச் சுவரைத் தூண்டும் அளவுக்குப் போதுமானதாக இல்லாவிட்டால் மாதவிலக்கு ஆகாது. கருப்பை சரியாகச் செயல்படுவதாக இருந்தால், புரொஜெஸ்டீரான் வெளி யேறிய பிறகு மாதவிலக்கு ஆகும் என்பதை உறுதியாகச் சொல்லிவிடலாம். இந்தப் பிரச்னையைக் கண்டுபிடித்தால், ஈஸ்ட்ரோஜென் மருந்து கொடுக்க வேண்டும்.

ஈஸ்ட்ரோஜென் - புரொஜெஸ்டீரான் தூண்டும் முறைமைகள் உதிரப்போக்கை உண்டாக்கத் தவறினால், இந்த ஹார் மோன்களின் தூண்டுதல்களுக்குக் கருப்பை சரியாகச் செவிசாய்க்கவில்லை என்று தெரிந்துகொள்ளலாம். கருப் பையில் பிரச்னை இருப்பதை உணர்ந்து அதைப் பரிசோதித்து சிகிச்சை அளிக்க வேண்டும்.

ஈஸ்ட்ரோஜென்-புரொஜெஸ்டீரான் மருந்துகளை எடுத்துக் கொண்ட பிறகு மாதவிலக்கு ஆகிறது என்றால், கருப்பை நல்ல முறையில் வேலை செய்கிறது என்பதை உணரலாம். இதுவரை ஏன் மாதவிலக்கு ஆகவில்லை என்றால், சினைப்பையில் போதுமான ஈஸ்ட்ரோஜென் உற்பத்தி யாகாததால் இருக்கும். ஏன், ஈஸ்ட்ரோஜெனை சினைப் பையில் உருவாக்க முடியவில்லை? சினைப்பையின் திறன் குறைந்திருக்க வாய்ப்பு உண்டு அல்லது பிட்யூட்டரியைத் தூண்டி, கருவணு வளர்ச்சி மற்றும் ஈஸ்ட்ரோஜென் சுரப்பியைத் தூண்டும் எச்.எஸ்.எச். மற்றும் எல்.எச். ஹார்மோன்களை வெளியிடச் செய்யும் பணியில் ஈடுபட இயலாத நிலை ஹைபோதலாமஸில் ஏற்பட்டிருக்கலாம்.

வேறு ஹார்மோன் குறைபாட்டுக் காரணிகள், பிட்யூட்டரி வேலை செய்யாதபோதே, அதனிடம் 'நல்லாத்தான் வேலை செய்கிறாய்...' என்று தவறான சமிக்ஞை கொடுக்கலாம்.

கருப்பை வரிப் பள்ளங்கள் வளர்வற்கு ஈஸ்ட்ரோஜென்தான் முக்கியக் காரணம் என்பதால், நான் எப்போதும் ஈஸ்ட்ரோஜென் அளவை அளந்து சரிபடுத்திக்கொண்ட

பிறகுதான், வேறுவிதப் பரிசோதனைகளுக்குச் செல்வேன். பிறப்பு உறுப்புச் செல்களால் தூண்டப்படும் ஈஸ்ட்ரோஜென் அளவை அறிவதற்கு சைட்டாலஜி ஸ்மியர் பரிசோதனையும் செய்வது உண்டு. சினைப்பை செயல்பாடு பழுதடைந்து உள்ளதா என்பதை அறிய எஃப்.எஸ்.எச். அளவை அறியும் பரிசோதனையும் செய்வேன்.

சினைப்பைச் செயல் இழப்பைக் கண்டறிதல்

பெரிய அளவில் பாதிப்பு அடைந்திருந்தாலோ அல்லது முட்டைகள் முழுவதும் இல்லாமல்போயிருந்தாலோ, சினைப்பைகள் வேலை செய்யவில்லை என்பதைத் தெரிந்துகொள்ளலாம். இந்த நிலையில், அதிக நேரம் வேலை செய்து ஈஸ்ட்ரோஜெனை உருவாக்கி, முட்டை வெளியிடுவதற்கான எஃப்.எஸ்.எச்.-ஐ உருவாக்க சினைப்பைக்கு ஹைபோதலாமஸ் கட்டளையிடும். செவிடன் காதில் சங்கு ஊதியதைப் போல், அதை சினைப்பை காதில் போட்டுக்கொள்ளாது. காரணம், பழுதடைந்த சினைப்பையால் அதிகப்படியான எஃப்.எஸ்.எச். ஹார்மோனை சுரக்க முடியாது.

சினைப்பை செயல் இழப்புக்கு, நோய்த்தொற்று, ரசாயன நச்சுகள், மருந்து மாத்திரைகள், கதிர்வீச்சு, கட்டிகள், அறுவைச் சிகிச்சைகள், தன் நோய் எதிர்ப்புச் செல்களின் தாக்குதல்கள், பரம்பரைக் கோளாறுகள் போன்றவை காரணமாக இருக்கும்.

ஒருமுறை சினைப்பை செயல் இழந்துபோனால், அதை முற்றிலும் மீட்டுக் கொண்டுவருவது கொஞ்சம் கடினமான செயல். நோய்த்தொற்று அல்லது எண்டோமெட்ரியம் காரணமாக, சினைப்பை பழுதடைந்து இருந்தால், அதை இயல்பு நிலைக்குக் கொண்டுவர முடியும். கரு முட்டை தானம் பெறுதல் அல்லது வேறுவிதச் சிகிச்சையை மேற்கொள்ளும் போது, மீண்டும் எஃப்.எஸ்.எச். சோதனை மேற்கொள்ளுமாறு சிகிச்சைக்கு வரும் பெண்ணிடம் வலியுறுத்துவேன்.

முட்டை வெளியாகாததைக் கண்டறிதல்

கருப்பை ஒழுங்கீனங்கள் மற்றும் சினைப்பை செயல் இழப்பு போன்றவற்றை அறிய நேர்ந்தால், உங்கள் மாதவிலக்குச்

சுழற்சியில் பிரச்னை இருக்கிறது; உங்களுக்கு முட்டை வெளியாகவில்லை என்பதைத் தீர்மானிப்போம்.

சில காரணங்களால், பிட்யூட்டரி சுரப்பி போதுமான எல்.எச். ஹார்மோனையும், எஃப்.எஸ்.எச். ஹார்மோனையும் சினைப் பைக்கு அனுப்பாததால் இந்தப் பிரச்னை ஏற்பட்டிருக்கும். மலட்டுத் தன்மை உள்ள பெண்களில் சுமார் 25 சதவீதத் தினருக்கு வரும் இந்தப் பிரச்னையைச் சிகிச்சையின் மூலம் சரிசெய்துவிடலாம்.

முட்டை வெளியாகாததற்கான அறிகுறிகள்

முட்டை வெளியாகாத பெண்களில் சிலருக்கு, இயல்பாக மாதவிலக்கு ஆனாலும், பலருக்கு விலக்கு ஆவதில்லை அல்லது குறைவான மாதவிலக்கே ஆகும். நீடித்து அல்லது அதிக ஒழுக்கு இருந்தாலும், இரண்டு விலக்குக் காலங் களுக்கு இடையே திடீரென மாதவிலக்கு ஏற்பட்டாலும் அல்லது அது நீடித்தாலும் முட்டை வெளியாகும்.

முட்டை வெளியாகும் பெண்ணுக்கு, மார்பகத்தில் புண் இருப்பதுபோல் வலி, மன நிலை மாற்றங்கள் போன்ற அறிகுறிகள் தோன்றும். ஆனால், முட்டை வெளியாகாத பெண்ணுக்கு எந்த அறிகுறியும் தெரியாது.

முட்டை வெளியாகாத பெண்ணின் உடல் வெப்ப நிலையைக் காட்டும் அட்டவணையானது ஒரு மாதிரியாகவும், கருப்பைச் சுரப்பு நீர் மாற்றம் அடையாமலும் இருக்கும். ஈஸ்ட்ரோஜென் சுரப்பை புரொஜெஸ்டீரான் கட்டுப்படுத்தவில்லை என்பதற் கான அறிகுறியே இது. இதைக்கொண்டு சிகிச்சைகளை மேற்கொள்ளலாம்.

காரணங்களைக் கண்டறிதல்

பிட்யூட்டரி சுரப்பி, ஏன் சினைப்பையைத் தூண்டி முட்டையை வெளியிட வைக்கவில்லை என்பதைப் பரிசோதிக்க வேண்டும். இதைப் பரிசோதிக்க, பின்வரும் விஷயங்களைக் கவனத்தில் வைத்துக்கொள்ள வேண்டும்.

உங்கள் ஹைபோதலாமஸ் பகுதி தொடர்ந்து கொனடோட் ரோபின் ஹார்மோனை இயல்பாகச் சுரக்கிறதா? பிட்யூட்டரி

சுரப்பி பாதிக்கப்பட்டுள்ளதா? அல்லது தவறான வழியில் திசை திருப்பப்பட்டுள்ளதா என்பது போன்ற பல கேள்வி களுக்கு விடை தெரிந்துகொள்ள வேண்டும்.

மாதவிலக்கே வராத நிலை அல்லது தடைபட்ட நிலையைக் கண்டறிய ஹார்மோன் பரிசோதனை மேற்கொள்வதோடு, இதுவரை செய்த பரிசோதனைகளையும் சரிபார்க்க வேண்டும்.

சரிபார்க்க வேண்டிய விஷயங்கள் - 1

முட்டை வெளியிடும் தன்மையுடன் இருந்து, ஒழுங்கீனமான மாதவிலக்கு அல்லது மாதவிலக்கு தடைபட்ட நிலை வருவதை அறிவதற்கான பரிசோதனைகள்:

1. கர்ப்பப் பரிசோதனை
2. உடல் வெப்பப் பரிசோதனை
3. கருப்பை வாய்ச் சளிச் சுரப்புப் பரிசோதனை
4. பிறப்பு உறுப்பு வழியாக அல்ட்ரா-சவுண்டு பரிசோதனை
5. புரொஜெஸ்டீரான் விலகல் பற்றிய பரிசோதனை

மேற்கண்ட பரிசோதனைகள் முக்கியமானவை ஆகும்.

ஒரு மாதவிலக்கின்போது, ஈஸ்ட்ரோஜென் மற்றும் புரொ ஜெஸ்டீரான் விலக்கப்பட்டிருந்தால்,

1. பிறப்பு உறுப்புப் பகுதியில் உள்ள செல்களால், ஈஸ்ட் ரோஜென் தூண்டுதலை அறிவதற்காக செல் பரிசோதனை
2. ஈஸ்ட்ரோஜென் அளவை அறிவதற்கான ரத்தப் பரி சோதனை
3. எஃப்.எஸ்.எச். அதிகமாக இல்லாவிட்டால், பிட்யூட்டரி அல்லது ஹைபோதலாமஸ் பிரச்னை இருக்கிறதா என்பதை அறிவதற்காக எஃப்.எஸ்.எச். பரிசோதனை
4. ஈஸ்ட்ரோஜெனும், புரொஸ்ஜெஸ்டீரானும் விலக்கிக் கொள்ளப்படாமல் இருந்தால், கருப்பையின் உள்ளே ஹிஸ்டராஸ்கோப்பி பரிசோதனை
5. கருப்பை எக்ஸ்-ரே

6. பரம்பரைக் காரணங்களால் சினைப்பை செயல் இழப்பு இருக்கிறதா என்பதை, குரோமோசோம் பரிசோதனை மூலம் உறுதி செய்ய எல்.எஸ்.எச். பரிசோதனை

ஆகியவை முக்கியப் பரிசோதனைகள் ஆகும்.

சரிபார்க்க வேண்டிய விஷயங்கள் - 2

கரு முட்டை வெளியாததைக் கண்டறிய, ஹார்மோன் பரிசோதனைகள்:

புரோலாக்டிக் பிட்யூட்டரி ஹார்மோன்

அதிகமான புரோலாக்டின் இருந்தால், எஃப்.எஸ்.எச். மற்றும் எல்.எச். ஹார்மோன்கள் குறைந்திருக்கும். இதனால், சினைப்பையில் முட்டைச் செல் வளர்ச்சிக் குறைவு ஏற்பட்டு முட்டை வெளியாகாது.

தைராய்டு ஹார்மோன்

தைராய்டு மிகையாக இருந்தால், அதை உடலால் சரியாகப் பயன்படுத்திக்கொள்ள முடியாது. பிட்யூட்டரிக்கும் சினைப் பைக்கும் இடையே உள்ள ஹார்மோன் ஏற்ற இறக்கங் களால், புரோலாக்டின் அதிகமாகச் சுரந்து, முட்டை வெளி யாகாத நிலை ஏற்படும். இதைச் சரியான பரிசோதனைகள் மூலம் கண்டறிய வேண்டும்.

எஃப்.எஸ்.எச். மற்றும் எல்.எச். பிட்யூட்டரி ஹார்மோன்கள்

பொதுவாக, எஃப்.எஸ்.எச். உயர்ந்திருந்தால் அது சினைப் பையின் செயல் இழப்பைக் குறிக்கும். எஃப்.எஸ்.எச். மற்றும் எல்.எச். ஆகியவை குறைந்திருந்தால், மூன்று விஷயங்கள் இருக்கும்.

1. பிட்யூட்டரிக்குத் தவறான தகவல்கள் அனுப்பப்பட்டு, தவறான ஹார்மோன் ஃபீட்பேக் விஷயங்கள் இருக்கலாம், 2. பிட்யூட்டரி சுரப்பிக்கு ஹார்மோனைச் சுரப்பதற்கான கட்டளை ஹைபோதலாமஸில் இருந்து வராமல் இருந்திருக் கலாம் அல்லது, 3. பிட்யூட்டரி இயல்பாகச் சுரப்பதற்கு ஏற்ற வகையில், போதுமான வளர்ச்சி அடையாமல் இருக்கலாம். இவற்றைக் கண்டறியும் பரிசோதனை மேற்கொள்ளப்பட வேண்டும்.

அட்ரீனல் ஆன்ட்ரோஜென் பரிசோதனைகள்

முகத்தில் அதிகமாக முடி முளைத்து, ஆண்களைப் போன்ற தோற்றம், ஆண் தன்மை, பெரிய பிறப்பு உறுப்பு, கிளைட்டோரிஸ் பெரிதாக வளர்ந்திருத்தல், ஆண் ஹார்மோன் அதிகமாகச் சுரந்திருத்தல், பிறவியிலேயே என்ஸைம் குறைபாடு, கருப்பையில் திசுக் கட்டிகள், பிட்யூட்டரி அல்லது அட்ரீனல் அல்லது சினைப்பையில் கட்டிகள் போன்றவை, ஆன்ட்ரோஜென் குறைபாடுகளால் வருகின்றன.

டெஸ்டோஸ்டீரான் அல்லது அட்ரீனல் ஆன்ட்ரோஜென் ஆகிய ஹார்மோன்கள், கரு முட்டை வெளியாவதைத் தடுக்கலாம். இதுபோன்ற பல பிரச்னைகள் உருவாக வாய்ப்பு இருப்பதை அறிந்துகொள்ள, அட்ரீனல் ஆன்ட்ரோஜென் பரிசோதனை அவசியம்.

முட்டை வெளியாகாததன் மர்ம முடிச்சை அவிழ்த்தல்

மன இறுக்கம், கொழுப்பு உணவு ஆகியவை, ஆன்ட்ரோஜென் உற்பத்தியை அதிகப்படுத்தி, சுமார் 20 சதவீதத்தினருக்கு முட்டை உருவாகாத நிலையையும், தைராய்டு குறைபாடு, அதிக புரோலாக்டின் உற்பத்தி ஆகியவற்றை உண்டாக்குகிறது. இந்தப் பிரச்னைகள் எவ்வாறு உண்டாகின்றன, அவற்றை எப்படித் தீர்ப்பது என்பதைத் தெரிந்துகொள்ளுங்கள். இதைத் தெரிந்துகொண்டால், கருவாக்கச் சிகிச்சை மேற்கொள்வதற்கு வசதியாக இருக்கும்.

மாத்திரைகளை நிறுத்துதல்

கருத்தடைக்கான மாத்திரைகளால் முட்டை வெளியாகாத நிலைமை அல்லது மாதவிலக்குக் கோளாறுகள் ஏற்படுகின்றன. மாத்திரைகளை நிறுத்திய பிறகும் மாதவிலக்கு வருவதில்லை அல்லது சரியாக வருவதில்லை என்று சிலர் சொல்வார்கள்.

'மாத்திரை சாப்பிடுவதற்கு முன்பு எப்படி இருந்தது?' என்று கேட்டால், 'மாத்திரை சாப்பிடும் முன்பு விட்டுவிட்டு வந்தது. மாத்திரை சாப்பிட்டுக்கொண்டிருந்தபோது சரியாக மாதவிலக்கு ஆனது. அதை நிறுத்திய பிறகுதான் பிரச்னை செய்கிறது' என்று சொல்வார்கள்.

கருத்தடை மாத்திரை சாப்பிடும்போது, மாதவிலக்கு ஒழுங்காக வருவது ஏன் தெரியுமா? மாதவிலக்கு மாத்திரையில் ஈஸ்ட்ரோஜென் மற்றும் புரொஜெஸ்டீரான் இருக்கும். மாத்திரை சாப்பிடுவதை, மாதத்தில் ஒரு வாரத்துக்கு நிறுத்தி விட்டாலே, உடலில் இந்த இரண்டு ஹார்மோன்களும் இல்லாமல் போய்விடும். அதனால்தான், மாதவிலக்கு ஆகும். மாதவிலக்கு ஆகும்போது உண்டாகும் வலி, மன நிலை மாற்றம், தடுமாற்றம் என எந்த அறிகுறிகளுமே, மாத்திரை சாப்பிடும்போது இருக்காது. காரணம், முட்டை வெளிவராமை.

மாத்திரை சாப்பிடும் பெண்களில், ஆயிரக்கணக்கானோர் மாத்திரைகளை நிறுத்திவிட்ட 2 முதல் 4 மாதத்தில் கரு முட்டை வெளியாவதை உணர்கிறார்கள். அடுத்த சில மாதங்களில் கருத்தரிப்பு நிகழும். மாத்திரை சாப்பிட்ட பிறகு, அதிகமாக மாதவிலக்கு ஆனால் அவர்களுக்கு முட்டை வெளியாகவில்லை என்று பொருள். மாத்திரை சாப்பிடும் வேளைகளில், கருவாக்கக் குறைகள் தோன்றுவதை உணரலாம். மாத்திரையை நிறுத்தினால் பிரச்னை சரியாகும்.

மாத்திரை சாப்பிடுவதால் மாதவிலக்கு ஆகவில்லை என்று சொல்லும் பெண்கள், இவற்றைத் தவிர்த்து கரு முட்டையைத் தூண்டும் மாத்திரைகளைச் சாப்பிடும்போது முட்டை வெளியாகும்.

ஹைபோதலாமஸின் தவறான செயல்பாடு

பல்வேறு பிரச்னைகளால், ஹைபோதலாமஸ் தவறாகச் செயல்படுகிறது.

மன இறுக்கம், உடலில் இயற்கையாகச் சுரக்கும் வலி நிவாரண என்ஸைம்கள், கடுமையான உடற்பயிற்சி, விரதம், ஊட்டச் சத்துக் குறைபாடு, எடை குறைவு, உடலில் குறைவான கொழுப்புச் சத்து, மாதவிலக்கு வராமை, மருந்து மாத்திரைகள், நச்சுப் பொருள்கள் போன்றவை, ஹைபோதலாமஸின் தவறான செயல்பாட்டுக்கு முக்கியக் காரணங்களாகும். இந்தத் தவறான போக்கு, நேரடியாகத் தெரியவராவிட்டாலும், அவற்றின் தூண்டுதலால் சுரக்கும் ஹார்மோன்களின் ஏற்ற இறக்கங்களை வைத்து அறியலாம்.

கருவாக்கச் சிகிச்சைக்கு வந்த ஒரு பெண்ணைப் பரிசோதித்த போது, அவருக்கு ஈஸ்ட்ரோஜென் அளவு நார்மலாக இருந்தது. வேறு எந்தப் பாதிப்பும் இருப்பதாகத் தெரியவில்லை. ஆனாலும், முட்டை வெளியாகாததற்கு என்ன காரணம் என்பதை ஆராய்ந்தேன்.

அதிகக் கவலையின் காரணமாக, ஹைபோதலாமஸ் சரியாகச் செயல்படாமலும், கொனடோட்ரோபின் ஹார்மோனைச் சுரந்து பிட்யூட்டரியைத் தூண்டாமலும் போனதுதான் காரணம் என்பது தெரியவந்தது. இதன்விளைவாக, பிட்யூட்டரி சரியாகச் செயல்படாமல், கருவணுக் கூட்டைத் தூண்டாமல் போனது. அவருடைய சினைப்பை, போதுமான ஈஸ்ட்ரோஜெனைச் சுரக்க முடியவில்லை. முட்டையும் வெளியாகவில்லை என்பது பிறகு தெரியவந்தது.

பிட்யூட்டரி சுரப்பியின் தவறான செயல்பாடு

பிட்யூட்டரியில் இருந்து சுரக்கும் ஹார்மோன்கள்தான், உடலுக்குள் பல்வேறு ரசாயனத் தொழிற்சாலைகளைக் கட்டுப்பாட்டுக்குள் வைத்துக்கொள்கின்றன. அட்ரீனலின் சுரப்பி, தைராய்டு சுரப்பி, சினைப்பை போன்றவை அவற்றுள் சில.

பிட்யூட்டரி தவறாகச் செயல்படும்போது, பல்வேறு தவறுகள் ஏற்படலாம். புரோலாக்டின் மிகையாகச் சுரந்து ஆண்மைக் குறைவு, உடலுறவில் ஆர்வம் இன்மை, முட்டை வெளியாகாமை போன்றவை உண்டாகும்.

ஹைபர் புரோலாக்டீமியா

மாதவிலக்கு வராமல் அவதிப்படுபவர்களில் 20 சதவீதத்தினருக்கும், மாதவிலக்கு ஒழுங்கீனங்கள் உள்ள 10 சதவீதப் பெண்களுக்கும், அந்தப் பிரச்னைக்கு முக்கியக் காரணமாக இருப்பது புரோலாக்டின் ஹார்மோன் அதிகமாகச் சுரப்பது தான். இவர்களில், மூன்றில் ஒருவருக்கு மார்பகத்தில் இருந்து பால் போன்ற திரவச் கசிவும், இன்னொரு மூன்றில் ஒரு பங்கினருக்கு, பிட்யூட்டரி புற்றுக் கட்டிகளும் இருக்கும். இவை துவக்க நிலையில் இருந்தால், மருந்து சிகிச்சைக்குக் கட்டுப்படும். பிட்யூட்ரியும் சரியாக இயங்கும்.

கடின உடற்பயிற்சி, மன இறுக்கம், பாலூட்டுதல்

அதிக மன இறுக்கம் அல்லது உடற்பயிற்சியால் புரோலாக்டின் ஹார்மோன் அதிகமாகச் சுரக்கும். தவிர, குழந்தைக்குத் தாய்ப் பால் ஊட்டும்போது, புரோலாக்டின் ஹார்மோன் அதிகமாகச் சுரக்கும். இதனால்தான், குழந்தைக்கு நன்றாகப் பாலூட்டும் தாய்க்குக் கர்ப்பம் ஏற்படுவதில்லை. குழந்தைக்குப் பாலூட்டு வதைத் தவிர்த்தால், புரோலாக்டின் ஹார்மோன் குறையும். இவ்வாறே, மன இறுக்கமான சூழலை மாற்றினால், புரோலாக்டின் குறைந்து கரு முட்டை வெளியாகும். கர்ப்பமும் உண்டாகும்.

தைராய்டு குறை நோய்

இயல்பைவிட சிறிது குறைந்தாலும்கூட, சில தேவையற்ற ரசாயனங்கள், புரோலாக்டின் ஹார்மோனை அதிகமாகச் சுரக்கவைத்துவிடும்.

தைராய்டு அளவை கட்டுப்பாட்டில் வைத்துக்கொள்ள ஹைபோதலாமஸ் முனையும். ஹைபோதலாமஸின் ரசாயன சிக்னல்களுக்குத் தைராய்டு சுரப்பி கட்டுப்படாத வேளை யில், போதுமான தைராய்டு ஹார்மோன் இல்லை என நினைத்து, தைராய்டைத் தூண்டும் ஹார்மோனை ஹைபோ தலாமஸ் தொடர்ந்து வெளியிடும்.

தவிர, புரோலாக்டீன் ஹார்மோனையும் சுரக்குமாறு இந்தத் தைராய்டு தூண்டும் ஹார்மோன்கள் நிர்ப்பந்திப்பதால், புரோலாக்டினை பிட்யூட்டரி சுரக்கும். அதிகமாகச் சுரக்கும் புரோலாக்டின், பிட்யூட்டரி செயல்பாட்டையும் பாதித்து, சினைப்பையையும் பாதிக்கும். சரியான மருந்து மாத்திரை களைச் சாப்பிட்டு இந்தப் பிரச்னையைத் தீர்த்துக்கொள்ள வேண்டும்.

அட்ரீனல் ஆன்ட்ரோஜென் அதிகரித்தல்

அதிக புரோலாக்டின் சுரக்கும் பெண்களில் மூன்றில் ஒருவருக்கு, அட்ரீனல் ஆன்ட்ரோஜென் ஹார்மோன் அதிகமாக இருக்கிறது. இதனால், கருமுட்டை வெளி யாவதில் பிரச்னைகள் ஏற்படும். இந்த ஹார்மோன்

அதிகரிப்பதற்கான காரணத்தை அறிவதற்கான பரிசோதனை களை மேற்கொள்வதும், பிரச்னைகளைத் தீர்ப்பதற்கு மருந்து மாத்திரை சாப்பிடுவதும் அவசியம்.

தீவிர சிறுநீரக நோய்

கடுமையான சிறுநீரக நோயானது, ரத்தத்தைச் சுத்தப்படுத்தும் உடலின் திறனைக் குறைத்துவிடுவதால் புரோலாக்டின் அதிகமாகும். டயாலிசிஸ், சிறுநீரக மாற்று மற்றும் நோயைக் கட்டுப்பாட்டுக்குள் வைத்துக்கொள்ளுதல் போன்றவை, பெண்ணின் கருவாக்கத் திறனை மேம்படுத்தும்.

மருந்து - மாத்திரைகள்

சில குறிப்பிட்ட மருந்து மாத்திரைகள், புரோலாக்டின் அளவை அதிகமாக்கும். இவற்றுள், மன இறுக்கத்துக்குக் கொடுக்கப்படும் மாத்திரைகள் முக்கியமானவை. இந்த மாத்திரைகளை நிறுத்தினால், புரோலாக்டின் அளவு இயல்பு நிலைக்குத் திரும்பும். எந்த மாத்திரையால் இத்தகைய பாதிப்புகள் வரும் என்பதைத் தெரிந்துகொள்ள உங்கள் மருத்துவரை அணுகுங்கள்.

சரிபார்க்க வேண்டிய விஷயங்கள் - 3

புரோலாக்டின் அதிகரிப்பதற்கான காரணங்கள்

மன இறுக்கம், தைராய்டு குறை, நரம்பு சார்ந்த பிரச்னைகள், உடற்பயிற்சி, சிறுநீரகச் செயல் இழப்பு, மருந்துகள், மன அமைதிக்காகச் சாப்பிடும் மாத்திரைகள், ரத்தக் கொதிப்பு மாத்திரைகள், கருத்தடை மாத்திரைகள், அதிக ஆன்ட் ரோஜென், கருப்பையில் நீர்க்கட்டி, அட்ரீனல் நோய்கள், பிறவியிலேயே அட்ரீனல் பாதிப்பு, பிட்யூட்டரியில் புரோலாக்டினைச் சுரக்கும் கட்டிகள், வளர்ச்சி ஹார்மோன் சுரக்கும் இடத்தில் வரும் கட்டிகள் போன்றவற்றாலும், வேறு பிற காரணங்களாலும், பெண்ணின் உடலில் புரோலாக்டின் ஹார்மோன் அதிகமாகச் சுரக்கும்.

இந்தப் பாதிப்பு இருந்தால், மாதவிலக்கு ஆகாத நிலையும், கருமுட்டை உருவாகாத நிலையும் தோன்றும்.

அதிக புரோலாக்டின் சுரப்பைக் குறைக்கும் சிகிச்சைகள்

புரோலாக்டினை மிகைப்படுத்தும் காரணங்களின் அடிப் படையில்தான், அதைக் கட்டுப்படுத்துவதற்கான சிகிச்சை யும் இருக்கிறது. பெண்கள் கருத்தரிப்பதற்கும், கருவுக்குப் பக்கவிளைவுகள் ஏற்படாமல் இருப்பதற்கும் ஏற்ற சிகிச்சை முறைகளைக் கையாள வேண்டும்.

தைராய்டு குறைவாக இருந்தால், தைராய்டு பதிலி மருந்து கொடுக்க வேண்டும். பிட்யூட்டரி கட்டி இருந்தால், அறுவைச் சிகிச்சை செய்ய வேண்டும்.

சிறுநீரகச் செயல் இழப்பு இருந்தால், டயாலிசிஸ் முதல் சிறுநீரக மாற்று அறுவைச் சிகிச்சைவரை உள்ளது.

இவற்றைத் தகுந்த ஆலோசனையுடன் மேற்கொள்ள வேண்டும்.

பிட்யூட்டரி சுரப்பியின் செயல் இழப்பு

அறுவைச் சிகிச்சை, கட்டி, கதிர்வீச்சுச் சிகிச்சை, ரத்த இழப்பு போன்றவற்றால் பிட்யூட்டரி சுரப்பி பாதிக்கப்பட்டிருந்தால், அதனால் எல்.எச். மற்றும் எஃப்.எஸ்.எச். ஹார்மோனை அதிகமாகச் சுரக்க முடியாது. சினைப்பையின் செயல் பாட்டைக் காப்பாற்றுவதற்காகவும், கருவாக்கத்தை ஏற்படுத்த வும் ஹார்மோன் மாற்றுச் சிகிச்சை மேற்கொள்ள வேண்டும்.

குஷிங்க்ஸ் சின்ட்ரோம்

தைராய்டு கட்டி இருக்கும்போது, அட்ரீனல் அதிகமான ஹார்மோன் உற்பத்தியைத் தூண்டும். இந்தத் தூண்டுதலால் வருவதுதான் குஷிங்க்ஸ் சின்ட்ரோம் எனப்படும் நோய். இந்த நோய் இருந்தால், அதிகமான ஆண் ஹார்மோன் சுரக்கும். புரோலாக்டின் அளவும் அதிகமாக இருக்கும். இவர்களுக்கு, குறைந்த அளவு ஸ்டீராய்டு மருந்தைக் கொடுத்து, கார்டிசால் அளவைக் கண்டறிய வேண்டும். கட்டி இருந்தால், அதை அறுவைச் சிகிச்சை மூலம் அகற்ற வேண்டும்.

இது, மிகவும் அரிதாக வரும் நோய். தோள் பட்டைகளுக்கு இடையே எருதின் திமிலைப்போல், கொழுப்புத் திசுக்கள்

உருண்டையாகக் கட்டிக்கொண்டிருக்கும். அங்கு நீர் தேங்கி இருக்கும்.

இந்த நோய் இருந்தால், ரத்தக் கொதிப்பு, உடல் பருமன், பலவீனம், ஊமை வலிகள், குறுகிய முகம், முகத்தில் கொழுப்புக் கட்டி போன்ற கொப்புளங்கள், முகத்தில் முடி அதிகம் வளருதல், மாதவிலக்குக் கோளாறுகள் போன்று பல பிரச்னைகளும் இருக்கும்.

இந்த அறிகுறிகள் இருந்தால், ஈஸ்ட்ரோஜெனைச் சுரக்கும் கட்டிகள் ஏதேனும் இருக்கிறதா என்பதைப் பரிசோதித்துத் தெரிந்துகொள்ள வேண்டும். பிரச்னை தீர்ந்ததும், மாத விலக்கு ஏற்படும். கருவுறும் வாய்ப்பும் ஏற்படும்.

ஹார்மோன் ஃபீட்பேக் பிரச்னையால் பிட்யூட்டரி பாதிக்கப் படுதல்

பல்வேறு அமைப்புகள், பிட்யூட்டரி சுரப்பி, சினைப் பையைத் தூண்டும் ஹார்மோன்களை குறைவாகச் சுரக்க வைக்கின்றன. உற்பத்தி மேற்பார்வையாளர்களைப்போல், ஹைபோதலாமஸும் பிட்யூட்டரியும், சினைப்பையின் செயல்பாடுகளை ரத்தத்தில் கலக்கும் ஈஸ்ட்ரோஜென் மற்றும் பிற ரசாயனங்களைக் கண்காணிப்பதன் மூலம் கவனித்துக்கொள்கின்றன. இதனால்தான், எப்போது சினைப் பையின் உற்பத்திப் பொருள்களை விரைவுபடுத்துவது, எப்போது தாமதப்படுத்துவது என்பதை பிட்யூட்டரி அறிந்து கொள்கிறது.

ஆனாலும், ஹார்மோன் பேலன்ஸ் இல்லாதபோது, சினைப் பையில் இருந்து தவறான தகவல்கள் வந்து பிட்யூட்டரி மற்றும் ஹைபோதலாமஸ் பகுதியில் சேர்கின்றன. இதனால் தான், இந்த இரண்டு சுரப்பிகளும் வழக்கத்தில் இருந்து மாறுபடுகின்றன. மாதவிலக்கு ஒழுங்கீனமும், முட்டை தடைபடுவதும் நிகழ்கிறது.

ஹெப்பாடோ-ரீனல் டிசீஸ்

ரத்தத்தில் உள்ள அசுத்தங்களை சிறுநீரகத்தால் வடிகட்ட இயலாத நிலை ஏற்படும்போது வருவதுதான் இந்த நோய்.

ஹெப்பாடோ என்றால் கல்லீரல். ரீனல் என்றால் சிறுநீரகங்கள். கல்லீரல், சிறுநீரகம் இரண்டுமே, தங்களிடம் வந்து சேர்ந்த நச்சுகளையும், பழைய ஹார்மோன்களையும் உடலில் இருந்து வெளியேற்றுகின்றன.

ஈஸ்ட்ரோஜெனும், அட்ரீனல் ஆன்ட்ரோஜெனும் ரத்தத்தில் கலப்பதற்கு அனுமதிக்கப்படும்போது, 'இவை இரண்டும், சினைப்பையைத் தூண்டுவதை நிறுத்த வேண்டும். ஆகவே, இனி எல்.எச். மற்றும் எஃப்.எஸ்.எச். ஆகியவற்றை அனுப் பாதே என்று ஹைபோதலாமஸ் சுரப்பிக்கு சினைப்பையில் இருந்து சிக்னல் கிடைக்கும்.

இந்த சிக்னலைத் தப்பாகப் புரிந்துகொள்ளும் ஹைபோ தலாமஸ், ரத்தத்தில் உள்ள ஈஸ்டரோஜென் ஹார்மோனானது முட்டை வெளியாவதால் வருகிறது என நினைத்து, பிட்யூட்டரிக்குத் தகவல் அனுப்பும். பிட்யூட்டரியும் தேவையான ஹார்மோனைச் சுரந்துவிடும். இதனால், முதிர்ந்த முட்டைகள் வளர்ச்சி அடையாது. முட்டை வெடித்து வெளியேயும் வராது.

இந்தப் பிரச்னை இருந்தால் டயாலிஸ் செய்யலாம். ஆனால், கருவாக்கத்துக்கு இது உதவாது. இதுபோன்ற பிரச்னை உள்ளவர்கள், கருவுறுவதைத் தவிர்ப்பது நல்லது. பிரச்னைகள் தீர்ந்து இயல்பு நிலைக்குத் திரும்பிய பிறகு கருவாக்கம் செய்துகொள்ளலாம்.

அட்ரீனல் நோய்

அட்ரீனல் நோய் காரணமாக, இரண்டு எதிர்வினைகள் உண்டாகின்றன. அட்ரீனல் ஆன்ட்ரோஜெனும், 30 சதவீத நோயாளிகளில் அதிகரிக்கும் புரோலாக்டின் அளவும், எல்.எச். மற்றும் எஃப்.எஸ்.எச். அளவைக் குறைத்து, முட்டை வெளியாகாதவாறு செய்துவிடுகின்றன. அட்ரீனல் நோய் அதிகரிப்பதற்கான சில முக்கியக் காரணங்கள்:

★ உடல் அல்லது உள்ளம் சார்ந்த மன இறுக்கம்

★ பிட்யூட்டரி, சினைப்பை அல்லது அட்ரீனல் கட்டி

★ பிறவியிலேயே அட்ரீனல் நோய்

★ குஷிங்க்ஸ் சின்ட்ரோம், சினைப்பை கட்டிகள்

30 முதல் 40 சதவீதப் பெண்களுக்குச் சிகிச்சை அளித்தாலே அட்ரீனல் பிரச்னை சரியாகிவிடும். புரோலாக்டின் ஹார்மோன் அதிகரித்திருந்தால், அதைக் குறைப்பதற்கான மருந்து தர வேண்டும். ஆன்ட்ரோஜென் அளவு அதிகமாக இருந்தால் ஆண்மைத் தன்மை ஏற்படும். முகத்தில் முடி முளைக்கும். எது பிரச்னையை உருவாக்குகிறது என்பதைக் கண்டறிந்து சிகிச்சை அளிப்பது நல்லது.

பிறவியிலேயே அட்ரீனல் இல்லாமை

பிறவியிலேயே அட்ரீனல் இல்லாவிட்டால், ஆன்ட்ரோஜென் அதிகமாகச் சுரக்கும். முகத்தில் அதிக முடி முளைக்கும். கிளைட்டோரிஸ் பெரிதாகும். இவையெல்லாம், பரம்பரையாக இருந்தால், மற்றவர்களைவிடக் குள்ளமாக இருப்பார்கள்.

என்ஸைம் குறைபாட்டின் காரணமாக, உடலில் கார்டிசோல் உருவாகாது. அதற்குப் பதிலாக வேறு ரசாயனங்கள் உருவாகி அதிக அளவில் ஆன்ட்ரோஜெனை உற்பத்தி செய்துவிடும். அதிகமான ஆன்ட்ரோஜென், முட்டை வெளியாவதைத் தடுக்கும்.

சாதாரண ரத்தப் பரிசோதனை மூலமே இந்தப் பிரச்னையைக் கண்டுபிடித்து, கார்டிசால் மருந்து கொடுத்து பிரச்னைக்குச் சிகிச்சை அளிக்கலாம். ஆன்ட்ரோஜென் அளவு குறையத் தொடங்கியதும், கரு முட்டை வெளியாவதும், கருவாக்கமும் எளிதாகும்.

சினைப்பை கட்டிகள்

இதை பாலிசிஸ்டிக் ஓவரீஸ் என்று சொல்வார்கள். மொத்தம், 4 சதவீதப் பெண்கள் இந்த நோயால் பாதிக்கப்படுகிறார்கள். இவர்களில் சிலருக்கு மாதவிலக்குக் கோளாறுகள் இருக்கும். இயல்புக்கு மாறான முடி வளர்ச்சி இருக்கும். இந்த நோய்க்கு முக்கியக் காரணங்கள்,

★ சினைப்பை அல்லது அட்ரீனல் செயல் இழப்பு

★ சினைப்பை அல்லது அட்ரீனல் கட்டிகள்

★ இன்சுலின் ஒவ்வாமை

★ அட்ரீனல் இல்லாத நிலை

★ அதிக புரோலாக்டின் ஹார்மோன் சுரப்பு

★ தைராய்டு பிரச்னைகள்

இவை தவிர, பாலிசிஸ்டிக் ஓவரிக்கு நிறைய காரணங்களாக இருந்தாலும், ஆன்ட்ரோஜென் உற்பத்திக்கு அடிப்படையாக இருப்பவையே முக்கியக் காரணமாகும்.

சினைப்பையில் உள்ள தேக்கா செல்கள்தான் ஆன்ட் ரோஜெனை உருவாக்குகின்றன. கருவணுக் கூடு செல்கள், ஆன்ட்ரோஜெனை ஈஸ்ட்ரோஜெனாக மாற்றுகின்றன. இந்த ரசாயன மாற்றம் சரியாக இல்லாதபோது ஆன்ட்ரோஜென் அதிகரிக்கிறது. கருவணுக் கூடு முதிர்ச்சி அடைவதில்லை. இதன்விளைவாக, முதிர்ச்சி அடையாத முட்டை, சினைப் பைகளிலேயே தங்கிவிடும்.

அடுத்த மாதவிலக்கு ஆரம்பிக்கும் காலத்தில், கடைசி மாத விலக்கின்போது இருந்த கருவணுக் கூடுகளே ஆன்ட் ரோஜெனை உருவாக்கும். இந்த ஹார்மோன் காரணமாக, புதிய கருவணுக் கூடுகள் தோன்றாது. மாதா மாதம் கருவணுக் கூடுகள் உருவாகி, வெடிக்காமல் இருந்து சினைப்பையில் கட்டி வரும்வரை, தொடர்ச்சியாக ஆன்ட்ரோஜென் ஹார்மோனை உருவாக்கி பிறகு செயல் இழந்துவிடும்.

பரிசோதனையின்போது, சினைப்பைகள் பெரிதாகவும், முத்துபோல் வெள்ளையாகவும், எல்.எச். அளவு எஃப்.எஸ்.எச். ஹார்மோனைவிட அதிகமாக இருந்தால், உங்களுக்கு பாலிசிஸ்டிக் ஓவரீஸ் இருக்கும் என்பதைத் தெரிந்துகொள்ளலாம்.

நீண்டகாலமாக எல்.எச். ஹார்மோன் சுரந்து முட்டை தூண்டப்படாமல் இருந்தால், இந்தப் பிரச்னை வரும். நீங்கள் குண்டாக இருந்தால் ஈஸ்ட்ரோஜென் ஹார்மோன் அதிகமாகச் சுரக்கும்.

பாலிசிஸ்டிக் ஓவரீஸ் உள்ள 40 சதவீதப் பெண்களுக்கு, புரோலாக்டின் ஹார்மோன் அதிகமாகச் சுரக்கிறது. இது தவிர, ஆன்ட்ரோஜென் அளவும் அதிகமாக இருக்கும். இயல்பைவிடக் கூடுதலாக ஆன்ட்ரோஜென் இருந்தால்,

அட்ரீனல் அல்லது சினைப்பை கட்டி இருக்கிறதா என்பதைப் பார்க்க வேண்டும்.

இதன் அறிகுறிகளாக, கைகளுக்குக் கீழ் உள்ள சதைப் பகுதி, மார்பகத்தின் அடிப் பகுதி மற்றும் கழுத்தின் ஓரம் கறுப்பாகி இருக்கும். இந்த நிற மாற்றத்துக்கு 'அகன்தோசிஸ் நைஜீரிகன்ஸ்' என்று பெயர்.

ரத்தத்தில் அதிகமான இன்சுலின் சுரக்கும்போது, முட்டை வெளியாவதைத் தடுக்கும். உடல் பருமன், ஆன்ட்ரோஜென் அதிகம் சுரக்கும் பிரச்னை இருக்கும். உடற்பயிற்சி, உணவு மற்றும் எடைக் குறைப்பு ஆகியவற்றோடு, சிகிச்சையும் அளித்து இந்தப் பிரச்னையைத் தீர்க்கலாம்.

பாலிசிஸ்டிக் ஓவரீஸ் பிரச்னை இருந்தால், பாதி அளவு சினைப்பையை நீக்க வேண்டும் என்பதை நாங்கள் ஆதரிப்ப தில்லை. அறுவைச் சிகிச்சை மூலம் ஓரளவு ஆன்ட்ரோஜென் உற்பத்தி கட்டுப்பட்டு கருவாக்கத்துக்கான சூழல் உண்டா னாலும், முட்டைகள் நிறைந்த பகுதியை நீக்கிவிடுவதால் கருவுறும் வாய்ப்பு குறையும். மேலும், அந்தப் பகுதியில் திசு தடிப்பால் கருத்தரிப்பு பாதிக்கப்படும்.

சினைப்பை கட்டிகளை லாப்ரோஸ்கோப்பி அல்லது எலக்ட்ரோ சர்ஜிக்கல் முறையில் எரித்துவிடலாம். இதன் மூலம், ஆன்ட்ரோஜென் உருவாக்கும் திசுக்கள் குறைந்து விடும். அறுவைச் சிகிச்சையின் மூலம் தாற்காலிகமாக முட்டை வெளியாவதைச் சீரமைத்து கருவாக்கம் செய்யலாம். துரதிருஷ்டவசமாக, இதற்குள் கருத்தரிக்காவிட்டால் மூன்று அல்லது நான்கு மாதத்துக்குப் பிறகு முட்டை வெளியாகாத பிரச்னை திரும்பவும் வந்துவிடும்.

பல பெண்களுக்கு, முட்டை வெளியிடுவதற்கான மருந்து களைக் கொடுத்து முட்டையைத் தூண்டலாம். சினைப் பையில் உள்ள புரோலாக்டின் மற்றும் ஆன்ட்ரோஜென் அளவுகளைக் குறைப்பதற்காகவும் மருந்துகளைக் கொடுக்க வேண்டும்.

உங்களுக்கு பாலிசிஸ்டிக் கட்டி இருந்து கருத்தரிக்கும் வாய்ப்பு அதிகமாக இருந்தால், உரிய மருத்துவக் கண் காணிப்பின் கீழ் இருந்தால் நல்ல பலன் கிடைக்கும்.

அவ்வப்போது மருந்து மாத்திரைகளைத் தேவைக்கேற்ப மாற்றி மாற்றிக் கொடுத்து, சிகிச்சையைச் சீரான வழியில் கொண்டுசென்று கருவாக்கத்தை உருவாக்கலாம்.

குறை மற்றும் மிகை தைராய்டு

ஹார்மோன்களின் ஃபீட்பேக் மெக்கானிசம் காரணமாகத்தான் தைராய்டு அதிகமாகவோ, குறைவாகவே சுரக்கிறது. தைராய்டு குறைவாகச் சுரந்தால் மலட்டுத் தன்மை உண்டாகும். அப்போது, அதிக புரோலாக்டின் அளவும், தொடர்ச்சியான ஈஸ்ட்ரோஜென் தூண்டுதலும். உடலின் செயல்பாடுகளைக் குறை தைராய்டு பிரச்னை குறைத்துவிடும்.

பழைய ஈஸ்ட்ரோஜென் ஹார்மோன் நீக்கப்படாமல், ரத்தத்தில் தொடர்ந்து இருக்கும்பட்சத்தில், முட்டை வெளியாவதற்கு வசதியாக ஈஸ்ட்ரோஜெனை சினைப்பை சுரந்து கொண்டு இருக்கும். எல்.எச்., எஃப்.எஸ்.எச். தூண்டுதலைக் குறைத்துக் கொள்ள, பிட்யூட்டரிக்கு ஹைபோதலாமஸ் கட்டளையிடும். இவ்வாறு நடைபெறும்போது, கருவணுக் கூடுகள் முதிர்வது தடுக்கப்படுவதோடு, முட்டை வெளியாவதற்கு ஏற்ப, எல்.எச். ஹார்மோனைத் தூண்டுவதற்கு சினைப்பைகள் போதுமான ஈஸ்ட்ரோஜனை உருவாக்காது.

இந்தப் பிரச்னைகள் இருக்கும்போது, தைராய்டு ஹார்மோன் நிரம்பிகளைக் கொடுத்து, புரோலாக்டின் அளவைக் குறைத்து ஈஸ்ட்ரோஜென் செயல்பாட்டை மேம்படுத்த வேண்டும். அப்போதும் தைராய்டு குறைவாகச் செயல் பட்டால், தைராய்டு சுரப்பியை ஏதேனும் நோய்க்காப்புச் செல்கள் தாக்குகின்றனவா என்பதைப் பரிசோதிக்க வேண்டும்.

தைராய்டு ஹார்மோன் அதிகமாகச் சுரப்பது ஹைபர் தைராய்டு அல்லது தைராய்டு மிகைப்பு எனப்படும். இந்தநிலையில், போதுமான ஈஸ்ட்ரோஜென் இருக்காது. கருவணுக் கூடு முதிர்ச்சி அடைந்ததை பிட்யூட்டரி உணராது. இதனால், முட்டை வெளியாவதற்குக் காரணமான எல்.எச். ஹார்மோனை வெளியிடாது. தைராய்டு மிகைப்பைச் சரிபடுத்தும் மருந்து மாத்திரைகள் மற்றும் தேவைப்பட்டால் அறுவைச் சிகிச்சை போன்றவற்றைச் செய்து மாதவிலக்கை மீண்டும் ஏற்படுத்திவிட்டு, கருவாக்கம் செய்யலாம்.

உடல் பருமன்

எப்போதுமே, உடல் பருமனாக இருக்கும்போது இன்சுலின் பற்றாக்குறை ஏற்படும். ஈஸ்ட்ரோஜென் தூண்டுதலும் அதிகமாக இருக்கும்.

உடலில் கொழுப்பு செல்களின் எண்ணிக்கை அதிகரிப்பதால், அதற்கு ஈடான இன்சுலின் தேவை அதிகரிக்கும். ஈஸ்ட் ரோஜெனும் அதிகமாகச் சுரந்து, பிட்யூட்டரி ஃபீட்பேக் மெக்கானிசத்தோடு சேர்ந்து முட்டை வெளியாவதைத் தடுக்கும். ஈஸ்ட்ரோஜென் அதிகரிப்பதால், கருவணுக் கூட்டைத் தூண்டுவதை பிட்யூட்டரி தடை செய்துவிடுகிறது. இதனால், மலட்டுத் தன்மை உண்டாகிறது. உணவுக் கட்டுப் பாடு, உடற்பயிற்சி ஆகியவற்றின் மூலம் உடலைக் குறைத் தால், மாதவிலக்கு ஒழுங்காகும். கருத்தரிப்பும் உண்டாகும்.

சினைப்பை பிரச்னைகள்

கட்டிகள், நார்க் கட்டிகள், நோய்த் தொற்றுகள் மற்றும் சதை வளர்ச்சி ஆகியவை, சினைப்பையின் ஹார்மோன் சீரின்மை யோடு சேர்ந்து கருவணுக் கூடு உருவாவதைத் தடுத்துவிடு கின்றன.

இந்தச் சீர்கேடுகளை, அறுவைச் சிகிச்சை மற்றும் மருந்துச் சிகிச்சையின் மூலம் சரி செய்து, சினைப்பையை இயல்பு நிலைக்குக் கொண்டுவர வேண்டும்.

நோய்த் தொற்றுகளை நீக்குவதற்கு ஆன்டிபயாடிக் மருந்து கொடுக்கவேண்டி இருக்கும்.

உடல் நிலை சீரானதும் கரு முட்டையைத் தூண்டும் சிகிச்சையை ஆரம்பித்து முட்டையை வெளியிட வைக்கலாம். சினைப்பை பிரச்னையால் கருப்பைக் குழாய்கள் பாதிக்கப் படுவதால், அவற்றை நன்றாகப் பராமரிக்க வேண்டும்.

சினைப்பை முன்னதாகவே செயல் இழந்துவிடுதல்

குறிப்பிட்ட காலத்துக்கு முன்னதாகவே, கருவணுக் கூடுகளை சினைப்பை இழந்துவிடும் நிலையை 'சினைப்பை செயல் இழப்பு' என்று சொல்கிறார்கள். இதனால், நடுத்தர அல்லது இளம் வயதிலேயே, பெண்ணுக்கு மாதவிலக்கு முற்றுப் பெற்றுவிடுவது உண்டு. இப்படிப்பட்ட நிலை

ஏற்பட்டால், தற்காப்புச் செல்கள் உருவாகி சினைப்பை செல்களையும் அதனுடைய முக்கிய அம்சங்களையும் அழித்துவிடுவது உண்டு.

சினைப்பை முன்னதாகவே செயல் இழந்துபோவதற்கு அறுவைச் சிகிச்சைகள், விபத்து, கட்டிகள், குரோமோசோம் பாதிப்புகள், கதிர்வீச்சுச் சிகிச்சை போன்றவை காரணமாக உள்ளன. இந்த நிலை ஏற்பட்டால், முட்டை உருவாகாது என்பதால் குழந்தைப் பேறும் வாய்க்காது.

சினைப்பை செயல் இழப்பை, எஃப்.எஸ்.எச். அளவைப் பரிசோதிப்பதன் மூலம் அறிந்துகொள்ளலாம். சினைப்பை முற்றிலும் செயல் இழந்து போனாலும், தற்போது உள்ள நவீனச் சிகிச்சைகள் மூலம் கரு தானம் பெற்று, இயல்பாகக் கருத்தரித்து குழந்தை பெற்றுக்கொள்ளலாம்.

முட்டை வெளியாதல் மற்றும் மாதவிலக்கு

கர்ப்பம், ஹைபோதலாமஸ் சரியாகச் செயல்படாதது, மனநிலை இறுக்கம், மாத விலக்கு ஏற்படாமை, அதிகமான உடற்பயிற்சி, விரதம், ஊட்டச்சத்து இன்மை, எடை குறைவு, குறைந்த உடல் கொழுப்பு, நரம்பு சார்ந்த பிரச்னைகள், மருந்து மாத்திரை, நச்சுகள் போன்றவை, மாதவிலக்கைத் தடைசெய்து முட்டை வெளியாவதை நிறுத்திவிடுகின்றன.

தடை செய்யும் பிற காரணிகள்:

★ பிட்யூட்டரி கோளாறு

★ புரோலாக்டின் அதிகமாகச் சுரத்தல்

★ கட்டி, அறுவைச் சிகிச்சை, விபத்து

★ குஷிங்க்ஸ் சின்ட்ரோம்

ஹார்மோன் ஃபீட்பேக் பிரச்னையால், பிட்யூட்டரி பாதிக்கப்பட்டு அதனால் ஏற்படும் நோய்கள்

★ அட்ரீனல் நோய்

★ ஹெப்பாடோ-ரீனல்நோய்

★ குஷிங்க்ஸ் டிசீஸ்

★ பிறவியிலேயே அட்ரீனல் இல்லாத நோய்

★ சினைப்பையில் நீர்க் கழலை

★ மிகை அல்லது குறை தைராய்டு சுரப்பி

★ உடல் பருமன்

சினைப்பையின் இயல்பு நிலை மாறுவதால் எற்படும் பாதிப்புகள்

★ சினைப்பைக் கட்டிகள்

★ உள்வரிச் சவ்வு அழற்சி

★ நோய்த் தொற்று

★ சினைப்பை முன்னதாகவே செயல் இழந்துபோதல்

பரிசோதனையின்போது தெரியவருதல்

கருப்பையில் வடுக்கள் உள்ள திசுக்கள், அறுவைச் சிகிச்சையால் கருப்பை வாய் மூடப்பட்டிருத்தல் உள்ளிட்ட, எதனால் என்று காரணமே தெரியாத நிலை போன்றவற்றைக்கூட பரிசோதனை மூலம் தெரிந்துகொள்ளலாம்.

மாதவிலக்கு ஏற்படாமல் இருந்தால் எலும்பு அடர்த்திக் குறை நோய் வர வாய்ப்பு இருக்கிறது. எனவே, தாமதம் செய்யாமல் மருத்துவப் பரிசோதனை மேற்கொண்டு சிகிச்சையை ஆரம்பிக்க வேண்டும். இல்லாவிட்டால், எலும்புகளை இழந்துவிடவேண்டி இருக்கும்.

இந்தப் பிரச்னைகளை எல்லாம், தகுந்த பரிசோதனைகள் மூலம் கண்டறிந்து சிகிச்சை செய்து, கருவாக்கம் செய்து கொள்ள வேண்டும்.

உங்களுக்கு ஏன் மாதவிலக்கு ஆகவில்லை?

பதினாறு வயதாகியும்கூட உங்களுக்கு விலக்கு ஆகவில்லை; உங்களுடைய பிறப்பு உறுப்புப் பகுதியில் முடிகள் முளைக்கவில்லை என்றால், நீங்கள் ஒரு வித்தியாசமான பிறவி என்று சொல்லலாம்.

ஆண்களைப்போல் செயல்பட ஆரம்பித்துவிடுவீர்கள். இப்படி எல்லாருமே ஆகிவிடுகிறார்களா என்றால், இல்லை என்றுதான் சொல்ல வேண்டும். மாதவிலக்கு தாமதம் ஆவதற்குப் பல்வேறு காரணங்கள் உள்ளன. பரம்பரை, வாழும் சூழல்களும் காரணமாக இருக்கலாம்.

இதுவரை எனக்கு விலக்கே ஆகவில்லை என்று சொல்லிக் கொண்டு, கருவாக்கச் சிகிச்சைக்கு வருபவர்களின் எண்ணிக்கை மிகவும் குறைவுதான்.

பதினாறு வயதுவரை மாதவிலக்கே ஆகாத நிலையை பிரைமரி அமினோரியா என்பார்கள். இதை முதன்மை மாதவிலக்கு இன்மை என்று சொல்லலாம். இது, நான்கு விதமாகப் பிரிக்கப்படுகிறது. இந்தப் பிரச்னை வருவதற்கான காரணங்களை ஆராய்ந்து சிகிச்சை அளித்தால், பாதிக்கப்பட்டவருக்கும் குழந்தை பிறக்கும். அந்த வகைப் பாடுகள் பற்றி தெரிந்துகொள்ளுங்கள்.

1. இயல்பான கருப்பை, சினைப்பைகள்

கருவாக்க உறுப்புகள் இயல்பாக இருந்து, பருவம் அடைவதற்கு முன் ஹார்மோன் பிரச்னைகளால் பாதிக்கப்பட்டிருந்தால், எம்ப்டி செல்லா சின்ட்ரோம், பிட்யூட்டரி கட்டிகள், அட்ரீனல் கட்டிகள், சினைப்பையில் கொத்துக் கழலைகள் போன்ற பாதிப்புகள் ஏற்பட்டு, மாதவிலக்கு ஏற்படாமல் இருக்கும். இது ஒரு வகை.

சில நேரம், உடலியல் ரீதியான காரணத்தால் இந்தப் பிரச்னை ஏற்படலாம். உதாரணத்துக்கு, பிறவியிலேயே பிறப்பு உறுப்பு மூடிய நிலையில் பிறப்பதைச் சொல்லலாம். இதை இம்பெர்ஃபோரேட் ஹைமென் என்பார்கள். அடுத்து, கருப்பை வாய் மூடிய நிலையில் பிறந்திருத்தல் (செர்விகல் ஸ்டெனோசிஸ்) அல்லது பிறப்பு உறுப்பே இல்லாமல் பிறத்திருத்தல். இப்படிப்பட்ட பாதிப்புகளால், விலக்கு ஒருமுறைகூட வராத நிலை, சுமார் 40 சதவீதப் பெண்களுக்கு ஏற்படுகிறது.

சிகிச்சை

இனப்பெருக்க உறுப்புகள் இயல்பாக இருந்து, ஹார்மோன் பிரச்னையால் மாதவிலக்கு தடைபட்டிருந்தால், ஹார்மோன் சிகிச்சை செய்து மாதவிலக்கை உண்டாக்கி, கருத்தரிக்கும் வாய்ப்பையும் எற்படுத்தலாம். கன்னித்திரை அல்லது கருப்பை வாய்ப் பகுதி வெளிப்புறமாக மூடி இருந்தால், மைக்ரோ அறுவைச் சிகிச்சை செய்து மாதவிலக்கை உண்டாக்கி கருத்தரிப்பைச் சாத்தியமாக்கலாம்.

நீங்கள் பிறப்பு உறுப்பே இல்லாமல், ஆனால் கருப்பை மற்றும் சினைப்பையோடு பிறந்தவராக இருந்தால், ஹிஸ்டரக்டமி சிகிச்சை (கருப்பை நீக்கம்) செய்ய வேண்டும். காரணம், மாதவிலக்கு ஒழுக்குகள் கருப்பையை விட்டு வெளியே வர முடியாமல் தேங்கித் தேங்கி அதைச் சிதைத்துவிடும். சினைப் பைகளை அகற்றாமல், அதில் உருவாகியுள்ள கரு முட்டையை எடுத்து உங்கள் கணவரின் உயிரணுவோடு சேர்த்து, வாடகைத் தாய் மூலம் சோதனைக் குழாய் சிகிச்சை முறையில் கரு வாக்கம் செய்யலாம்.

2. இயல்பான கருப்பை, செயல்படாத சினைப்பைகள்

உங்களுக்கு இயல்பான கருப்பை இருக்கலாம். ஆனால், சினைப் பையில் முட்டைகள், அதாவது துவக்க முட்டைச் செல்கள் இருக்காது. இந்தப் பிரச்னையால், மாதவிலக்கு ஒரு முறைகூட வராத பெண்களில் 30 சதவீதத்தின் பாதிக்கப்படு கிறார்கள்.

சிகிச்சை

இயல்பான கருப்பையும், செயல்படாத சினைப்பைகளும் உள்ளவர்களுக்கு எஃப்.எஸ்.எச். அளவு அதிகமாக இருக்கும்.

அதாவது, பிட்யூட்டரி சுரப்பி ஓவர் டைம் வேலை பார்த்து, கருவணுக் கூடு வளர்வதற்காக அதைத் தூண்டிக்கொண்டு இருக்கும். என்ஸைம் குறைபாடு உள்ள டன்னர் சின்ட்ரோம் என்ற பாதிப்பால் கரு முட்டைகளே உருவாக்கி இருக்காது. எவ்வளவு எஃப்.எஸ்.எச். ஹார்மோன் சுரந்தாலும் சினைப்பை அதை ஏற்காது. இந்த நிலையை ஹிஸ்ட்ரோசல் ஃபிங்கோகிராம் பரிசோதனையின்போது அறியலாம்.

போதுமான, ஹார்மோன் மாற்றுச் சிகிச்சைகளைக் கொடுத்து, கரு முட்டை தானம் பெற்று, உங்கள் கணவரின் உயிரணுவைச் சேர்த்து கருவாக்கம் செய்யலாம்.

3. செயல்படாத கருப்பை, செயல்படும் சினைப்பைகள்

இது மூன்றாவது வகை. சினைப்பைகள் நன்றாகச் செயல் படக்கூடிய தன்மையுடன் இருக்கும். ஆனால், கருப்பையில் செலயல்பாடுகளே இருக்காது. முதன்மை மாதவிலக்கு

இன்மையால் பாதிக்கப்படுபவர்களில், 20 சதவீதத்தினர் இந்த வகையைச் சேர்ந்தவர்களே.

சிகிச்சை

சினைப்பை செயல்படும் தன்மை பெற்றிருந்தால், உங்கள் சொந்தக் குழந்தையை நீங்கள் சுமக்கலாம். கருப்பை செயல்பட, அறுவைச் சிகிச்சை முறைகளை நாங்கள் முயற்சித்து வருகிறோம். ஒருவேளை இந்த முறை தோல்வி அடைந்துவிட்டால், உங்கள் முட்டை, கணவரின் உயிரணு இரண்டையும் கருப்பைக்கு வெளியே சோதனைக் குழாய் முறையில் கருத்தரிக்கச் செய்து வாடகைத் தாய் மூலம் குழந்தை பெற்றுக்கொள்ளலாம்.

4. கருப்பை, சினைப்பை இல்லாதவர்கள்

பிறப்பு உறுப்பு இருக்கும். ஆனால் கருப்பையோ, சினைப்பையோ இருக்காது. இத்தகையப் பிரச்னையால், மாதவிலக்கே வராத நிலை சுமார் 10 சதவீதப் பெண்களுக்கு ஏற்படுகிறது.

சிகிச்சை

இந்த நிலை உங்களுக்கு இருந்தால், உங்களுடைய பரம்பரைத் தன்மை உள்ள குழந்தையை நீங்கள் உருவாக்க முடியாது. வேறு விதத்தில் உங்களுக்குக் குழந்தை பிறக்காது. உங்கள் கணவருக்குக் குழந்தை வேண்டும். அதுவும் உங்களுக்காக இருக்க வேண்டும் என்றால், வாடகைத் தாய் மூலம் உங்கள் கணவரின் உயிரணுவை, செயற்கைக் கருவூட்டல் முறையில் கருத்தரிக்கச் செய்யலாம். இந்த நிலை உள்ள பல தம்பதிகள், குழந்தையைத் தத்து எடுத்துக்கொள்கிறார்கள்.

மாதவிலக்கே வராத நிலை உள்ள பல பெண்கள், ஹார்மோன் குறைபாட்டால் பாதிக்கப்படிருந்தால், உரிய சிகிச்சை மூலம் குணமாகிவிடுவார்கள்.

மனம் இருந்தால் மார்க்கம் உண்டு என்பார்களே, அதுபோல், உங்களுக்கு மனம் இருந்தால் மருத்துவரின் ஆலோசனையை சரியாகப் பெற்றால், உங்கள் வீட்டிலும் குழந்தை பிறக்கும்.

14

கரு முட்டையை வெற்றிகரமாக வெளியிடவைத்தல்

முட்டை வெளியாவதில் உள்ள பிரச்னைகளைத் தற்போதைய நவீன மருத்துவம் எவ்வாறு தீர்க்கிறது என்பதைப் பற்றி இந்த அத்தியாயத்தில் பார்க்கலாம்.

நீங்கள் கருத்தரிக்கத் தவறும்போது, இந்தப் புதிய முறைகள் நிச்சயமாகப் பயன்படுகின்றன. முட்டை வெளியாவதில் உள்ள சில இடையூறுகள் மற்றும் மருத்துவ ரீதியாகக் கண்டறிய முடியாத சில பிரச்னைகளையும் பற்றி நான் தெளிவாகக் கூறிவிடுகிறேன்.

எல்லோருக்கும் பொதுவான ஒரு சிகிச்சையைப் பரிந்துரை செய்வதற்குப் பதில், ஒவ்வொருவரையும் தனிப்பட்ட முறையில் பரிசோதித்து, அவர்களுக்கு ஏற்ப சிகிச்சை அளிப்பதுதான் பொருத்தமாக இருக்கும்.

சிலருக்கு, ஒரு மருந்தை பல மாதங்களுக்குத் தர வேண்டி இருக்கும். அது போதவில்லை என்றால், அந்த மருந்தின் அளவை இரட்டிப்பாக்கவேண்டி இருக்கும். சிலருக்கு, சிறிதளவு மருந்தைக் கொடுத்தாலே முட்டை வெளியாகிவிடும். ஆக, தனிப்பட்ட நபரின் பிரச்னைக்கேற்ப சிகிச்சை முறைகள் அமைந்துள்ளன.

இந்தப் பிரச்னைகளுக்கு நான் எவ்வாறு சிகிச்சை அளிக்கிறேன்; பிரச்னைகளின் தன்மை என்ன என்பதைப் பற்றி சிறிது விளக்கிச் சொல்லிவிடுகிறேன். இந்தத் தகவல்கள், சிகிச்சையைப் புரிந்துகொள்ளவும், உங்களுக்கு வரும் சந்தேகங்களை மருத்துவரிடம் கேட்டு விளங்கிக்கொள்ளவும் உதவியாக இருக்கும்.

முட்டையைத் தூண்டுதல்

ஒரு பெண்ணுக்கு இயல்பான முறையில் முட்டை தூண்டப்பட வேண்டும் என்றால், திறந்த நிலையில் உள்ள கருப்பைக் குழாய், முதிர்ந்த முட்டையை உருவாக்கும் தகுதி உள்ள சினைப்பை ஆகியவை தேவை. இந்தக் கருப்பையில் இருக்கக்கூடிய பிரச்னைகளான கருப்பை உள்வரிச் சவ்வு வளர்ச்சி, அதிகமான புரோலாக்டின் அளவு, கருப்பைக் குறைபாடுகள் போன்றவை சரிசெய்யப்பட்டு சிகிச்சை அளிக்கப்பட வேண்டும்.

மேலும், அல்ட்ரா-சவுண்டு மூலம் கண்காணிக்கப்பட்டு, ஹார்மோன் சிகிச்சைகள் மூலம் முட்டை தூண்டப்படும்.

புரொஜெஸ்டீரான் வித்ட்ராயல்

எந்த மாத்திரை மருந்துக்கு, முட்டை வெளியாகும் நிகழ்ச்சி ஒத்துழைக்கிறது என்பதைக் கண்டறிவதே இந்தச் சிகிச்சையின் நோக்கம்.

இந்தப் பிரசோதனைக்குப் பிறகு, உங்களுக்கு மாதவிலக்கு ஆகிறது, பிட்யூட்டரியானது சினைப்பைகளைத் தூண்டி சிறிதளவு ஈஸ்ட்ரோஜெனை உருவாக்குகிறது என்றால், இதை முழுமையாக்க ஹைபோதலாமஸூம், பிட்யூட்டரியும் ஒழுங்கிணைந்து செயல்பட வேண்டும். இந்த ஒருங்கிணைப்பை ஏற்படுத்த, மருந்து மாத்திரைகள் அளிக்கப்படும். சில மாத்திரைகளைத் தனியாகக் கொடுத்தால், ஹார்மோன்கள் சரியாகத் தூண்டப்படாது. கூட்டு மருந்துகள் கொடுக்கப்படவேண்டி இருக்கும்.

புரொஜெஸ்டீரான் நீக்கத்தால், மாதவிலக்குத் தொல்லைகள் இல்லை என்றால், கருப்பைக் கோளாறினாலோ அல்லது ஹைபோதலாமஸ், பிட்யூட்டரி போன்ற குறைகளாலோ சினைப்பைகள் தூண்டப்படாமல் போகலாம்.

இந்த நிலை இருந்தால், கொனடோட்ரோபின் ஹார்மோன் மாற்றுச் சிகிச்சை கொடுக்கவேண்டி இருக்கும். மிகக் குறைந்த அளவு ஈஸ்ட்ரோஜென் சுரப்பு இருந்தால், கொனடோட் ரோபின் மாற்றுச் சிகிச்சை செய்யலாம். இதன்மூலம், மூன்றில் இரண்டு பங்கு பேர் கருத்தரிப்பார்கள்.

சிலருக்கு, மாதவிலக்கு தொடங்குவதற்காக மாத்திரைகள் கொடுப்பார்கள். இதைச் சாப்பிட்ட ஒன்று முதல் இரண்டு வாரங்களில் மாதவிலக்கு ஆகும். இல்லாவிட்டால், மருத்துவ ரின் ஆலோசனை பெற வேண்டும்.

கருவணுக் கூடுகள் வளர்ச்சி அடையும்போது, அது ஈஸ்ட் ரோஜெனை ரத்தஓட்டத்துக்குள் மெதுவாகச் செயல்படுமாறு தகவல் அனுப்பும். ஆனால், மாத்திரை கொடுக்கும்போது, அது ரத்தத்தில் உள்ள ஈஸ்ட்ரோஜெனை ஹைபோதலாமஸிடம் இருந்து மறைத்துவிடும். அதனால், சினைப்பை சரியாக வேலை செய்யவில்லை என நினைத்து, ஹைபோதலாமஸ் மேலும் ஹார்மோனை வெளியிடும். இதனால், கருவணுக் கூடு மேலும் தூண்டப்படுவதால், பிட்யூட்டரியில் இருந்து அதிக மான எல்.எச். சுரக்கும். இதைத் தொடர்ந்து, சில நாள் களிலேயே முட்டை முதிர்ந்து வெளியாகும். ரத்தத்தில் ஈஸ்ட் ரோஜென் அளவு உயர்ந்த பிறகு, மருந்து மாத்திரை சாப்பிடுவதை நிறுத்திவிடலாம்.

முதன்முறையாக மாத்திரை சாப்பிட்ட பிறகு, எல்.எச். மற்றும் எஃப்.எஸ்.எச். அளவைக் கண்டறிய, சில நாள்களுக்குப் பிறகு ரத்தப் பரிசோதனை மேற்கொள்ள வேண்டும்.

சிலருக்கு எல்.எச். அதிகரித்து, எஃப்.எஸ்.எச். குறைவாக அல்லது மிக அதிகமாக உயரலாம். இந்த இரண்டு பிரச்னை யுமே, கருத்தரிக்கும் வாய்ப்பைக் குறைக்கும் என்பதால், இதைச் சீராக்குவது பற்றி மருத்துவர் உங்களோடு கலந்து பேசுவார்.

மாத்திரை சாப்பிடும் காலத்தில், எப்போது செக்ஸ் வைத்துக் கொள்ளலாம் என்று சிலர் கேட்பார்கள்.

பொதுவாக, மாதவிலக்குக் காலத்தில் பதின்மூன்று முதல் பதினாறு நாள்களில் முட்டை வெளியாக வேண்டும். இந்த

நேரத்தில், சிறுநீர்ப் பரிசோதனை கிட் வாங்கி வைத்துக் கொண்டு, சோதனை செய்து பார்க்க வேண்டும்.

பதினாறாவது நாளில் சிறுநீரில் எல்.எச். ஹார்மோன் இல்லை என்று தெரிந்தால், டாக்டரிடம் தெரிவித்து அல்ட்ரா-சவுண்டு பரிசோதனை செய்துகொள்ள வேண்டும்.

கருப்பை வரிப் பள்ளமும், கருவணுக் கூடும் வளர்ந்திருந்து, கரு முட்டை மட்டும் வளர்ச்சி அடையாமல் இருந்தால், அதைத் தூண்டிவிட மீண்டும் மருந்து கொடுப்பார்கள். அப்போது கரு முட்டைகள் வெளியாகாது என்று தெரிந்தால், சிகிச்சையை மறுமாதமும் தொடரவேண்டி இருக்கும்.

முட்டை வெளியாவது தெரிந்தால், குறிப்பிட்ட காலத்தில் மூன்று மாதங்களுக்கு உடலுறவு வைத்துக்கொள்ள வேண்டும். இல்லாவிட்டால், செயற்கை முறை விந்தேற்றம் செய்துகொள்ளலாம்.

என்னிடம் சிகிச்சை வந்த ஒரு பெண்ணுக்கு, முட்டை வெளியாவதற்காக மருந்து கொடுத்தேன். மாதவிலக்கு ஆன ஒன்பதாவது நாளே எல்.எச். மற்றும் எஃப்.எஸ்.எச். அளவு நன்றாக இருப்பதாகவும், ஆனால் சிறுநீர்ப் பரிசோதனையில் கிட்டின் நிறம் மாறவில்லை எனவும், தனக்கு முட்டை வெளியாகிவிட்டதா? இல்லையா என்பதில் சந்தேகம் இருப்பதாகவும் சொன்னார்.

இந்த நிலையில், அவரைப் பரிசோதிக்காமல் எதையும் என்னால் சொல்லமுடியாது. முட்டை வெளியாகியிருக் கலாம். இல்லாவிட்டால் கருவணுவகம் மற்றும் கரு வணுக் கூடுகளின் அளவையும் எண்ணிக்கையும் தெரிந்து கொள்ள, அலட்ரா-சவுண்டு பரிசோதனை மேற்கொள்ள வேண்டும் என்று சொல்லி, பரிசோதனையை மேற் கொண்டேன்.

அவரின் பிறப்பு உறுப்பு வழியாக, சிறிய அல்ட்ரா-சவுண்டு கருவியைச் செலுத்தி உள் உறுப்புகளைப் பரிசோதித்தேன். முட்டை இன்னும் முதிரவில்லை. அடுத்த மாதவிலக்கின் போது முதிர்ந்துவிடலாம் என்று சொல்லி, முட்டையைத் தூண்டுவதற்கான ஊசியைப் போட்டு அனுப்பினேன்.

முதிர்ந்த முட்டையை எடுப்பதற்கு, இரண்டு மூன்று மாத விலக்குக் காலங்கள் ஆவதுண்டு. அதுவரை, பொறுமை யோடுதான் சிகிச்சை மேற்கொள்ளவேண்டும்.

முட்டை வெளியான பிறகு உடலுறவு கொண்டுவிட்டு, அதற்குப் பிறகு பரிசோதனைக்கு வர வேண்டும். இந்த முறையில், தொடர்ச்சியாக ஓரிரு மாதங்கள் வரை கருத்தரிப்பு நிகழாவிட்டால், செயற்கை முறை விந்தேற்றம் செய்துகொள்ளலாம். செயற்கை முறை விந்தேற்றம் செய்ய இன்னொரு காரணம், மருந்து சாப்பிடுவதால் சிலருக்கு கருப்பைச் சளிச் சவ்வில் துர்நாற்றம் வருவதுதான்.

முட்டை வெளியாகாத நிலையைக் கண்டறிந்து சிகிச்சை செய்தல்

கருத்தடை மாத்திரைகள் மற்றும் இடுப்புக் கூட்டுப் பகுதி அழற்சி நோய் உள்ள பெண்களுக்கு, முட்டை வெடித்து வெளியேறாத நிலை ஏற்படும். எல்.எச். ஹார்மோன் அதிகம் சுரந்தாலும், கருவணுக் கூட்டின் மேல் பகுதி கரைந்து முட்டையை வெளியிடத் தவறும் நிலை ஏற்படும். ஆனால், கருவணுக் கூட்டில் கார்பஸ் லூட்டியம் என்ற திரவம் கலந்துகொண்டே இருக்கும்.

முட்டை வெளியிடப்படாத நிலையைக் கண்டறிவது கடினம். வழக்கமாகச் செய்யும் பரிசோதனைகளில், முட்டை வெடித்து வந்திருப்பதாகத் தெரியவரும். உடல் வெப்பம் உயர்ந்து இருக்கும். புரொஜெஸ்டீரான் உயர்ந்திருக்கும். கருப்பை உள்வரிச் சவ்வுப் பரிசோதனை இயல்பாக இருக்கும்.

எல்லாம் சரியாக இருந்தும், நான்கைந்து முயற்சியில் கருத்தரிக்காவிட்டால், கரு முட்டையைத் தூண்டுவதற்கு அல்ட்ரா-சவுண்டு பரிசோதனையை, முட்டை வெளியாகும் முன்பும், உடல் வெப்பம் அதிகரித்த பின்பும் மேற்கொள்ள வேண்டி இருக்கும். இந்தப் பரிசோதனையால், சினைப்பை, கருவணுக் கூடு வளர்ச்சி, கார்பஸ் லூட்டியம் உருவாக்கம் ஆகியவற்றின் அப்போதைய நிலையைத் தெரிந்துகொள்ள முடியும்.

முட்டை வெளியாகி இருந்தால் பின்வரும் அறிகுறிகள் இருக்கும்.

★ கருவணுக் கூடு முற்றிலும் மறைந்திருக்கும்.

★ கருவணுக் கூட்டின் வட்ட வடிவம் மறைந்துபோய் இருக்கும்.

★ கருவணுக் கூட்டின் சுவர் தடித்திருக்கும்.

★ ஒழுங்கற்ற பஞ்சு போன்ற பகுதிக்குப் பதில், தெளிவான கருவணுக் கூடு உருவாகும்.

★ கருப்பையின் பின்புறம் திரவம் உருவாகும்.

முட்டை வெளியாகாத நிலையைத் தடுப்பதற்காக, எல்.எச். மற்றும் எஃப்.எஸ்.எச். ஹார்மோன் மாத்திரைகளை சில டாக்டர்கள் தருவார்கள்.

கரு முட்டையைத் தடை செய்யாமல் இருக்க, புரோலாக்டினை குறைக்கும் மாத்திரைகளையும் தருவார்கள். சிலர், எல்.எச். ஹார்மோன் ஊசி போடுவார்கள். எந்த மாதிரியான, சிகிச்சை தேவை என்பதை அல்ட்ரா-சவுண்டு பரிசோதனை தீர்மானிக்கும்.

பாலின ஊக்கி ஹார்மோன் சிகிச்சை

இதை, கொனடோட்ரோபின் ஹார்மோன் தெரபி என்று சொல்வார்கள். வழக்கமாக, ஹைபோதலாமஸ் பகுதிதான் பாலின ஊக்கி ஹார்மோனைச் சுரக்கிறது. இது சுரந்து, பிட்யூட்டரியால் சுரக்கப்படும் எல்.எச். மற்றும் எஃப்.எஸ்.எச். ஹார்மோன்களைத் தூண்டுகிறது.

இந்த மூன்று ஹார்மோன்களும் சேர்ந்துதான், சினைப் பைகளைத் தூண்டி கருவணுக் கூடுகளின் வளர்ச்சி, ஈஸ்ட் ரோஜென் உற்பத்தி மற்றும் முட்டை வெளியாவதைச் செயல்படுத்துகின்றன.

சிலவேளைகளில், ஹைபோதலாமஸ் அல்லது பிட்யூட்டரி யின் செயல்குறைபாடுகளால், போதுமான ஹார்மோன்களை பிட்யூட்டரி சுரக்காது. இதன்விளைவாக, தூண்டப்படும் தன்மை குறைவதால், ஈஸ்ட்ரோஜென் உற்பத்தியையும், முட்டை வெளியாவதையும் சினைப்பைகள் தொடங்குவ தில்லை. இந்த நிலையில், புரொஜெஸ்டீரானும் குறை யாமல் இருக்கும்.

கருவணுக் கூட்டைத் தூண்டும் ஹார்மோன் அதிகமாக இருந்தும், ஈஸ்ட்ரோஜெனை சினைப்பை போதுமான அளவு சுரக்காமல் போனால், சினைப்பை செயல் இழப்பு ஏற்பட்டிருக்கிறது என்பதைத் தெரிந்துகொள்ளலாம். இவர்களுக்கு, பாலின ஊக்கி ஹார்மோன் சிகிச்சையால் பலன் கிடைக்காது.

அல்ட்ரா-சவுண்டு பரிசோதனை செய்து, பாதிப்பின் தன்மை மற்றும் அளவுகளை ஆராய்ந்து சிகிச்சை அளிக்கலாம். இவர்களது உயிருக்கு அச்சுறுத்தல் ஏற்படும் காரணிகள், பிறவிக் குறைபாட்டோடு குழந்தை பிறக்கும் வாய்ப்பு ஆகியவற்றைத் தடுப்பதற்கான மருந்துகளையும் கொடுக்க வேண்டும்.

பாலின ஊக்கி ஹார்மோன் ஊசியைப் போட்டுக்கொள்ள, மருத்துவமனைக்கு மாதந்தோறும் வரவேண்டி இருக்கும். மாதத்துக்கு ஒருமுறை ரத்தப் பரிசோதனை மற்றும் அல்ட்ரா-சவுண்டு பரிசோதனை மேற்கொள்ள வேண்டும். சிகிச்சையை முறையாகப் பின்பற்றவும், மருத்துவர் சந்தேகப்படும்போது உங்களைப் பரிசோதிக்கவும் ஒத்துழைக்க வேண்டும்.

சில வேளைகளில், எண்ணற்ற பெரிய கருவணுக் கூடுகள் இருப்பதால், நிறைய ஈஸ்ட்ரோஜென் சுரந்திருக்கும். எச்.சி.ஜி. ஊசியை நிறுத்தி அந்த சிகிச்சையைத் தள்ளிப்போட வேண்டும். இல்லாவிட்டால், ஆபத்தான நிலை உண்டாகும். சிகிச்சை பெறுபவர்களின் வசதியைக் கருதி, முட்டையைத் தூண்டும் சிகிச்சை, சளிச் சுரப்பை இயல்பாக்கும் சிகிச்சை, செயற்கை முறை விந்தேற்றம் என அனைத்தையும் ஒரே நேரத்தில் மேற்கொள்ளவேண்டி இருக்கும்.

மருந்துகளின் பக்கவிளைவாக சினைப்பை வீக்கம், வயிற்றில் வலி போன்ற தொல்லைகள் வரலாம். அடுத்த மாதவிலக்கின்போது, சினைப்பைகள் இயல்பு நிலைக்கு வந்துவிடும். சினைப்பைகள் மிக அதிகமாகத் தூண்டப்பட்டால், அதில் கட்டிகள் தோன்றக்கூடும். ரத்தக் கசிவும் ஏற்படலாம். இவை போன்ற பல பிரச்னைகளைச் சமாளிப்பதற்காக, மருத்துவரின் ஆலோசனை மற்றும் சிகிச்சையைப் பெற வேண்டும். இதையெல்லாம் செய்தால்தான், கருமுட்டையை வெற்றிகரமாக உருவாக்க முடியும்.

15

சில கருவாக்கத் தடைகள்

கருப்பை வாய்ச் சுரப்பும் - உயிரணுவும் பிணங்குதல்

பெற்றோரின் எதிரிப்பையும் மீறி திருமணம் செய்து கொண்ட ஒரு தம்பதியர் என்னிடம் சிகிச்சைக்காக வந்தனர்.

'நாங்கள் இன்னும் தனியாகத்தான் வசிக்கிறோம். எங்களுடன் எங்கள் தாய் தந்தையர் பேசுவதே இல்லை. ஒரு குழந்தை பிறந்திருந்தால், ஒருவேளை எங்கள் பெற்றோர் மனம் மாறியிருப்பார்கள். அதற்கு வாய்ப்பு இல்லாமல் போய்விட்டது. என்ன செய்வது, வயிற்றில் ஒரு புழுப் பூச்சிகூட தங்க வில்லை. இத்தனைக்கும், எங்கள் ஊரில் உள்ள ஓர் ஆய்வகத்தில் நாங்கள் இருவரும் பரிசோதித்துப் பார்த்தோம். எந்தப் பிரச்னையும் இல்லை என்று தான் ரிசல்ட் வந்தது.

மூன்று ஆண்டுகளாகத் தொடர்ந்து மாற்றுமுறை மருத்துவம் பார்த்தோம். அதிலும் எந்தப் பயனும் இல்லை. கடைசியாக, உங்களைப் பற்றித் தெரிந்த பிறகுதான், எப்படியும் குழந்தை பெற்றுக்கொள்ள முடியும் என்ற நம்பிக்கை வந்தது. இப்போது வந்திருக்கிறோம்' என்றார் அந்தப் பெண்.

அவர்களுடைய மருத்துவத் தகவல் குறிப்புகளை வாங்கிப் பார்த்தேன். அந்தப் பெண்ணுக்கு மாதவிலக்கு தவறாமல் வந்திருப்பது தெரிந்தது. அப்படியானால், முட்டை சரியாக வெளியாகிறது. சினைப்பையும் நன்றாக இருக்கிறது. ஒரு வேளை, கருப்பையில் பிரச்னை இருக்கலாம் என்று சந்தேகித்தேன்.

கணவருடைய ரிப்போர்ட்டைப் பார்த்தபோது, அதில் போதுமான எண்ணிக்கையில் உயிரணுக்கள் இருப்பதாகக் குறிப்பிடப்பட்டு இருந்தது. ஆனால், அவரால் தன் மனைவியைக் கருத்தரிக்கச் செய்ய முடியவில்லை. ஏன்?

கருப்பையைப் பரிசோதிப்பதற்கு முன், அந்தப் பெண்ணின் கருப்பை சளிச் சுரப்பையும், கணவரின் விந்துத் திரவத்தையும் பரிசோதித்துவிடலாம் என்று முடிவு செய்து, அவற்றைப் பரிசோதனைக்கூடத்துக்கு அனுப்பினேன்.

அவர்களுக்கு, மருந்து மாத்திரை கொடுத்து நான்கு நாள்கள் கழித்து வந்து பார்க்கச்சொல்லி அனுப்பிவைத்தேன். ஆய்வகப் பரிசோதனை முடிவு எனக்கு அதிர்ச்சியாக இருந்தது. பெண்ணின் சளிச் சுரப்பில் கணவரின் உயிரணுக்களைக் கலந்த போது, அவை உடனே சுருண்டு விழுந்து இறந்துபோவதாகக் குறிப்பிடப்பட்டிருந்தது.

அவர்கள் இருவரிடம் இருந்து பெறப்பட்ட மாதிரிகளை கல்சர் செய்து, தானமாகப் பெற்று வைத்திருந்த இன்னொரு வரின் உயிரணுக்களை அந்தப் பெண்ணின் சளிச் சுரப்போடு சேர்த்துப் பார்த்தபோது, அவை நன்றாக அதில் நீந்திக் கொண்டிருந்தன. இவ்வாறே, அந்த நபரின் உயிரணுக்களை இன்னொரு பெண்ணின் சளித் திரவத்தில் கலந்தபோது, அவையும் உயிருடன் இருந்தன.

மனம் ஒத்தத் தம்பதியரின் உடலுக்குள் இவ்வளவு ‘எதிர்ப்புத் தன்மை’ இருப்பதை நினைத்து எனக்குக் கஷ்டமாக இருந்தது. இவர்களுக்கு எப்படியும் வெற்றிகரமாக கருவாக்கம் செய்தே ஆக வேண்டும் என்று தீர்மானித்தேன்.

சளிச் சுரப்புடன் கலந்தவுடன், அந்த நபரின் உயிரணுக்கள் உடனடியாக இறந்துபோவதற்குக் காரணம், நோய்த் தொற்றுகள் அல்ல; ஆன்டிபாடீஸ்.

ஒருவருக்குச் சிறுநீரகம் தேவைப்பட்டால், அடுத்தவரிடம் இருந்து உடனே எடுத்துவைத்துவிட முடியாது. அதை உடல் ஏற்றுக்கொள்ளாது. எது பொருத்தமோ, அந்தச் சிறுநீரகத்தைத் தான் உடல் ஏற்கும்.

இப்படித்தான், உடலானது கருவாக்கம் செய்கிற விஷயத் திலும்கூட நடந்துகொள்ளும். தனது சூழலுக்கு ஒவ்வாத ஒரு பொருளை, தனக்கு அந்நியமாகப் படுகிற பொருளை, நமது உடல் உருவாக்கும் நோய்த் தடுப்பாற்றல் சக்திகள் கொன்று விடுகின்றன. இது, உடலிலேயே ஏற்படும் நோய்க் காப்புச் செல்களின் எதிர்வினை எனப்படுகிறது. இப்படிப்பட்ட ஒரு நிலை உருவாவதற்குப் பல விஷயங்களைக் காரணமாகச் சொல்லலாம்.

கருப்பை சளித்திரவம் - பாதை, பாதுகாவலன்

பிறப்பு உறுப்புக்கும், கருப்பைக்கும் இடையிலான ஒரு கேட் மாதிரி கருப்பைச் சளிச் சுரப்பு செயல்படுகிறது. கருப்பை வாயில் சளி போன்று கொழகொழப்பாகச் சுரக்கும் இந்தத் திரவம், யோனி வழியாக கருப்பைக்கு வரும் எல்லா நோய்க் கிருமிகளையும் தடுத்துவிடுகிறது. ஆனால், முட்டை வெளியாகும் சமயத்தில் மட்டும், ஈஸ்ட்ரோஜென் ஹார் மோனின் செயல்பாட்டால், விந்தணுவுக்கு நண்பன்போல் செயல்படுவதற்காக,தனது கெட்டித் தன்மையை மாற்றி நீர்போல் இளகிவிடும். இதனால், அந்த வழியே வரும் விந்தணுக்கள் சுலபமாக நீந்தி உள்ளே செல்ல முடியும்.

இப்படி கருப்பைக்குப் பாதுகாவலனாகவும், உயிரணுக்கள் நீந்திச் செல்ல பாதையாகவும், கருப்பை வாய்ச் சுரப்புத் திரவம் செயல்படுகிறது.

சில வேளைகளில், இந்தச் சளிச் சுரப்பு நண்பனாகும் சூழல் இருக்காது. அது, முற்றிலும் அமிலத் தன்மை உள்ளதாக மாறி விடும். இதனால், அதன் வழியாக வரும் விந்தணுக்களைத் தடுத்து செயல் இழக்கச் செய்துவிடும் அல்லது கடுமையான பாதிப்புகளை உண்டாக்கிவிடும். கடைசிக் கட்டமாக கொன்றுவிடும். இதனால்தான், 10 - 20 சதவீதப் பெண்கள், 'மலடு' என்ற அவச் சொல்லுக்கு ஆளாகிறார்கள்.

இந்தப் பிரச்னையைத் தீர்த்து, பெண்ணைக் கருத்தரிக்கச் செய்ய வேண்டுமானால்,

- ஒரு மாதத்தில், குறிப்பிட்ட எந்தச் சமயத்தில் கருப்பை வாய்ச் சுரப்பு இயல்பாக அல்லது நீர்மைத் தன்மையுடன் என்பதைக் கண்டறிந்து, அந்த நேரத்தில் செயற்கை விந்தேற்றம் செய்யலாம்.
- உயிரணுக்களைக் கருப்பை வாய் அமிலச் சுரப்பிடம் இருந்து பாதுகாக்கலாம்.
- கருப்பை வாய்ப் பகுதியைக் கடப்பதற்குத் தேவையான பாதுகாப்பு வசதிகளை, உயிரணுக்களுக்கு ஏற்படுத்திக் கொடுக்க வேண்டும்.
- இயல்புக்கு மாறான, குறைபாடு உள்ள உயிரணுக்களை நீக்கிவிட்டு மற்றவற்றை மட்டுமே அனுப்ப வேண்டும்.
- உள்ளே வரும் உயிரணுக்களை, அந்நியப் பொருள்கள் என நினைத்துக் கொல்லவரும் வெள்ளைச் செல்களிடம் இருந்து அவற்றைக் காப்பாற்ற வேண்டும்.
- உயிரணுக்களுக்கு ஊட்டச் சத்துகளை வழங்க வேண்டும்.
- வெள்ளைச் செல்கள் இருக்குமானால், தம்பதியர் யாருக்காவது நோய்த்தொற்று இருக்கலாம் என்பதைத் தெளிவாகக் கண்டறிந்துகொள்ள வேண்டும்.
- கருப்பையில் ஏற்படும் பாக்டீரியா தொற்றுகளைத் தடுக்க வேண்டும்.

இவ்வளவையும் செய்தால்தான், பெண் கருத்தரிக்க இயலும்.

உடலுறவுக்குப் பின் பரிசோதனை மேற்கொள்ளுதல்

கருப்பை சளிச் சுரப்புப் பிரச்னையைத் தெரிந்துகொள்ள, உடலுறவுக்குப் பிறகான பரிசோதனை அவசியம். முட்டை வெளியான பிறகு 8 முதல் 12 மணி நேர இடைவெளியில் உடலுறவு கொண்ட தம்பதியர், இந்தப் பிரசோதனையை மேற்கொண்டால், சளித் திரவத்தின் தன்மை என்ன என்பதைத் தெரிந்துகொள்ளலாம். உடலுறவு கொண்டு எட்டு முதல் பன்னிரண்டு மணி நேரத்தில் பரிசோதித்தால்,

- மனைவியின் கருப்பை வாய்க்குள் கணவர் தரமான உயிரணுக்களைச் செலுத்தியிருக்கிறாரா?

★ சளிச் சவ்வில், உயிரணுக்கள் போதுமான வேகத்தோடு நீந்தியிருக்கின்றனவா?

★ தம்பதியரில் யாரேனும் ஒருவருக்கு நோய்த்தொற்று இருப்பதற்கான அடையாளமான, வெள்ளைச் செல்கள் காணப்படுகின்றனவா?

என்பதைத் தெரிந்துகொள்ளலாம்.

பரிசோதனை நன்றாக இருந்தால், சளிச் சுரப்பால் கருத்தரித்தல் தடைபடாது. பரிசோதனை சரியாக இல்லாவிட்டால், சளிச் சுரப்பில் பாதிப்பு இருக்கிறது என்பதை உணர்ந்து, இந்தப் பரிசோதனையைச் சரியான நேரத்தில் செய்திருக்கிறோமா அல்லது நேரம் கடந்து பரிசோதனைக்கு வந்திருக்கிறோமா? என்பது போன்ற சில விஷயங்களை ஆராயலாம்.

உடல் வெப்பப் பரிசோதனை அட்டையின் மூலம், முட்டை வெளியாகும் சரியான நேரத்தை உணர்ந்து, எல்.எச். கண்டறியும் கிட்டைப் பயன்படுத்தி, பரிசோதனை செய்த பிறகு உடலுறவு கொண்டிருந்தால், உண்மையான நிலையைத் தெரிந்துகொள்ள இயலும்.

உடலுறவுக்குப் பிறகான பரிசோதனைகள் தவறாக இருக்கப் பல காரணிகள் உள்ளன. அவற்றுள் குறிப்பிடத்தக்கவை:

★ தம்பதியரில் யாருக்காவது நோய்த்தொற்று (சளிச் சுரப்பில் வெள்ளைச் செல்கள் இருக்கும்).

★ உயிரணுக்களுக்கு எதிரான நோய்க்காப்பு அணுக்களின் செயல்பாடு (இந்த நிலை இருந்தால், உயிரணுக்கள் மொத்தையாக கட்டிக்கொள்ளும், இறந்துவிடும் அல்லது பயத்தால் அலறுவதுபோல் அதிர்ச்சியுடன் இருக்கும்).

★ சளிச் சுரப்பின் இயல்புக்கு மாறான தன்மை, அதிக அடர்த்தியும், குறைவான இளகும் தன்மையும் கொண்ட சளிச் சுரப்பைத் தாண்டி உயிரணுக்கள் செல்ல முடியாது.

★ ஆணின் உயிரணுக்கள், நோய்த் தொற்றுகள் அல்லது குறைபாடுகளால் பாதிக்கப்பட்டிருந்தால், நிறைய குறை உருவம் கொண்டவையாகவும், ஊர்ந்து செல்லும் தன்மை அற்றதாகவும் இருக்கும்.

★ கணவரிடம் இருந்து கருப்பை வாய்ப் பகுதிக்குச் சரியாக விந்து செலுத்தப்படாமல் இருக்கலாம்.

மேற்கண்ட தகவல்களை, உடலுறவுக்குப் பிறகான பரிசோதனையில் இருந்து அறியலாம். ஆகவே, இந்தப் பரிசோதனை மிக முக்கியத்துவம் வாய்ந்தது என்பதை உணர்ந்து, மருத்துவருக்கு ஒத்துழைப்பு அளிக்க வேண்டும்.

நோய்த் தொற்றுகள்: கண்டறிதலும், சிகிச்சையும்

உடலுறவுக்குப் பிறகான பரிசோதனையில், இறந்துபோன உயிரணுக்கள், மொத்தையாக கட்டிக்கொண்டுள்ள உயிரணுக்கள், ரத்த வெள்ளைச் செல்கள் போன்றவை இருப்பது தெரியவந்தால், கருவாக்கப் பிரச்னை இருக்கும் என்பதை உறுதி செய்துகொள்ளலாம்.

கல்சர் பரிசோதனையின்போது, அந்நியப் பொருள்கள் ஏதாவது இருப்பது தெரியவந்தால், பால்வினை நோய்க் கிருமிகள் இருக்கக்கூடும். ஆன்டிபயாடிக் சிகிச்சை அளிக்க வேண்டி இருக்கும். தொடர்ந்து வெள்ளைச் செல்கள் இருந்து வந்தால், உடலுறவுக்குப் பிறகான அடுத்தப் பரிசோதனை செய்யும்வரை தம்பதிகள் விலகி இருக்க வேண்டும்.

கணவரின் உடல், நோய் எதிர்க்காப்புச் செல்களை உருவாக்கா விட்டால், பெண்ணின் உடலில், உயிரணுக்களுக்கு எதிராக நோய்க்காப்புச் செல்கள் உருவாக்கப்படலாம். இதனால், தனக்குள் வரும் உயிரணுக்களைப் பெண்ணின் ஆன்டிபாடீஸ் கொன்றுவிடும்.

ஒருமுறை நோய் எதிர்ப்புத் திறன் வந்துவிட்டால், அடுத்த முறை அதே மாதிரி எதிர் பொருள் வந்தால், என்னவிதமாக அதை எதிர்த்து அழிப்பது என்பதை வெள்ளைச் செல்கள் கணித்திருக்கும். இதனால்தான், உயிரணுக்கள் வந்ததும் அவற்றைக் கொன்றுவிடுகின்றன.

இதைத் தவிர்க்க, சிறிது காலம் உடலுறவைத் தள்ளிவைத்து விட்டு, பிறகு ஒருநாள் உடலுறவு கொண்ட பிறகு பரிசோதித்தால் பாதிப்பின்தன்மை தெரியவரும்.

இந்தப் பாதிப்புகளின் தீவிரத்தை முற்றிலும் நீக்கிய பிறகு, சுமார் 40 சதவீதத்தினருக்கும் மேலாக, அடுத்த மூன்று

மாதத்திலும், மற்றவர்கள் அடுத்த ஓர் ஆண்டுக்குள்ளும் கருத்தரிப்பார்கள். நோய் எதிர்ப்பு அணுக்கள் இருந்தால் உரிய சிகிச்சை தேவை.

உயிரணு - சளிச் சவ்வுப் பரிசோதனை

பொதுவாக, நோய்க்காப்பு அணுக்கள் என்பவை, வெளியில் இருந்து உங்கள் உடலுக்குள் நுழையும் எதிர்ப் பொருள் களைத் தாக்கி அழிப்பவை. காரணம் தெரியாத காரணங் களால், இந்த நோய்க் காப்பு அணுக்கள், சொந்த உயிரணுக் களையே அழித்துவிடும் நிலை, சுமார் 4 சதவீத ஆண்களுக்கு மலட்டுத்தன்மையை ஏற்படுத்திவிடுகிறது.

குறிப்பாக, கருத்தடை அறுவை செய்துகொண்டவர்களில் சுமார் 50 முதல் 60 சதவீதத்தினருக்கு, நோய்க் காப்பு அணுக் களால் உயிரணுக்கள் அழிக்கப்படும் நிலை இருக்கிறது. துண்டிக்கப்பட்ட விரைமேல் குழாய்களில் தேங்கியிருக்கும் அணுக்களை அழிப்பதற்காக உருவாகும் இந்த நோய்க் காப்பு அணுக்கள், உயிரணுக்களுக்கு எதிரான தன்மையை உரு வாக்கிக்கொள்கின்றன. அதனால்தான், எப்போதெல்லாம் உயிரணுக்கள் உருவாகின்றனவோ, அப்போதெல்லாம் அவற்றை அந்நியப் பொருள்களாக நினைத்து அழிக்கும் வேலையைச் செய்கின்றன.

இவ்வாறு, உயிரணுக்களை நோய்க் காப்பு அணுக்கள் அழிப் பதை, விந்துப் பரிசோதனையின்போது கண்டறியலாம். விந்தணுக்கள் ஒன்றோடு ஒன்று மொத்தையாகக் கட்டிக் கொண்டிருக்கும் அல்லது பயத்தால் சுருண்டு கிடக்கும்.

இதேபோல், கருப்பை சளிச்சுரப்புப் பிரச்னை உள்ளவர்களில் சுமார் 30 சதவீதத்தினருக்கு இந்தப் பிரச்னை வருகிறது. காரணம் தெரியாத காரணங்களால், கருவுறாமைக்கு ஆளான இந்தப் பெண்களின் கருப்பைச் சளிச் சுரப்பை ஆராய்ந்தால், புதிதாக எடுக்கப்பட்ட சளிச் சுரப்பில், விந்தணுக்கள் நீந்திச் செல்வதையும், உடலுறவுக்குப் பிறகான பரிசோதனையில் செத்துக் கிடப்பதையும் பார்க்கலாம். அதாவது, உயிரணுக் களை நோய் அணுக்களாகப் பாவிக்கும்தன்மை சளிச் சுரப்பில் உருவாவதுதான் இந்தப் பாதிப்புக்குக் காரணம்.

இதை, 'ஸ்பெர்ம் - மியூகஸ் க்ராஸ் டெஸ்ட்' என்ற பரிசோதனையின் மூலம் ஆராய்ந்து, சரியான காரணத்தைக் கண்டறியலாம்.

நோய் எதிர்க்காப்பு அணுக்களால் பாதிக்கப்பட்ட உயிரணுக் களுக்கான சிகிச்சைகள்

செயற்கை முறை விந்தேற்றம்

நோய் எதிர்க்காப்பு அணுக்களால் தாக்கப்பட்ட உயிரணுக் களை உடைய ஆண்கள், கருத்தரிக்கச் செய்யும் வாய்ப்பு 16 சதவீதம்தான்.

செயற்கை முறையிலான கருவாக்கத்தின்போது, பாதிப்பின் அளவு மற்றும் தன்மைகளைக் குறைத்து, உயிரணுக்களை வேறு திரவத்தில் கழுவி சுத்தம் செய்து கருவாக்கம் செய் கிறோம்.

உயிரணுக்களைக் கழுவி வேறு திரவத்தின் மூலம் அவற்றைக் கருவாக்கம் செய்ய அனுப்பும்போது, சுமார் பாதிக்கும் மேற்பட்ட உயிரணுக்கள் மிகச் சுறுசுறுப்புள்ளவையாக மாறுகின்றன. கருவாக்க வெற்றியின் விகிதம், சுமார் 67 சதவீதமாகவும் உயருகிறது.

உயிரணுக்களுக்கு எதிரான நோய்க்காப்பு அணுக்களை உற்பத்தி செய்யும் பெண்களுக்கும், செயற்கை முறை விந்தேற்றம் சிறந்தது. இவர்கள், கருவாக்கம் செய்தாலும் கருச்சிதைவு ஏற்படும் வாய்ப்பு இரண்டு மடங்கு அதிகம் என்பதால், கருத்தரிப்பு நிகழ்ந்தாலும், அடுத்த ஆறு மாதம் வரை மிக எச்சரிக்கையாக இவர்களைக் கண்காணித்துக் கொள்ள வேண்டும். கருத்தரிப்பு சாத்தியமாகாதபோது, செயற்கை விந்தேற்ற முறையில் கருத்தரிக்காத நிலையில், சோதனைக் குழாய் முறை பலன் தரும்.

காண்டம் தெரபி

நோய் எதிர்க்காப்பு அணுக்களான ஆன்டிபாடீஸ் இருக்கும் நிலை இருந்தால், அதை மட்டுப்படுத்த ஆணுறையைப் பயன்படுத்தி உடலுறவுகொள்ள வேண்டும். இவ்வாறு பல நாள்கள், மாதங்கள் ஆணுறையைப் பயன்படுத்திவந்தால்,

ஆன்டிபாடீஸ்களால் உயிரணுக்கள் பாதிக்கப்படாது. இந்த நிலையை அடைவதற்கு, பெண் மூன்று முதல் ஆறு மாதம் வரை, ஆணின் உயிரணுவை எந்தவகையிலும் தன்மேல் படவோ, அதைத் தொடவோ விடக் கூடாது. இந்த முறை, கொஞ்சம் நேரம் பிடிக்கக்கூடியது என்பதால், பலரும் செயற்கை விந்தேற்றம் அல்லது உடலுறவு செய்கை மேம்படு வதற்கான நுணுக்கங்களை, மருத்துவரிடம் கேட்டுத் தெரிந்து கொள்ளுங்கள்.

விந்து வெளியேறும் அந்த நொடியின்போது, சிறுநீர்ப் பை வாய்ப் பகுதியில் உள்ள தசையானது சுருங்கி மூடிக் கொள்கிறது. இதனால், விந்துக் குழாயில் உள்ள விந்து, உயிரணுவோடு கலந்து வேகமாக ஆண் உறுப்பின் வழியாக பெண் உறுப்பில் கொட்டப்படும்.

சர்க்கரை நோய், புராஸ்டேட் அறுவைச் சிகிச்சை செய்தவர் களுக்கு, விந்தும் உயிரணுவும் ஒன்றுகலக்கும் செயல் திறனில் பிரச்னை இருக்கும். சிறுநீர்ப்பையின் சுருங்கு தசை, விரைவாகச் சுருங்காது. இதனால், வெளியேற்றும் விந்தின் அளவு குறைவாக இருக்கும். சிலசமயம், ஆண் உறுப்பின் வழியாக உயிரணுக்கள் வராமல், சிறுநீர்ப் பைக்குள் விழுந்து விடும். இந்நிலை இருப்பதை உறுதி செய்துகொள்வதற்கு, விந்தை வெளியேற்றியதும், சிறுநீரகப் பரிசோதனை செய்து கொள்ள வேண்டும்.

இந்தப் பிரச்னை இருப்பவர்களின் சிறுநீரை, உடலுறவு முடிந்ததும் எடுத்துப் பரிசோதித்து, அதில் உள்ள உயிரணுக் களைப் பிரித்துவிடலாம். சிறுநீர் அமிலத்தன்மையுடன் இருந்தாலும், உயிரணுக்கள் உடனடியாக இறந்து போவதில்லை என்பதால், உயிரணுக்களை வளர்க்கும் திரவத்தை சிரிஞ்ச் வழியாக சிறுநீர்ப் பைக்குள் செலுத்தி அவற்றை எடுத்து, செயற்கைக் கருத்தரிப்பு செய்யப் பயன்படுத்தலாம். இது சாத்தியம் இல்லாதபோது, உடலுறவுக்கு முன்பாக, சிறுநீர்ப் பையைச் சுத்தமாக வடித்துவிட்டு, உடலுறவு கொள்ளச்செய்து, உயிரணுக்கள் அனைத்தையும் சேகரிக்கலாம்.

முட்டை தூண்டப்படுவதற்கான மருந்து கொடுக்கப்பட்ட பெண்கள், அணுக்களின் வீரியம் பாதிக்கப்பட்டு செயற்கை முறை விந்தேற்றம் செய்யக் காத்திருக்கும் ஆண்கள்

ஆகியோருக்கு, இந்தப் பரிசோதனையின்போதே சிகிச்சை அளித்துவிடுவதால், மிக அதிகமான எண்ணிக்கையில் ஆண்கள் பலன் அடைகிறார்கள்.

இந்த மாதிரியான பாதிப்புகள் உங்களுக்கும் இருக்குமானால், கவலைப்பட வேண்டாம். உங்களுக்கும் எளிமையான சிகிச்சைகள் மூலம் உங்களுக்கும் குழந்தை பிறக்க வழி செய்துவிடலாம்.

கருக் குழாய்ப் பிரச்னைகளைச் சரிசெய்தல்

'மாதவிலக்கு ஆனது முதல் எனக்குத் தொடர்ந்து வலி இருக் கிறது. ரத்தப்போக்கை நிறுத்த வேண்டுமானால், மாத்திரை போட வேண்டிய கட்டாயம், எனது பதினைந்தாவது வயதிலேயே உண்டானது.

எனக்குக் கரு முட்டை வெளியாகாது. நான் கருத்தரிக்கவும் முடியாது என்று என்னைப் பரிசோதித்த டாக்டர் அப்போதே சொல்லிவிட்டார். இது மட்டுமல்ல, திருமணத்துக்கு முன்பே கன்னித்திரையைக் கிழித்து எனக்கு டி அண்ட் சி செய்தார்கள். கடைசியாக, எனது 25-வது வயதில்கூட டி அண்ட் சி நடந்தது.

மாதவிலக்கு வலி இப்படி கூடுவதும், குறைந்து வருவதும் இயல்புதான் என என் தாய், அக்கா, அண்ணி எல்லோரும் கூறியதால், அதன்பிறகு பல ஆண்டுகளாக மாதவிலக்கின் போது வந்த வலியைக்கூடப் பொறுத்துக்கொண்டேன்.

மாதவிலக்கான இரண்டு மூன்று நாள்கள் வெளியே செல்ல முடியாது. எதிரே நிற்கும் மலைப்பான எனது வேலைகளைப் பார்க்க முடியாது. நான் வலியால் துடித்துக்கொண்டு இருப்பேன். இந்தச் சூழலில் எனக்குத் திருமணம் ஆனது.

திருமணம் ஆன பிறகு, மூன்று ஆண்டுகள் குழந்தை இல்லை. எனது கணவரின் வற்புறுத்தலால், ஒரு மகளிர் மருத்துவரை அணுகினோம். கரு முட்டை வெளியாவதற்காக மாத்திரை கள் கொடுத்தார். உடல் வெப்ப நிலை உயர்ந்திருந்தது. நாங்கள் இருவரும் சந்தோஷப்பட்டோம். மூன்று ஆண்டு களாக முயற்சித்து, கடைசியில் வெற்றிபெற்றிருக்கிறோம் என்ற பூரிப்பில் இருந்தபோது, திடீரென ஒருநாள் வயிற்று

வலி வந்துவிட்டது. உடனடியாகச் சிறுநீர் கழித்தாக வேண்டும் என்பது போன்ற உந்துதல் ஏற்பட்டது. சிறுநீரில் ரத்தம் கலந்து வந்தது.

கழிவறைக்குச் சென்றுவந்த பிறகு சிறிது வலி குறைந்தது. ஆனால், மீண்டும் தொடர்ந்து வலி, தாங்க முடியவில்லை. எனது கணவர், மருத்துவமனைக்கு அழைத்துச்சென்றார். பரிசோதித்துப் பார்த்தபோது, இந்த வலிக்கு குடல் வால் பிரச்னையாக இருக்கலாம் அல்லது கருப்பையில் பதியமா வதற்குப் பதில் கருக் குழாயில் கரு பதியமாகி வளரத் தொடங்கியிருக்கலாம். இல்லாவிட்டால், சிறுநீரகக் கல் ஏதேனும் இருக்கலாம் என்று சொன்னார்கள்.

எங்கள் கனவுகள் சிதைவதைப்போல இருந்தது. ஊசி போட்டுக்கொண்டு வீட்டுக்கு வந்துவிட்டோம். மறுநாள் காலைவரை நன்றாகத்தான் இருந்தேன். அதன்பிறகு, வலி அதிகரித்தது. மருத்துவமனைக்குச் சென்றபோது, அப்போது பணியில் இருந்த டாக்டர், வயிற்றை அழுத்திப் பார்த்து விட்டு, டி அண்ட் சி செய்தாக வேண்டும் என்று கூறிவிட்டார். வேறு வழியில்லாமல் டி அண்ட் சி செய்தாயிற்று.

இந்தச் சிகிச்சைக்குப் பிறகு, வலப்பக்க வயிற்று வலி குறைந்து விட்டது. ஆனால், தொடர்ந்து ரத்தக் கசிவு இருந்தது. மார்பகத் திலும் வலி. மருத்துவருக்குப் போன் செய்து கேட்டபோது, டி அண்ட் சி செய்தபிறகு, இப்படியெல்லாம் இருப்பது இயல்பு தான் என்று சொல்லிவிட்டார்.

அலுவலகத்துக்கும் லீவு போட முடியவில்லை. ரத்தக் கசிவோடுதான் போனேன். வலி தாங்க முடியவில்லை. தொடர்ந்து ரத்தப் போக்கு இருந்ததால், அலுவலகத்திலேயே நினைவிழந்து மயங்கி விழுந்துவிட்டேன். உடன் பணி யாற்றுபவர்கள், என்னை ஒரு நர்சிங் ஹோமில் சேர்த்தார்கள். நிறைய ரத்த இழப்பு ஏற்பட்டுவிட்டது என்பதற்காக ரத்தம் ஏற்றினார்கள். கூடவே, பரிசோதனைகளை மேற்கொண்ட போது, எனது கருப்பைக் குழாயில் குழந்தை வளர்வதையும் கண்டுபிடித்தார்கள். அது வளர்ந்தால் எனது உயிருக்கு ஆபத்து என்று கூறி, வலதுபக்க கருக் குழாயைத் துண்டித்து விட்டார்கள்.

இதற்கு என்ன காரணம்?

லேபராஸ்கோப்பி செய்வதற்காக ஆய்வு செய்தபோது, எனது கருப்பையில் உள்வரிச் சவ்வு வளர்ந்திருப்பதாக டாக்டர் சொன்னார். இந்தச் சதை வளர்ந்து கருப்பைக் குழாயின் வாயை அடைத்துக்கொண்டுவிட்டதால், அதைக் கண்டுபிடிக்கவே சிரமமாக இருக்கிறது என்றும், இதனால்தான் வலி வந்தது என்றும் சொன்னார். கருக் குழாயைத் துண்டித்துவிட வேண்டும் என்றும் சொன்னார்.

வீட்டில் கலந்து ஆலோசிக்க வேண்டும், அதன் பிறகு வந்து சொல்கிறேன் என்று சொல்லிவிட்டு வந்தோம். பிறகு, வேறு ஒரு டாக்டரைப் பார்த்து விஷயத்தைச் சொன்னபோது, கருக் குழாய்க்குச் சேதம் வராமல், அதில் உள்ள பிரச்னையை, சதை வளர்ச்சியை நீக்கிவிடலாம் என்றார்.

அறுவைச் சிகிச்சைக்குப் பிறகுதான் தெரிந்தது, எனது வலதுபக்க கருப்பைக் குழாய் துண்டிக்கப்பட்டுவிட்டது என்பது.

எந்தக் குழந்தைக்காக ஆசையோடு காத்திருந்தோமோ, அந்தக் குழந்தைப் பேறு இப்போது எங்களுக்குக் கனவாகி விட்டது. நவீன சிகிச்சை முறையில், எனக்கு குழந்தைப் பேறை உண்டாக்க முடியுமா?'

- இப்படி, ஒரு பெண்மணி எனக்குக் கடிதம் எழுதியிருந்தார்.

கருக் குழாய் பிரச்னைதான், இன்றைக்குப் பெரும்பாலான பெண்கள் கருத்தரிக்க முடியாமல் போவதற்கான முதன்மைக் காரணம்.

பிறப்பு உறுப்புப் பகுதிகளைத் தாக்கும் பால்வினை நோய்கள், சதை வளர்ச்சிகள் மற்றும் கருக் குழாய் பிரச்னைகள் ஆகியவை, கருத்தரிக்க முடியாததற்கு 50 சதவீத அளவுக்கு முக்கியக் காரணமாக உள்ளன.

கருக் குழாய் பிரச்னைகள் ஏன் வருகின்றன?

கருக் குழாயைப் பற்றித் தெரிந்துகொண்டால், அதில் பிரச்னைகள் ஏன் வருகின்றன என்பதைப் பற்றிச் சுலபமாகத் தெரிந்துகொள்ளலாம்.

கருப்பையானது, மூன்று பக்கம் திறப்புள்ள ஒரு நார்த் தசையால் ஆன உறுப்பு. கீழ்ப்பக்கம் கருப்பை வாயும், மேல்புற பக்கவாட்டுகளில், பக்கத்துக்கு ஒன்றாக 10 செ.மீ. நீளம் உள்ள கருப்பைக் குழாய்களும் இருக்கும்.

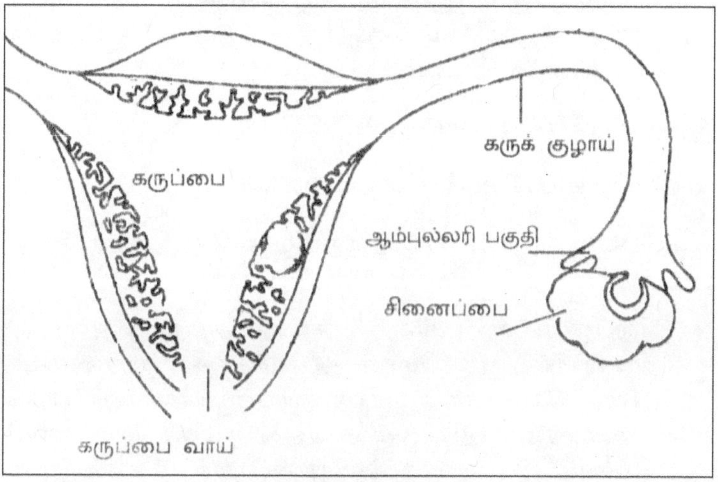

கருக் குழாயின் அமைப்பு

0.4 மி.மீ. குறுக்களவு உள்ள கருக் குழாயை, நான்கு பகுதிகளாகப் பிரிப்பார்கள்.

கருப்பையோடு சேர்ந்த பகுதி கருப்பை வாசல் எனப்படும். இது கருப்பையில் இருந்து சுமார் 2 செ.மீ. நீளம் உள்ளது. அதையொட்டி வரும் அடுத்த ஒடுங்கிய பகுதிக்கு, இஸ்தம்ஸ் என்று பெயர். கருக் குழாயின் கடைசிப் பகுதி ஆம்புல்லரி. வளைந்து நெளிந்து, பார்ப்பதற்கு விரல் போன்ற அமைப்பில் இது இருக்கும்.

கருக் குழாயின் உள்ளே, மெல்லிய மயிர் இழைகளால் ஆன சிலிகா என்ற அமைப்பு இருக்கும். சினைப்பையில் இருந்து வெளிவரும் முட்டையை, ஆம்புல்லரி அமைப்பு இழுத்து உள்ளே தள்ளும்போது, கருப்பை சுருங்கி சுருங்கி விரிவதால், சிலிகாவின் மீது முட்டை மெதுவாக நகர்ந்தவாறு வரும். இவ்வாறு, கருப்பை வாசலுக்கு வரும் முட்டை, சுமார் 24 மணி நேரம் அங்கே தங்கியிருக்கும். அப்போது, விந்தணு சந்தித்தால் கருத்தரிப்பு நிகழும்.

கருப்பை வாசலுக்கு வந்த பிறகு, அடுத்த 24 மணி நேரத்தில் இரண்டு செல்களாகப் பிரியும். அதன் பிறகு, 15 மணி நேரத்துக்கு ஒருமுறை வீதம், ஒவ்வொரு செல்லும் இரண்டிரண்டாகப் பிரிய ஆரம்பிக்கும். கருவுற்ற இரண்டாவது நாளில் 8 செல்கள் இருக்கும். இந்த எட்டு செல்களையும், தனித்தனியாக எடுத்து கருவாக்கம் செய்தால், எட்டுத் தனிக் குழந்தைகளாக உருவாக்க முடியும்.

இதுதான், கருக் குழாய் பற்றிய விவரம்.

கருக் குழாய் பாதிப்புக்கான காரணங்கள்

வெவ்வேறு காரணிகளால், கருக் குழாய் சேதம் அடைகிறது. அவற்றைப் பற்றித் தெரிந்துகொள்ளுங்கள்.

★ கருப்பையின் உள்வரிச் சவ்வு அழற்சி அடைந்த நிலையில், ஹார்மோன் தூண்டுதல்கள் காரணமாக, அவை வேகமாக வளர்ந்து கருப்பையின் மற்ற பகுதிகளை அடைந்துவிடும் அல்லது ஒட்டிக்கொள்ளவும் செய்யும். இதனால், நீர்க்கட்டிகள் ஏற்பட்டு கருக் குழாய் அடைபடும்.

★ வயிறு அல்லது குடல் பகுதி நோய்கள் பரவும்போது, கருக் குழாயில் அடைப்பு ஏற்படும். கருக் குழாய் செயல்படாது.

★ பாதிக்கப்பட்ட குடல் வால் வெடித்து, அதில் உள்ள கிருமிகள், கருக் குழாய் மீது படிந்து அடைப்பை உண்டாக்கும்.

★ குடல் பகுதியில் உள்ள ஈ-கோலை, ஸ்ட்ரெப்டோகாக்கஸ் போன்ற கிருமிகள் மற்றும் பிற பாக்டீரியா, வைரஸ்களாலும், பால்வினை நோய்களாலும், நீண்ட நேரம் உடலுறவு கொள்வதால் தொற்றும் கிருமிகளாலும், கருக் குழாய் சேதமுற்று அடைத்துக்கொள்ளும்.

★ உடலுறவுக்கு முன்னும் பின்னும், உறுப்புகளைச் சுத்தப்படுத்தாமல் வைத்துக்கொள்ளும் பெண்களுக்கு, கிருமித் தொற்று ஏற்பட்டு கருக் குழாய் அடைபடும்.

★ அடிக்கடி கருக்கலைப்பு செய்வதாலும், குறிப்பாக பரம்பரை முறையில், பாதுகாப்பு நிலையில்

கருக்கலைப்பு செய்வதாலும், கருக் குழாய் சேதமடையும்.

இவை தவிர,

★ தன்னிச்சையாகக் கரு கலைதல்,

★ கருக் குழாயில் மேற்கொள்ளப்படும் அறுவைச் சிகிச்சைகள்,

★ சிசேரியன்,

★ கருப்பையில் தோன்றும் கட்டிகள்,

★ வடுக்கள் மற்றும் புண்கள்,

★ புற கர்ப்பம், கருப்பை ஒட்டிக்கொள்ளுதல், கருப்பையில் அந்நியப் பொருள்கள், கருக் குழாயின் அடிப் பகுதி அல்லது நுனிப்பகுதியில் கட்டிகள்

போன்றவற்றாலும் அடைப்பு ஏற்படும்.

பெரும்பாலான தசை அடைப்புகள், கருக் குழாயின் முனையில், அதாவது சினைப்பையை, ஒட்டிய பகுதியில்தான் வருகின்றன. இவ்வாறான பாதிப்பு ஏற்பட்டால், முட்டைகளால் நகர்ந்துசெல்ல முடியாது. தொற்றுக் கிருமிகளும், நோய்களும், மென்மையான கருக் குழாய் அமைப்பைத் தாக்கும்போது, குழாய்கள் சிதைவதோடு, செயலிழந்தும் விடுகின்றன. கட்டிகள், சதை வளர்ச்சி, வடுக்கள் ஆகியவற்றால் பாதிக்கப்படும்போது, முட்டையை மீட்டெடுக்க முடியாத நிலைக்குத் தள்ளப்படுகின்றன.

முன்னதாக நிகழ்ந்த புற கர்ப்பத்தால், கருப்பை ஒட்டிக் கொண்டு அதனோடு உள்ள தொடர்பு துண்டிக்கப்படுதல் போன்ற காரணங்களால், முட்டையை உயிரணுக்கள் அணுக முடியாது; கருவுறுதலும் நிகழாது. ஒரு பகுதியில் குழாய் அடைப்பு ஏற்பட்டிருந்தால், முட்டையை உயிரணுக்கள் சந்தித்து கருவுறுதல் நிகழும். ஆனால், கருப்பைக்கு வரமுடியாமல் கருக் குழாயிலேயே பதியமாகி வளர்ந்து, புற கர்ப்பத்தை உண்டாக்குவதால், உயிருக்கே ஆபத்து விளையும்.

இடுப்புப் பகுதியில் ஏற்படும் நோய்த் தாக்குதலால் மட்டும், ஆயிரக்கணக்கான பெண்களுக்கு மலட்டுத் தன்மை ஏற்படு

கிறது. கிளாமிடியா நோய்க்கு எதிரான நோய் ஊக்கிகள் உருவாகி, எந்தவித அறிகுறிகளையும் காட்டாமல், கிருமிகளை அழிப்பதையும், நாளடைவில் அந்நியப் பொருளாக நினைத்து தனக்குத் தேவையான பொருள்களை அழிப்பதையும், 60 சதவீதப் பெண்களிடம் காணலாம்.

நல்லவேளையாக, தற்போது வந்துள்ள மைக்ரோ சர்ஜரி, லேசர் சர்ஜரி மற்றும் சோதனைக் குழாய் கருவாக்கம் போன்றவற்றால், இந்தப் பாதிப்பு உள்ள பெண்களும் கருவாக்கம் செய்துகொள்ள முடிகிறது. இல்லாவிட்டால், கடைசிவரை கர்ப்பிணி ஆக முடியாமலேயே போக நேர்த்திருக்கும்.

பரிசோதனை முறைகள்

கருக் குழாயானது எப்போதும் சுறுசுறுப்பாக இயங்கும் தசை உறுப்பு என்பதையும், அது சினைப்பையில் இருந்து வெளி வரும் முட்டையைப் பிடித்து, விந்தணுவோடு சேரவைத்து, கருப்பைக்கு அனுப்பும் பணியைச் செய்கிறது என்பதையும் தெளிவாகத் தெரிந்துகொண்டிருப்பீர்கள். இதில் ஏற்படும் இடையூறுகளால், அதன் மெல்லிய மயிரிழைப் பகுதியான சிலிகா பாதிக்கப்பட்டு இந்தப் பணி தடைபடும்போது, கருக் குழாய் செயல்படாது. இதை உறுதி செய்ய, பல்வேறு சோதனைகள் மேற்கொள்ள வேண்டும். அதுவும், பின்வரும் நிலைகள் இருந்தால், கண்டிப்பாகப் பரிசோதனை மேற்கொள்ள வேண்டும்.

- ★ கருக் குழாய் சுருங்கி விரியாமல் திறந்தபடியே இருத்தல்,
- ★ கருக் குழாயின் விரல் போன்ற அமைப்புகள், முட்டையைப் பிடிக்காத நிலை உண்டாதல்,
- ★ கட்டி, புண்கள் போன்றவை இருத்தல்,
- ★ சிலிகா செயல்பாட்டில் சந்தேகம்,

போன்ற நிலைகளில் பரிசோதனைகள் அவசியமானவை.

இந்தப் பாதிப்புகளைக் கண்டறிவற்கு, முதலில் டியூபல் எக்ஸ்-ரே பரிசோதனையான ஹிஸ்ட்ரோசல்பிங்கோகிராம் (எச்.எஸ்.ஜி.) மேற்கொள்ள வேண்டும். சோனோ ஹிஸ்டரோகிராபி என்ற அல்ட்ரா-சவுண்டு சோதனை,

அடிவயிற்றுப் பகுதியை ஆராய லேபராஸ்கோப்பி, கருக் குழாயின் உள்பகுதியை ஆராயக்கூடிய ட்யூபோஸ்கோப்பி பரிசோதனை ஆகியவற்றையும் மேற்கொள்ள வேண்டும்.

எப்போது எச்.எஸ்.ஜி. பரிசோதனை செய்வது?

ஒரு பெண்ணுக்குக் கருக் குழாய்ப் பிரச்னை இருக்கிறது என்பது தெரியவந்தால், அல்லது அவரது மருத்துவப் பரிசோதனையில் கருக் குழாயில் பிரச்னை இருக்கும் என்ற சந்தேகம் டாக்டருக்கு வந்தால், கருக் குழாய் எக்ஸ்-ரே பரிசோதனையை மேற்கொள்ள வேண்டும்.

★ பிறப்பு உறுப்பில் நோய்த் தொற்றுகள் அடிக்கடி வருவதாக அப்பெண்ணின் மருத்துவத் தகவல் அறிக்கையில் தெரியவந்தாலும், இடுப்புக் கூட்டுப் பகுதியில் நோய்த் தொற்றுகள் இருப்பது தொடர்கதையானாலும்,

★ விவரிக்க முடியாத மலட்டுத்தன்மை இருந்தால்,

★ அடிவயிற்றுப் பகுதியில், ஏற்கெனவே அறுவைச் சிகிச்சை மேற்கொண்டிருந்தால் அல்லது அப்பென்டிஸ் எனப்படும் குடல்வால் நோய் வந்து குடலின் முனைப் பகுதி வெடித்திருந்தால்,

★ கருக் குழாயில், ஏற்கெனவே புற கர்ப்பம் ஏற்பட்டிருந்தால்,

★ கருப்பையைச் சுத்தம் செய்த உடனேயே கருத்தரித்திருந்தால்...

மேற்கண்ட நிலைகள் இருந்தால், கருக் குழாயை எக்ஸ்-ரே எடுத்து மீண்டும் பரிசோதிக்க வேண்டும்.

நோக்கம்

மாதவிலக்கு நின்ற சில நாள்களுக்குள், கருக் குழாய் சோதனைக்கான எக்ஸ்-ரே பரிசோதனை மேற்கொள்ள வேண்டும். எக்ஸ்-ரே எடுக்கும் முன், அழற்சி நீக்கி மாத்திரைகளைப் பயன்படுத்தலாம்.

மருத்துவர், கருப்பை வாய்ப் பகுதி வழியாக ஒரு குழாயைச் செருகி எக்ஸ்-ரே சாயத்தைக் கருப்பைக்குள் செலுத்துவார். அதன்பிறகு, எக்ஸ்-ரே எடுக்கப்படும். அந்தப் படத்தில்,

கருப்பையின் உள்பக்கம் அனைத்தும் தெளிவாகத் தெரியும். சாயமானது கருக் குழாயின் உள்ளே செல்லும்போது, தான் செல்லும் வழியைக் கோடாகக் காட்டும். இறுதியில், வயிற்றுப் பள்ளத்தில் விழுந்துவிடும். பரிசோதனையில் இவ்வாறு தெரிந்தால், கருக் குழாய் அடைப்பு இல்லாமல் திறந்திருக்கிறது என்பது பொருள்.

தசை வளர்ச்சி அல்லது வடுக்களால், குழாய்கள் அடை படாமல் இருந்தால், சாயமானது வயிற்றுப் பள்ளத்தில் விழுந்துவிடும். இது, குழாயில் அடைப்பில்லை என்பதை உறுதிசெய்யும். ஆனால், குழாய் நன்றாக வேலை செய்கிறதா என்பதைத் தெளிவுபடுத்தாது.

குழாயின் தெளிவான அமைப்பையும், ஒழுங்கையும், எக்ஸ்-ரே படம் தோராயமாகக் காட்டும். கருக் குழாய் வீங்கி யிருந்தால், ஹைட்ரோசல்பிங்கஸ் என்ற பிரச்னை இருக்கும். குழாய்க்குள் மடிப்புகள் இல்லாவிட்டால், குழாயின் அமைப் பில் தீவிரமான பிரச்னைகள் உள்ளன என்பதைத் தெரிந்து கொள்ளலாம்.

இவ்வாறே, எண்டோமெட்ரியல் பாலிப்ஸ் எனப்படும் கருப்பை உள்வளிச் சவ்வில் உள்ள கொத்துக் கழலைகள், துணை சளிச் சவ்வில் உள்ள நார்க் கட்டிகள், கருப்பையின் உள்ளே காணப்படும் தசைப் பெருக்கம், பரம்பரையாக கருப்பைப் பள்ளத்தில் பிரச்னைகள், பிறப்பு உறுப்பில் காச நோய் போன்றவை இருக்கிறதா என்பதையும் இந்த எக்ஸ்-ரே பரிசோதனையின் மூலம் தெரிந்துகொள்ளலாம்.

ப்ராக்சிமல் டியூபல் அப்ஸ்ட்ரக்ஷன்

கருப்பையோடு கருக் குழாய் இணையும் இடத்தில் ஏற்படும் அடைப்புக்கு ப்ராக்சிமல் டியூபல் அப்ஸ்ட்ரக்ஷன் என்று பெயர். கருப்பைச் சுவரைக் கடக்கும் இடத்திலோ, குழாய் திறக்கும் இடத்திலோ, கருக் குழாய் கடுமையாகப் பாதிக்கப் பட்டிருக்கும்.

மைக்ரோ சர்ஜரி மூலம் குழாயைத் திறக்க வேண்டும். இதற்கு ரீகேனலைசேஷன் சர்ஜரி என்று பெயர். மிக மெல்லிய வயரை, சிறுநீர்ப் புழையின் துளை வழியே கருக் குழாய்க்குள் செலுத்தி, அடைப்பு உள்ள இடத்தைச் சரிசெய்ய வேண்டும்.

இந்தமுறையில், சுமார் 85 சதவீதப் பெண்களுடைய பிரச்னைகளைச் சரிசெய்ய முடியும். மூன்றில் ஒரு பங்கினர், உடனடியாகப் பலன் பெறுவார்கள். வேறு சிலருக்குத்தான், சோதனைக் குழாய் கருவாக்கச் சிகிச்சை தேவைப்படும்.

எச்.எஸ்.ஜி. ஹார்மோன் இயல்பு மாற்றம் அல்லது கோளாறான செயல்பாடு, சுமார் 4 சதவீதப் பெண்களுக்குத்தான் ஏற்படுகிறது. இந்தப் பாதிப்பு, இடுப்புப் பகுதியில் இருப்பதையும், சதை வீங்கி நீர் கோர்த்திருப்பதையும் எக்ஸ்-ரே பரிசோதனையில் கண்டறியலாம்.

கருக் குழாயில் சதை அடைப்பு, வீக்கம், நீர்க்கோர்ப்பு போன்ற பிரச்னைகளும் இருப்பதால், குழாய் தன் பணிகளைச் செய்ய முடியாது. இந்தப் பிரச்னைக்கு, சாயத்தைச் செலுத்தி அடைப்பைக் கண்டறியலாம் என நினைப்பது தவறாக முடிந்துவிடும். சில சமயம், சாயமே அடைப்பை உண்டாக்குவதால் நோய்த் தொற்று, புண், ரத்தக் கசிவு போன்றவை ஏற்பட்டு, கருக் குழாய் மேலும் சேதமாகும். இந்தச் சேதம், கருப்பையைக்கூடத் தாக்கலாம். ஆகவே, இவர்களுடைய நேரத்தை வீணாக்காமல், சோதனைக் குழாய் அல்லது வேறு விதக் கருவாக்கச் சிகிச்சையை மேற்கொள்ளலாம்.

சோனோஹிஸ்டரோகிராபி

கருப்பை, சினைப்பை, கருக் குழாய் போன்ற பகுதிகளை ஆராய்வதற்காகப் புதிதாக வந்த நவீன அல்ட்ரா-சவுண்டு கருவிதான் இது. இதில், சிறிது சாயத்தைச் செலுத்தி கரு உறுப்புகளைத் தெளிவாக ஆராயலாம். இந்தக் கருவியோடு இணைந்துள்ள வண்ண டாப்ளர் அல்ட்ரா-சவுண்டு கருவி, கருக் குழாய் வழியாக சாயம் எப்படி/எவ்வாறு செல்கிறது என்பதைத் தெளிவாகக் காட்டும்.

லேப்ராஸ்கோப்பி

பெண்ணின் வயது, மருத்துவ வரலாறு, லேப்ராஸ்கோப்பி செய்வதால் ஏற்படும் நன்மை ஆகியவற்றைக் கருத்தில் கொண்டு, இந்தச் சிகிச்சையை மேற்கொள்ள வேண்டும்.

பொதுவாக, கருப்பை உள்வரிச் சவ்வில் பிரச்னை இருந்தால், கருக் குழாய்கள் அடைபட்டிருந்தால், சினைப்பையில் கட்டி

இருந்தால், இடுப்புப் பகுதியில் கட்டி இருந்தால், கருப்பைக் கட்டிகள் இருந்து கருப்பை முழுவதையும் மூடியிருந்தால், ஹிஸ்ட்ரோசல்பிங்கோகிராம் பரிசோதனையில் கரு உறுப்பு களில் பாதிப்புகள் இருப்பது தெரியவந்தால், ஏற்கெனவே கருக் குழாய் அறுவைச் சிகிச்சை செய்து நோய்த் தொற்று அல்லது முட்டை வெளியான பிறகும் கருவாக்கம் செய்ய இயலாத நிலை, புற கர்ப்பம் போன்ற நிலை இருந்தால், லேப்ராஸ்கோப்பி பரிசோதனை/சிகிச்சை செய்ய வேண்டும்.

லேபராஸ்கோப்பி செய்வதன் நோக்கம்

கரு உறுப்புகளைத் துல்லியமாகப் பார்த்து ஆராயும் வாய்ப்பை லேபரோஸ்கோப்பி அளிக்கிறது. கருக் குழாய்கள் ஒழுங்காக அமையாமல் வீங்கி இருக்கின்றன அல்லது கட்டி யால் பாதிக்கப்பட்டிருக்கின்றன, இவை அனைத்தும் சினைப் பையில் இருந்து வரும் முட்டையைத் தடுக்கின்றன என்றால், லேபராஸ்கோப் வழியாக அதை ஆராய்ந்து பார்த்து, அறுவைச் சிகிச்சை மூலம் பிரச்னைகளைச் சரிசெய்துவிடலாம்.

லேபராஸ்கோப்பியுடன், கருப்பையை ஆராயும் கருவியான ஹிஸ்ட்ராஸ்கோப்பி கருவியையும் இணைத்து, இந்தச் சிகிச்சையை வெற்றிகரமாகச் செய்ய முடியும்.

மைக்ரோ-லேபராஸ்கோப்பி

நவீன மருத்துவ வளர்ச்சியின் அடையாளமாக, 3 மில்லி மீட்டர் குறுக்களவு உள்ள மைக்ரோ-லேபராஸ்கோப்பி, தற்போது நடைமுறைக்கு வந்துள்ளது.

இந்தக் கருவியைக் கொண்டு அறுவைச் சிகிச்சை செய்யும்போது, எந்த திறப்பும் செய்யத் தேவையில்லை. எந்தப் பகுதியில் சிகிச்சை செய்யப்போகிறோமோ, அந்தப் பகுதியில் மட்டும் உணர்விழப்பு செய்துவிட்டு, ஊசி மூலம் கொண்டுசென்று அறுவைச் சிகிச்சை செய்யலாம்.

ஒரு சில மணி நேரங்களிலேயே பிரச்னை தீர்ந்துவிடுவ தோடு, பெண்கள் இயல்பு நிலைக்கும் திரும்பிவிடுவார்கள். கருக் குழாய் போன்ற உறுப்புகளில் வரும் பிரச்னைகளைத் தீர்க்க இந்த சிகிச்சை அல்லது ஸ்டேண்டர்டு லேப்ராஸ் கோப்பி பயன்படுகிறது.

முதன்முறை, லேப்ரோஸ்கோப்பி சிகிச்சை முடிந்ததுமே பலருக்குக் கருத்தரிப்பு சாத்தியமாகிவிடுகிறது.

கருத்தரிப்பைத் தாமதப்படுத்தும் மற்ற காரணிகளைச் சரி செய்துவிட்டு, கருத்தரிப்பு சாத்தியமாகும் விதத்தில், கடைசியில் லேபராஸ்கோப் சிகிச்சையை மேற்கொண்டால், வெற்றிகரமாகக் கருவாக்கம் செய்யலாம்.

உதாரணமாக, கருப்பையின் உள்வளிச் சவ்வில் சதை வளர்ச்சி இருக்கிறது என்றால், மாதவிலக்கு நின்றதுமே அதை லேபராஸ்கோப்பி மூலம் சரிசெய்துவிடலாம். ரத்த இழப்போ, வேறுவிதப் பாதிப்போ ஏற்படுவது குறைவாக இருக்கும்.

இந்தச் சிகிச்சையைப் புறநோயாளிகள் பிரிவிலேயே செய்யலாம். முதலில், நோயாளிக்கு மயக்க மருந்து கொடுத்துவிட்டு, தொப்புள் பகுதியில் ஒரு துளையையும், பிறப்பு உறுப்பின் மேற்பகுதியில் ஒரு சிறிய துளையையும் போட்டு லேபரோஸ்கோப்பியைச் செலுத்தி உள் உறுப்புகளை ஆராயலாம்.

கருவி வழியாகச் செலுத்தப்படும் கார்பன்-டை ஆக்ஸைடு, உள் உறுப்புகளில் இருந்து வயிற்றுச் சுவரை விலக்கிக் காட்டுகிறது. இதன்மூலம், பாதிக்கப்பட்ட பகுதியைத் துல்லியமாகப் பார்த்து சிகிச்சை அளிக்க முடியும். மயக்கம் தெளிந்தவுடன், நோயாளி வீட்டுக்குச் சென்றுவிடலாம்.

கருக் குழாய் அடைப்பு இருக்கிறது, கருப்பைப் பகுதியில் வடுக்கள் உள்ள திசு அல்லது ஒன்றுக்கு மேற்பட்ட பாதிப்புகள் இருக்கின்றன என்றால், அவை அனைத்தும் ஒட்டுமொத்த மான லேபராஸ்கோப் சிகிச்சையின்போதே சரி செய்துவிட முடியும். இதன்மூலம், பெரிய அறுவைச் சிகிச்சை தேவை என்பது தவிர்க்கப்படுகிறது. லேசர் கருவியால், தேவையற்ற பாதிப்புகளைத் துண்டித்து வெளியேற்ற முடியும்.

இந்த அறுவைச் சிகிச்சைகளை வெற்றிகரமாகச் செய்வதற்கு, பைபோலார் எலக்ட்ரோ சர்ஜரி மற்றும் லேசர் சர்ஜரி ஆகியவையே உதவிகரமாக இருக்கின்றன. நோயாளிக்கு எது பொருத்தமானது என்பதை டாக்டர் தீர்மானித்துக்கொள்

வதால், தற்போதுள்ள பலவித நவீன லேசர் கருவிகளை, லேபராஸ்கோப் அறுவைச் சிகிச்சைக்குப் பயன்படுத்திக் கொள்கிறார்கள்.

இவ்வாறே, மோசமாகப் பாதிக்கப்பட்டுள்ள கருப்பைக் குழாயை நீக்குகிற சல்பிங்கோஸ்டமி சிகிச்சையைச் செய்து, சோதனைக் குழாய் மூலம் குழந்தையை உருவாக்கலாம்.

புற கர்ப்பம் ஏற்படும்போது, கருக் குழாய் கிழிந்துவிடுவது உண்டு. இதைச் சரிசெய்ய கருக் குழாய்க்குச் செல்லும் ரத்தப் போக்கைத் தடுக்க வேண்டும் அல்லது உடனடியாக அறுவைச் சிகிச்சை செய்து கருக் குழாயை நீக்க வேண்டும்.

மிக மோசமாகப் பாதிக்கப்பட்ட குழாய், அடிக்கடி வலியைக் கொடுக்கும் குழாய்கள், செயல்படாத குழாய்கள் ஆகியவற்றை நீக்கி, செயற்கை முறையில் கருத்தரிப்பை உண்டாக்கிக்கொள்ள, இந்த அறுவைச் சிகிச்சை உதவுகிறது.

புற கர்ப்பம் ஏன் ஏற்படுகிறது?

பொதுவாக, சினைமுட்டையானது கருக் குழாய் வழியாக நகர்ந்து, கருப்பைக்குள் வந்து பதியமாவதுதான் இயல்பான கர்ப்பம். சிலவேளைகளில், இடையூறுகள், குறிப்பாக கருக் குழாய்களில், ஏற்படும் தடையின் காரணமாக, சினை முட்டைக்கு கருக் குழாயைக் கடந்து செல்ல முடியாத நிலை ஏற்பட்டு, அந்த இடத்திலேயே பதியமாகி வளரத் தொடங்கும். இதுதான் புற கர்ப்பம் எனப்படுகிறது.

கருக் குழாய்க்குள் குழந்தை வளர்வது ஆபத்தானது. இது, தாயின் உயிருக்கு ஆபத்தை விளைவிக்கும். கருக் குழாய்க்கு வெளிப்பக்கம் அல்லது கருக் குழாயின் முனையில் சினை முட்டையாகி, வயிற்றுப் பள்ளத்தில் தனக்கென ரத்த ஓட்டத்தை உண்டாக்கிக்கொண்டு வளர ஆரம்பித்துவிடுவதும், கருக் குழாய்க்கு முட்டை வருவதற்குள் சினைப் பையிலேயே கருத்தரிப்பு நிகழ்ந்துவிடுவதும் உண்டு. இத்தகைய கருக்கள், பெரிதாக வளர்வதில்லை என்றாலும், ஓரிரண்டு கருக்கள் வளர்ந்து பாதிப்பை உண்டாக்கிவிடுகின்றன.

யார் யாருக்கு வரும்?

ஏற்கெனவே கருக் குழாய் பாதிக்கப்பட்டு, அதற்காக அறுவைச் சிகிச்சை மேற்கொண்டவரர்களுக்குப் புற கர்ப்பம் ஏற்பட அதிக வாய்ப்பு இருக்கிறது. கடந்த முறை புற கர்ப்பம் ஏற்பட்டவர்கள், கருக் குழாயில் அடைப்பு உள்ளவர்கள், கருக் குழாயில் நோய்த் தொற்று ஏற்பட்டவர்கள், இடுப்புக் கூட்டுப் பகுதியில் கட்டிகள், அதற்கான அறுவைச் சிகிச்சை மற்றும் முன்னதாக சிசேரியன் செய்தவர்கள், அடிக்கடி கருச் சிதைவுக்கு ஆளாகிறவர்கள், கருச் சிதைவு மாத்திரைகளை அதிகமாகப் பயன்படுத்துகிறவர்கள், கருப்பை உள்படலம் இடம்மாறி இருப்பவர்கள் மற்றும் உடலுறவுக்கு முன் ஈஸ்ட்ரோஜென் கலந்த கருத்தடை மாத்திரை சாப்பிட்டவர் கள் ஆகியோருக்கு புற கர்ப்பம் உண்டாக வாய்ப்பு உள்ளது.

குறிப்பிட்ட சில பரிசோதனைகள் மூலம் புற கர்ப்பம் ஏற்பட்டுள்ளதா என்பதைக் கண்டறியலாம். குழாயில் ஏற்படும் பிரச்னைகளை, அறுவைச் சிகிச்சை தேவைப் படாமல் மருந்து மாத்திரைகளாலேயே கரைத்து அகற்றி விடலாம்.

புற கர்ப்பம் சிறிய அளவில் இருந்தால், லேபராஸ்கோப்பி மூலம் குழாயைத் திறந்து லேபராஸ்கோப்பியில் உள்ள உறிஞ்சும் கருவியின் மூலம் அதை உறிஞ்சி எடுத்து நீக்கிவிடலாம். இதற்கு அறுவைச் சிகிச்சை தேவைப்படாது. ஆனால், கர்ப்பம் நன்றாக வளர்ந்து, கருப்பைக் குழாயைக் கிழிக்கப் போகிறது என்பது தெரிந்தால், அறுவைச் சிகிச்சை செய்து. கருக் குழாயைத் துண்டித்துவிட வேண்டும். இல்லா விட்டால், கர்ப்பத்தின் போது நிறைய ரத்தப்போக்கு ஏற்படும்.

அறுவைச் சிகிச்சை செய்த அடுத்த ஓர் ஆண்டுக்கு பெண் கர்ப்பம் அடையக் கூடாது. கருவை நீக்கிய பிறகு, துண்டித்த குழாயை ஒன்றிணைப்பதா, வேறு சிகிச்சையைக் கையாள் வதா என்பதை மருத்துவர் முடிவு செய்துகொள்வார். சினைப்பையைக் காப்பாற்றிக்கொள்ளலாம்.

சினைப்பை நீக்கம்

சினைப்பையின் மீது புற கர்ப்பம் ஏற்பட்டிருந்தால், அது சினைப்பையின் செல் திசுக்களை அழித்து, அதிக ரத்தப்

போக்கை உண்டாக்கும். சினைப்பையின் மீது சதைகள் வளர்ந்து அதைச் சீரழிக்கும். இதோடு, சினைப்பையில் கட்டி அல்லது அதிக வலி இருந்தால், சினைப்பையை வேறு வழியின்றி நீக்கிவிட வேண்டும். புற்றுக்கட்டி அல்லது நீர்க் கட்டியால் சினைப்பை வீங்கி இருந்தால், அறுவைச் சிகிச்சை மேற்கொள்ள வேண்டும். இயல்பான கருவாக்கத்துக்குச் சாத்தியம் இருக்காது.

லேபராஸ்கோப்பி செய்வதால் ஏற்படும் பலன்கள்

கருக் குழாய் பாதிப்பால், குழந்தைப் பேறு வாய்க்காத நிலையை ஏற்படுத்தும் பல பிரச்னைகளை லேபராஸ்கோப்பி மூலம் சரிசெய்துவிடலாம்.

இந்தப் பிரச்னைகளில், தசை வளர்ச்சிதான் முக்கியக் காரண மாக இருக்கிறது. கருப்பையில் வடுக்கள் தோன்றுவதும் இன்னொரு முக்கியக் காரணம்.

மைக்ரோ சர்ஜரி மூலம், கருக் குழாய் பாதிப்பைச் சீரமைக்க லாம். மற்றபடி, சாதாரணமான லேபரோஸ்கோப்பி போது மானது.

லேபரோஸ்கோப்பியைப் பயன்படுத்தி சிகிச்சை பெற்றுக்கொண்டதும், கருத்தரிக்கும் வாய்ப்பு 50 - 50 ஆகிவிடுகிறது. தொடர்ச்சியாக, லேபராஸ்கோப்பி மூலம் கருக் குழாய் பாதிப்பை நீக்குவதற்காக அறுவைச் சிகிச்சை செய்வதால், கருத்தரிக்கும் வாய்ப்பு வெகுவாகக் குறையும்.

கருத்தரிப்பு நிகழ்ந்தவுடன், அல்ட்ரா-சவுண்டு பரிசோதனை மேற்கொண்டு, எந்த இடத்தில் கரு பதியமாகி இருக்கிறது என்பது உறுதிசெய்யப்படுகிறது.

கருக் குழாய் அறுவைச் சிகிச்சைக்குப் பிறகு, 10 முதல் 15 சதவீதத்தினருக்கு, கர்ப்பமானது கருக் குழாயில் பதியமாகி விடுகிறது. லேபராஸ்கோப்பியைப் பயன்படுத்தி, கருப்பை யின் உள் பகுதி மற்றும் கருக் குழாய்ப் பகுதிகளிலும் அறுவைச் சிகிச்சைகள் மேற்கொள்ள முடியும்.

பால்லோஸ்கோப்பி

கருக்குழாயில் உள்ள சளிச் சவ்வை, நேரடியாகப் பரிசோதிப்பதற்குப் பயன்படும் மிக நுண்ணிய கருவி

பால்லோஸ்கோப்பி. அதன் வழியே, கருப்பை சளிச் சவ்வைப் பார்க்கும்போது, திட்டுத்திட்டாக ஏதேனும் தென்பட்டால், அந்தப் பெண்ணுக்குப் புற கர்ப்பம் நிகழ வாய்ப்பு இருக்கிறது என்று அர்த்தம்.

துண்டிக்கப்பட்ட கருக் குழாயை இணைத்திருந்தாலும், கருவாக்கம் நிகழ்வது அரிதுதான்.

இதே சிகிச்சையைச் செய்வதற்கு, கருக் குழாக்குள் பொருத்தி அடைப்பை நீக்க உதவும் கத்தீட்டர் கருவியும் நடைமுறையில் உள்ளது.

கருக் குழாய் நீக்கமும், கருப்பையோடு மறு இணைப்பும்

கருப்பைக்கு அருகில் கருக் குழாயில் அடைப்பு ஏற்பட்டால், பாதிக்கப்பட்ட பகுதியை நீக்கிவிட்டு, குழாயை மீண்டும் கருப்பையுடன் இணைத்துவிடலாம். தற்போது உள்ள சோதனைக் குழாய் குழந்தை முறையில், செலவுகளைக் குறைத்து நேரடியாகக் கருவாக்கம் செய்துவிட முடிகிறது.

சிலவேளைகளில், அடுத்தடுத்து வரும் நோய்த்தொற்றால், கருக் குழாய்களுக்குள் நீர் கோர்த்துக்கொள்ளும். இவற்றை அகற்றிவிட்டு குழாயைச் சரிப்படுத்துவது என்பது தேவையற்ற வேலை என்பதால், பாதிக்கப்பட்ட பகுதியை நீக்கி, செயல்படும் பகுதிகளை மட்டும் மீண்டும் இணைத்துவிடலாம். இதன் மூலம், நோய்க் கிருமிகள் தாக்கும் வாய்ப்புகள் குறைவு. இந்தச் சிகிச்சையை மேற்கொண்டவர்களில் சுமார் 50 சதவீதத்தினருக்குக் கருத்தரிப்பு உடனே நிகழ்ந்துவிடுகிறது.

லேபராஸ்கோப்பி மூலம் கருக் குழாய் நீக்க அறுவைச் சிகிச்சை செய்வதற்கு லேபராடமி என்று பெயர். இந்த முறையில், ஒரே நாளில் சிகிச்சையை முடித்துவிடலாம். நான்கைந்து நாள்களில் முழுமையான குணம் கிடைத்துவிடும்.

கருக் குழாய் அறுவைச் சிகிச்சை செய்துகொண்டவர்கள், இரண்டு வாரத்துக்கு வண்டி ஓட்டக் கூடாது. இரண்டு முதல் நான்கு வாரத்துக்கு உடலுறவைத் தவிர்க்க வேண்டும். கடினமான பொருள்களைத் தூக்குவது, சிமமமான வேலைகளைச் செய்வது போன்றவற்றைத் தவிர்க்க வேண்டும். இரண்டு வாரத்துக்கு நன்றாக ஓய்வெடுப்பது நல்லது.

வடுத் திசுக்கள் மீண்டும் வருவதைத் தடுத்தல்

அறுவைச் சிகிச்சை மூலம் வெற்றிகரமான கருவாக்கத்தை உண்டாக்குவதற்கு, நோய்த் தொற்றுகளால் ஏற்படும் பாதிப்பைக் குறைத்தல், உறுப்புகள் சிதைவதைத் தடுத்தல், அதிக ரத்தச் சேதம் ஏற்படுவதைத் தடுத்தல் போன்றவை முக்கியக் காரணங்களாகும்.

மைக்ரோ சர்ஜரி செய்யும்போது, பாதிப்பின் தன்மைகள் வெகுவாகக் குறைக்கப்படுகின்றன. மைக்ரோ சர்ஜரி செய்யும்போது ரத்தப் போக்கு, ரத்தம் உறைதல் ஆகியவை தடுக்கப்படுவதோடு, புதிய அறுவையால் வடுக்கள் வரா மலும் தடுக்கப்படுகிறது.

அறுவைச் சிகிச்சையின்போது, மிகச்சிறிய ரத்த நாளத்தில் இருந்து ரத்தம் வருவதையும் தடுப்பதற்கான மருந்துகள் பயன்படுத்தப்படுகின்றன. வடுக்கள் ஏற்படாமல் தடுக்கும் பொருள்களால், அறுவைச் சிகிச்சை செய்யப்பட்ட பகுதி மூடப்படுவதால் வடுக்கள் ஏற்படாது.

சில மருத்துவர்கள், மைக்ரோ சர்ஜரி செய்யப்பட்ட ஆறாவது வாரத்துக்குப் பிறகு லேபராஸ்கோப் சிகிச்சை செய்கிறார் கள். ஏதேனும், வடுக்கள் தோன்றியிருந்தால் அப்போது அதைச் சுத்தப்படுத்திவிடுவார்கள்.

பெண்ணின் வயது, சிகிச்சையின் தன்மை ஆகியவற்றைப் பொறுத்து, சிகிச்சை முறையைத் தீர்மானிப்பதுதான் வழக்கம்.

புற கர்ப்பம் தோன்றுவதற்கான காரணங்கள், அதற்கான சாத்தியக்கூறுகள், புற கர்ப்பம் வராமல் தடுப்பதற்கு என்ன வழிமுறைகளைப் பின்பற்றவேண்டும் என்பது போன்ற தகவல்களைத் தெரிந்துவைத்துக் கொண்டால் போதும். எந்தச் சூழலிலும் புற கர்ப்பம் வருவதைத் தடுத்துவிடலாம்.

ஒருவேளை, புற கர்ப்பம் ஏற்பட்டுவிட்டாலும், அதை எளிதில் நீக்கி தாயைக் காப்பாற்றுவதோடு, அடுத்த சில மாதங்களிலேயே ஒரு அழகான குழந்தை பிறப்பதற்கான அடித்தளத்தையும் போட்டுவிடலாம்.

கருப்பை உள்வரிச் சவ்வு வளர்ச்சி

எனக்கு வந்த ஒரு கடிதத்தில் ஒரு வாசகி இப்படி எழுதி யிருந்தார்:

‘எனது காதல் கணவனைக் கரம்பிடித்து, இத்தனை மாதங் களாக, ஆண்டுகளாக ஆவலோடு எதிர்பார்த்துக்கொண்டு இருந்த முதலிரவை, இன்பமாக எதிர்கொள்ள இருந்த நேரத்தில், தாம்பத்ய உறவு எனுக்குத் துன்பமாகவே இருந்தது. கடுமையான வலியால் துடித்தேன்.

முதல்நாள் இப்படித்தான் வலியாக இருக்கும் என, மணமான என் தோழி கூறியிருந்ததால், அதைச் சகித்துக்கொண்டேன். இப்படியே, அடுத்த இரண்டு நாள்களும் தாங்கமுடியாத வலியால் துடித்தேன்.

அடுத்த நாளில் இருந்து, இரவு வந்துவிடுமோ என்ற பயம் வந்துவிட்டது. நாசூக்காக எனது தங்கை, தம்பிகள் என, குடும்பத்தினரைப் பக்கத்தில் வைத்துக்கொண்டேன். மறுநாளும் மறுநாளும் இதே பயம் என்னைத் தொற்றிக் கொண்டதால், எனது கணவரின் ஆசைக்கு இணங்கமுடியாத நிலைக்கும், அதை வெளியே சொல்லமுடியாத நிலைக்கும் தள்ளப்பட்டேன்.

எங்களுக்குள் பூசல் வர ஆரம்பித்ததை உணர்ந்து, ஏன் என்ன என்று என் தாயார் குடைய ஆரம்பித்துவிட்டார். நான் அனுபவிக்கும் வேதனைகளை, அவரிடம் மெதுவாகத் தெரிவித்தேன்.

திருமணத்துக்கு முன், மாதவிலக்கு வலியாலும், அடிவயிற்று வலியாலும் தவிப்பதை உணர்ந்திருந்த எனது தாயார், நான் இப்படிச் சொன்ன மறுநாளே, ஒரு மகளிர் மருத்துவரிடம் என்னை அழைத்துச்சென்றார்.

அங்கே பரிசோதித்தபோது, எனது இடதுபக்கச் சினைப்பை, இயல்பு நிலையைவிட இரண்டு மடங்கு பெரிதாக வளர்ந்திருப்பதாக டாக்டர் சொன்னார். கருப்பையின் பின்பக்கத்தில், சிறிய வீக்கம் இருப்பதைப்போலவும், லேபராஸ்கோப் செய்துகொள்ள வேண்டும் என்றும் தெரிவித்தார்.

இது, எதனால்? இந்தப் பிரச்னையை, லேபராஸ்கோப்பியால் தீர்க்கமுடியுமா? எனது திருமண வாழ்க்கை இனிமையாக அமையுமா?' என்பதே அந்தக் கடிதத்தின் சாரம்.

கடிதத்தைப் படித்ததுமே, இது கருப்பையின் உள்வரிச் சவ்வு வளர்ச்சியால் வந்த பிரச்னை என்பதைத் தெரிந்துகொண்டு, அந்தப் பெண்ணுக்கு பதில் கடிதம் எழுதினேன்.

அவரோ, ஊரில் இருந்து நேராக மருத்துவமனைக்கு வந்து, நீங்களே சிகிச்சை அளியுங்கள் என்று சொல்லி மருத்துவ மனையில் அட்மிட் ஆகிவிட்டார்.

சிகிச்சை முடிந்து நான்கு மாதம் கழித்து, அவர் தொலைபேசி யில் பேசும்போது, 'தேங்க்ஸ் டாக்டர், தேங்க்ஸ் டாக்டர்...'' என்று சொல்லிக்கொண்டிருந்தார்.

'என்னம்மா விஷயம்?' என்றபோது,

'நான் இப்போது கர்ப்பமாக இருக்கிறேன்' என்றார்.

திருமணத்துக்கு முன்பாகவே, பல பெண்கள் மாதவிலக்கு வலியால் துடிப்பதும், மருத்துவப் பரிசோதனையில், கருப் பையில் சதை வளர்ந்திருக்கிறது என்பதற்காக, அறுவைச் சிகிச்சை செய்வதும் தற்போது சகஜமாகி வருகிறது. இந்தச் சிகிச்சை முடிந்தால்தான், இனிமையான தாம்பத்யத்தில் ஈடுபட முடியும் என்ற நிலையை, அந்தப் பாதிப்பு கொண்டு வந்துவிட்டிருக்கிறது.

கருப்பை உள்வரிச் சவ்வு என்றால் என்ன? இந்தப் பிரச்னை ஏன் வருகிறது என்பதைப் பற்றித் தெரிந்துகொள்ளுங்கள்.

கருப்பை உள்வரிச் சவ்வு ஒரு கண்ணோட்டம்

கருப்பையின் மேல்பகுதி அகலமாகவும், கீழ்ப்பகுதி குறுகலாகவும் இருக்கும். இந்த இரண்டுக்கும் இடைப்பட்ட தசைப் பகுதிக்கு மையோமெட்ரியம் என்று பெயர். இதன் மேல்பகுதியில் உள்ள உள்வரிச் சவ்வுப் படலம்தான் எண்டோமெட்ரியம். இந்தச் சதை அமைப்பில்தான் சினை முட்டை ஒட்டிக்கொண்டு வளரும்.

மாதவிலக்குக்கு முன்

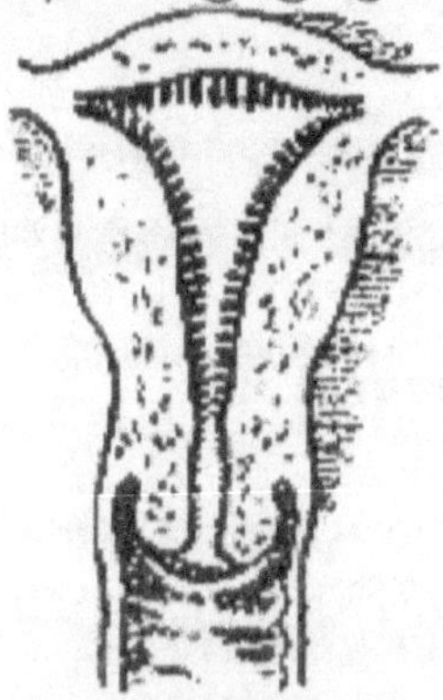

மாதவிலக்கின்போது

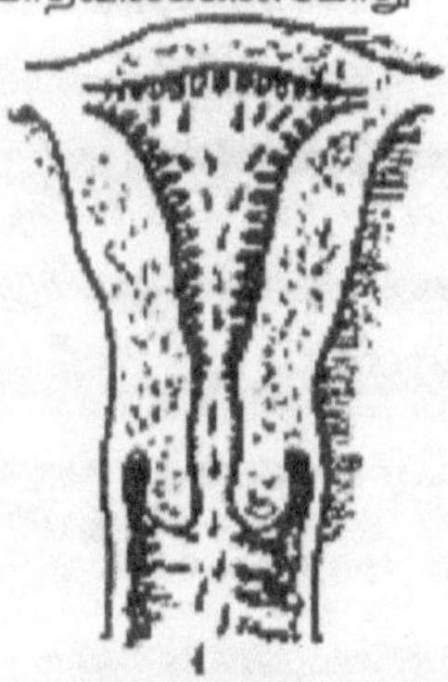

மாதவிலக்குக்கு பிறகு

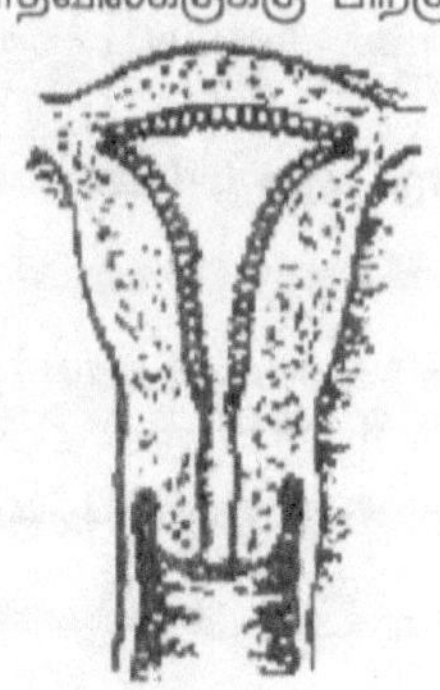

படத்தில் ஜிப் மாதிரி இருப்பதுதான் கருப்பை உள்வரிச் சவ்வு

ஒவ்வொரு மாதவிலக்குக்குப் பிறகும், முட்டை வெளியான பிறகு, சதைப் பகுதியின் மேல் தோல் சவ்வுப் பகுதியின் அடிப் பாகம் (உள்வரிச் சவ்வு) வளர்ந்து, ஹார்மோனைச் சுரக்கும் உள்வரிச் சவ்வாக மாறியிருக்கும். கருவுறாமல் போகும்போது, மாதவிலக்குக்குப் பிறகு, இந்தச் சவ்வு உதிர்ந்து அடுத்த மாதம் புதிதாக உருவாகும்.

உதிர்ந்து, கருப்பைக்குள் கிடக்கும் சவ்வுகளோடு, சிதைந்த முட்டை மற்றும் ஹார்மோன் உள்ளிட்ட பிற கழிவுகளோடு அடுத்த மாதவிலக்கு உண்டாகும்.

இந்த மாதிரியான இயல்பான நிலையில்லாமல், உள்வரிப் பள்ளங்கள் வளர்ந்து வெளிப் பக்கம்வரை நீண்டுவிடுவதும், மேல்பகுதியில் வந்த வரிப் பள்ளங்கள், பல இடங்களுக்குப் பரவுவதும் உண்டு.

தெளிவாகச் சொல்லவேண்டுமானால், மூக்கில் சதை வளர்ந்து இருக்கிறது. தொண்டையில் சதை வளர்ந்திருக்கிறது என்பதைப் போல், கருப்பையில் சதை வளர்ந்துள்ள பிரச்னைதான் எண்டோமெட்ரியோசிஸ் என்ற பிரச்னை. (மூக்கில் உள்வரிச் சதை வளர்ச்சி ஏற்பட்டு இருந்தால், மாதவிலக்கின்போது மூக்கில் ரத்தம் வடியும் என்பதை நினைவில் வைத்துக் கொள்ளுங்கள்)

பொதுவாக, உள்வரிச் சவ்வு வளர்ச்சி என்பது கர்ப்பப் பையில் மட்டுமே இருக்கும் என நினைத்துவிடாதீர்கள். சிறுநீர்ப் புழையின் வெளிப்பகுதியிலும் இருக்கும். கருப்பை யின் பின்பக்கம், ஆசன வாய் மற்றும் பிறப்பு உறுப்புக்கு இடையில், ஆசன வாயின் மேல்பகுதியில், சினைப்பை மற்றும் கருக் குழாய்களில், கருப்பை சார்ந்த இடுப்புக் கூட்டின் பக்கவாட்டுப் பகுதியில் எல்லாம் இருக்கும். இதை எண்டோமெட்ரியோசிஸ் என்பார்கள். இப்படி வளர்ந்திருப் பது பிரச்னைக்கு உரியது. இதை அகற்றிவிட வேண்டும்.

கருப்பைச் சார்ந்த பகுதியில் வளரும் உள்வரிச் சவ்வை, கருப்பை உள்வரிச் சவ்வு என்று சொல்வார்கள்.

உள்வரிச் சவ்வில்தான் கட்டிகள் வரும். முழு கருப்பையை அடைத்துக்கொள்ளும் அளவுக்குச் சதைகள் வளரும். இவ்வாறு சவ்வு வளர்ந்து, கருப்பைக் குழாயை நோக்கி வளர்ந்துபாதியாகவோ, முழுதாகவோ மூடிக்கொள்ளும் போது, சினைப்பையில் இருந்து வரும் முட்டை, கருக் குழாயைத் தாண்ட முடியாது. உயிரணுக்களும், முட்டையைப் பார்க்க முடியாது. மலட்டுத்தன்மைதான் மிஞ்சும்.

இது ஏன் வருகிறது? இது பரம்பரைப் பிரச்னையா? இப்படி யொரு சந்தேகம் வரலாம்.

உடன்பிறந்த சகோதரிகளுக்கு உள்வரிச் சவ்வு வளர்ச்சி இருந்தால், உங்களுக்கு வருவதற்கான வாய்ப்பு, ஆறு மடங்கு அதிகம். குடும்பத்தில் எல்லோருக்கும் இருந்து உங்களுக்கும் வந்திருந்தால், இது ஏற்படுத்தும் பாதிப்பு தீவிரமாக இருக்கும்.

இந்த நோய், பரம்பரையாக வரலாம் என ஆராய்ச்சியாளர்கள் தெரிவித்தாலும், உண்மையான காரணம் இன்னும் கண்டு பிடிக்கப்படவில்லை. பாதிப்பின் அளவுகள், குடும்பத்தைச் சார்ந்து வருவதால், இதைப் பரம்பரைப் பிரச்னையாகக் கருது வதற்கு இடம் உண்டு.

கருத்தரிக்க இயலாத பெண்களில் 50 சதவீதத்தினர்வரை, இந்தப் பிரச்னையால் பாதிக்கப்படுகிறார்கள். மொத்தப் பெண்களில் சுமார் 7 சதவீதம் பேருக்கு உள்வரிச் சவ்வுப் பிரச்னை வந்தாலும், அவர்களில் 30 - 40 சதவீதத்தினர்

மட்டும்தான் மலட்டுத்தன்மை உள்ளவர்களாக இருக்கிறார்கள்.

காரணங்கள் என்ன?

எண்டோமெட்ரியல் தசையானது, கருப்பையில் இருந்து கருக் குழாய் வழியாக இடுப்புப் பகுதிக்குப் பரவுகிறது. இது ஒரு சிக்கலான மெக்கானிசம். கருப்பையோடு நீக்கிவிட்டாலும், எப்படி இந்த சதை வளர்ச்சி இருக்கிறது என்பது புரியவில்லை. மேலும், நாளமில்லாச் சுரப்பிகள் மற்றும் ரத்த ஓட்டத்தின் மூலமாக, உடலின் பல்வேறு இடங்களும் உள்வரிச் சவ்வுகள் பரவுகின்றன.

நோய் எதிர்ப்புச் சக்தியில் ஏற்படும் கோளாறு காரணமாக, உதிரும் தசைகளே மீண்டும் மீண்டும் வளருகிறது.

பரம்பரையாக வருகிறது. தாய்க்கும் உள்வரிச் சவ்வுப் பிரச்னை இருந்தால், அவரது மகளுக்கு இந்தப் பிரச்னை வர 60 சதவீத வாய்ப்பு இருக்கிறது. குடும்பத்தில் இந்தப் பிரச்னை இல்லாதவர்களிடையே ஒப்பிட்டால், அவர்களுக்கு 23 சதவீதம்தான்.

அடிவயிற்றுப் பகுதியில் உள்ள தசையில் அடுத்தடுத்து அழற்சி ஏற்படும்போது, அது வரிப் பள்ளங்கள் உள்ள எண்டோமெட்ரியல் திசுவாக மாறுகிறது.

மாதவிலக்குக் காலத்தில், கருப்பையின் பின்னால் உள்ள திரவக் கசிவில், வரிச்சவ்வுச் செல்கள் காணப்படுகின்றன. கருப்பையை உள்வரிச் சவ்வு மூடிவிடுவதால், கருப்பைக்குப் பின்னால் சிறுநீர்ப் பைக்குள் மாதவிலக்குத் திரவம் விழும். இதை ரெட்ரோக்ரேட் மென்ஸ்ட்ரூவேஷன் என்கிறார்கள். உள்வரிச் சவ்வுகள் அங்கெல்லாம் விழுந்து, படர்ந்து வளருகின்றன.

கருப்பை ரத்த நாளம் மற்றும் நிணநீர் வழியாக திசு ஒட்டுதல், பெரிடோனிய வரிச் சவ்வைத் தூண்டும் செல்மாற்றம் போன்றவை நடைபெறும்போதும் இந்தப் பிரச்னை ஏற்படுகிறது.

மாதவிலக்கின்போது, பெண்களின் பெரிடோனியல் திரவத்தில், எண்டோமெட்ரியல் செல்கள் காணப்படுகின்றன. இதன்

மூலம், உள்வரிச் சவ்வுப் பிரச்னை எல்லோருக்கும் வரக்கூடும் என்பது தெரிகிறது. இந்தப் பிரச்னை, ஏற்படுவதற்கான காரணம்தான் இன்னமும் தெரியவில்லை.

உள்வரிச் சவ்வு எவ்வாறு மலட்டுத்தன்மையை உண்டாக்கு கிறது?

எண்டோமெட்ரியோசிஸ் பிரச்னை உள்ள 30 - 40 சதவீதப் பெண்கள், குழந்தைப் பேறு அற்றவர்கள். உள்வரிச் சவ்வு வளர்ச்சி இருந்தும், கருத்தரிக்கும் பெண்களில்கூட 12 - 36 சதவீத வாய்ப்புகளை இந்தப் பிரச்னை குறைந்துவிடுகிறது.

மாதந்தோறும் நடைபெறும் ஹார்மோன் இயல்பு மாற்றங் களின் விளைவாக, மாதவிலக்கின்போது உள்வரிச் சவ்வு உதிர்வது, துளிர்ப்பது என இயல்பாக இருக்கும்.

மாதவிலக்கில் பிரச்னை ஏற்பட்டு, உள்வரிச் சவ்வுச் செல்கள் பிற இடங்களின் மீது படர ஆரம்பிக்கும்போது, கருக் கோளாகத் திசுக்களில் அழற்சி ஏற்பட்டு, கரு உறுப்புகளில் புண்களும், வடுக்களும் உண்டாகின்றன.

இந்தப் பாதிப்பு, கருக் குழாய்கள், சினைப்பை, கருக் குழாயின் பிற பகுதிகளையும் பாதிக்கிறது. ஓரிடத்தில் இருந்து ஒருமுறை அழியும் திசுக்கள், அந்த இடத்தில் நிரந்தர வடுக்களை விட்டுச்செல்வதால், கருத்தரிப்பதில் சிக்கல்கள் உண்டாகின்றன. அதாவது, சினைமுட்டை பதியமாவது தடுக்கப்படுகிறது.

பாதிப்புகள் ஒரு குறிப்பிட்ட அளவு இருந்தால்கூடக் கருத்தரிப்பதில் சிக்கல்தான். எப்படியெனில், கருப்பை உள்வரிச் சவ்வு சுரக்கும் ப்ராஸ்டோகிளாண்டின் ஹார் மோனும், ரத்த வெள்ளைச் செல்களால் உருவாக்கப்படும் ரசாயனங்களும் மோதிக்கொள்ளும்போது, இனப்பெருக்கப் பகுதியில் உள்ள சுருங்கி விரியும் தசைகள் செயலிழந்து போகும்.

கருக் குழாயில் இப்படியொரு செயலிழப்பு நிகழ்ந்தால், அதனால் முட்டையை உள் இழுக்க முடியாது. கருப்பையும் கருவைப் பதியும் செய்யாது. இதேபோல், முட்டையைத் துளைக்கும் உயிரணுவின் திறனும் குன்றிப்போகும்.

கருப்பை உள்வரிச் சவ்வு வளர்ச்சி இருந்தால், கரு முட்டை வெளிக் கிளம்பாமல், மாதவிலக்கு வராத நிலைகூட உண்டாகும். இந்தப் பிரச்னை சுமார் 17 சதவீதப் பெண்களிடம் உள்ளது. இவர்களால், கருவைப் பதியம் செய்ய வைக்க முடியாது.

உட ல் காப்புச் செல்கள், தவறாக இடம் மாறி, உள்வரிச் சவ்வுகளுக்கு எதிராக எதிர்ப்புச் சக்தியை வளர்க்கிறது. இதே எதிர்ப்புச் சக்திகள், கருப்பைச் சுவர்களைத் தாக்கும்போது அதிகமாக அபார்ஷன் உண்டாகும். மருந்து மாத்திரைகளைக் கொடுத்து, எண்டோமெட்ரியஸ் பிரச்னையைச் சரிசெய்ய வேண்டும். அதன்பிறகுதான் கருத்தரிக்க வேண்டும் என மருத்துவர்கள் வலியுறுத்துகிறார்கள்.

உள்வரிச் சவ்வை ஒட்டிய திசுக்களுக்கு ஆக்சிஜன் ஓட்டம் போதுமானதாக இருக்காது. இதனால் ஏற்படும் வலி, மாரடைப்பின்போது வரும் வலியைப்போல் இருக்கும். நீண்ட காலமாக இந்த வலி தொடர்ந்திருந்தால், கருக் குழாயில் அழற்சியும் அதைத் தொடர்ந்து அடைப்பும் ஏற்பட்டிருப்பதைத் தெரிந்துகொள்ளலாம். புண்களால் அடைபட்ட குழாய்களால், பாதுகாப்பாக முட்டைகளைக் கொண்டு வரவோ, உயிரணுக்கள் பயணிக்கும் பாதையாகவோ இருக்க முடியாது. ஒருவேளை, உயிரணுவை உள்ளே நுழைய விட்டாலும், அது புற கர்ப்பமாகத்தான் முடியும்.

ஹார்மோன் சமநிலை குறைதல்

எண்டோமெட்ரியோசிஸ் உள்ளவர்களுக்கு, மாதவிலக்குச் சமயத்தில் கருவணுக் கூடு தூண்டுதல் உள்ள சுழற்சிக் காலம் மிகக்குறைவு. இவர்களிடம், எல்.எச். சுரக்கும் காலத்தில், புரொஜெஸ்டீரான் அளவு, முட்டை வெளியான பிறகும் இயல்பாக இருந்தாலும்கூட, எஸ்ராடியல் குறைவாக இருக்கும்.

அடுத்தடுத்த முட்டை வெளியிடும் நிகழ்வில் குறைபாடு உள்ள பெண்கள், எண்டோமெட்ரியஸ் பிரச்னைகளால் பாதிக்கப்பட்டு, குழந்தைப் பேறு வாய்ப்பு குறைந்தவர்களாக ஆகின்றனர். இவ்வாறே, இயல்புக்கு மாறான ஹார்மோன் செயல்பாடும், எண்டோமெட்ரியஸை உருவாக்கி கருவாக்கத்தைத் தடைசெய்கிறது.

சினைப்பை அமைந்துள்ள இடுப்புக் கூட்டுப் பகுதியில், கடுமையான அழற்சிப் புண்கள் இருக்குமானால், முதிர்ந்தும் முட்டையை வெளியே அனுப்பாத கருவணுக் கூடுகளைக் கவனத்தில் எடுத்துக்கொள்ள வேண்டும். இந்தப் பிரச்னைகள், ஹார்மோன்கள் பாராமீட்டர்கள் (எல்.எச். சர்ஜ்) சரியாக இருந்தாலும், சினைப்பையில் இருந்து முட்டை வெளி யாகாததாலும் வருகின்றன.

இந்தப் பிரச்னையால் பாதிக்கப்பட்டவர்களில் சமார் 63 சதவீதத்தினருக்கு, எண்டோமெட்ரியோசிஸ் பிரச்னை உள்ளது. எண்டோமெட்ரியோசிஸ் உள்ள பெண்களில் சுமார் 35 சதவீதத்தினருக்கு, முட்டை வெளியிடப்படாத நிலை இருக்கிறது. அல்ட்ரா-சவுண்டு மூலம், கருவணுக் கூட்டில் இருந்து முட்டையை விடுவித்துவிடலாம். பிறகு, அதைக் கருவாக்கச் சிகிச்சைக்குப் பயன்படுத்தலாம்.

சிகிச்சை முறைகள்

நோயின் தீவிரம், பெண்ணின் கருவாக்கக் குறைபாடு பற்றிய தகவல், கருத்தரிப்பில் பெண்ணுக்கு உள்ள விருப்பம், அவருடைய வயது ஆகியவற்றையெல்லாம் கருத்தில் கொண்டு, கருவாக்கத் திறனை மேம்படுத்த கரு உறுப்பு களைக் காப்பாற்ற வேண்டுமா அல்லது கருப்பை நீக்கம் செய்துகொள்ள வேண்டுமா என்பதைத் தீர்மானிக்கும்போது தான், அறுவைச் சிகிச்சை அறிவுறுத்தப்படுகிறது.

கருப்பை நீக்கம் செய்த பிறகும், சுமார் 30 சதவீதப் பெண் களுக்குத் தொடர்ந்து வலி இருக்கத்தான் செய்கிறது.

கருக் குழாய் - சினைப்பை பகுதியில், எண்டோமெட்ரியோசிஸ் இருக்கும்போது மேற்கொள்ளப்படும் அறுவைச் சிகிச்சை மிக முக்கியத்துவம் வாய்ந்தது. அடுத்தடுத்து பிரச்னைகள் வருவதைவிட, தகுதியும் அனுபவமும் வாய்ந்த மருத்துவ ரிடம் ஒரே தடவை அறுவைச் சிகிச்சை செய்து சரிப்படுத்திக் கொள்வது சிறந்தது.

பொதுவாக, சினைப்பையைச் சுற்றியுள்ள சதை வளர்ச்சியை, லேப்ரோஸ்கோப்பி கருவியால் நீக்கும் சிகிச்சையே மேற்கொள்ளப்படுகிறது. பார்க்கும்போது தெரிவதைவிட, எண்டோமெட்ரியோசிஸ் ஆழமாக வேரூன்றி இருப்பதால்,

எச்சரிக்கையாக லேசர் மூலம் தீய்த்தல், ஆவியாக்கல் போன்ற வழிகளில் அதை அகற்றலாம்.

சினைப்பையின் மேல்பகுதி, சிறுநீர்ப் பை, கருப்பையின் பெரிடோனியப் பகுதி ஆகியவற்றில் உள்ள தசை வளர்ச்சியை, ஆவியாக்கல் முறையில்தான் அகற்ற வேண்டும்.

கருப்பையின் உணர்வு நரம்புகள், கருப்பை சார்ந்த திரிக எலும்புப் பகுதியில் உள்ள திசுவுக்குள் ஊடுருவிச் செல் வதால், மாதவிலக்கு வரும் சமயங்களில் வலி உண்டாகும். இதைத் தவிர்க்க, அந்த நரம்புப் பகுதியைத் துண்டித்து விடுவதால், சுமார் 85 சதவீதத்தினருக்கு உடனடியாக வலியில் இருந்து நிவாரணம் கிடைக்கிறது.

கருப்பைக் கட்டி, திசு வளர்ச்சி, இடுப்பின் பக்கச் சுவர் பாதிப்பு போன்றவற்றின்போது வரும் வலி நீங்குவதில்லை. வலி கடுமையாக இருக்கும்போது, இடுப்புப் பகுதியின் முன்புறம் உள்ள உணர்வு நரம்புகளைத் துண்டித்துவிட வேண்டும். இதற்கு, ப்ரிசாக்ரல் நியூரோக்டரி என்று பெயர். சினைப்பை எண்டோமெட்ரியோசிஸ் இருந்தால், சினைப்பை நீக்கம், அதில் உள்ள நீரை வடித்தல், சினைப்பை கட்டியை அகற்றுதல் போன்ற சிகிச்சைகளை லேசர், பைபோலார், எலக்ட்ரோ சர்ஜரி, மோனோபோலார், எலக்ட்ரோபோலார் சிகிச்சைக் கருவிகள் மூலம் மேற்கொள்ள வேண்டும்.

ஆர்கான் பீம், கோயாகுலேட்டர், சிஓ-2 லேசர் அல்லது பைபோலார், எலக்ட்ரோ காஷரி போன்றவற்றைக் கொண்டும் சிகிச்சை அளிக்கலாம். சினைப்பை சதை வளர்ச்சியை நீக்க, மோனோபோலார் கருவியைப் பயன்படுத்தும்போது, அது சினைப்பை செல் திசுவைப் பாதித்து, விரைவில் மாதவிலக்கு முற்றுப்பெறும் நிலையை உண்டாக்குகிறது என்பதால், இதைச் சரியாகக் கவனித்துச் சிகிச்சை அளிக்க வேண்டும்.

எண்டோமெட்ரியோசிஸ் மிக அதிகமாக இருக்கும்போது, அறுவைச் சிகிச்சை செய்தால், கருத்தரிப்போர் சதவீதம் 30-35 ஆகவும், மிதமாக இருக்கும்போது, 55-65 சதவீதமாகவும் இருக்கும்.

சிகிச்சை நடைபெற்ற முதல் மூன்று மாதங்களில், 30 சதவீதத் தினரும், அடுத்த ஆறு மாதங்களில், 50 சதவீதத்தினரும்,

பதினைந்து மாதங்களுக்குப் பிறகு, 86 சதவீதத்தினரும் கருத்தரிக்கிறார்கள். லேபரோஸ்கோப்பி அறுவைச் சிகிச்சை செய்த பிறகு, கருத்தரிக்கும் வாய்ப்பு 65 சதவீதமாக உயருகிறது.

எண்டோமெட்ரியோசிஸ் பிரச்னையால், ஓரிரண்டு ஆண்டுகளாகப் பாதிக்கப்பட்டிருப்போர் 68 சதவீதமும், மூன்று முதல் ஏழு ஆண்டுகளாகப் பாதிக்கப்பட்டிருப்போர் 43 சதவீதமும், எட்டு ஆண்டுகளுக்கும் மேல் பாதிக்கப்பட்டவர்கள், சிகிச்சைக்குப் பிறகு கருவுறும் வாய்ப்பு 10 சதவீதமுமாக இருக்கிறது.

சிகிச்சைக்குப் பிறகு 15 மாதங்களில் கருத்தரிப்போர்

மிதமான பிரச்னை	-	70 - 80 சதவீதம்
நடுத்தர பிரச்னை	-	55 - 60 சதவீதம்
தீவிரமான பிரச்னை	-	40 - 45 சதவீதம்
ஒட்டுமொத்தமாக	-	55 - 65 சதவீதம்

எப்போது கருப்பையை நீக்கிக்கொள்ளலாம்?

இனப்பெருக்க வயதைக் கடந்தவர்களுக்குச் சினைப்பை உள்பட கரு உறுப்புகள் அனைத்தையும் நீக்கும் சிகிச்சை தேவைப்படலாம். இவர்களுக்கு இந்தப் பிரச்னை மீண்டும் வர 1 முதல் 3 சதவீத வாய்ப்புகளே உள்ளன. ஒரு சினைப்பையை மட்டும் விட்டுவிட்டு அறுவைச் சிகிச்சை செய்தால், பிரச்னை திரும்பவும் வர வாய்ப்பு அதிகம்.

இரண்டு சினைப்பைகளும் அகற்றப்படாவிட்டால், 30 சதவீதம் பேருக்குப் பிரச்னை வரலாம்.

அறுவைச் சிகிச்சை மேற்கொள்வதற்கு முன்பு, ஈஸ்ட்ரோஜென் மற்றும் புரொஜெஸ்டீரான் மருந்துகளைக் கொடுத்து, பிரச்னைகளின் தீவிரத்தைக் கட்டுப்படுத்த வேண்டும். இந்த, மருந்துச் சிகிச்சைகள் அனைத்தும், மாதவிலக்கையும், முட்டை வெளியாவதையும் கட்டுப்படுத்திவிடுவதால், நோயின் தீவிரம் அதிகமாகாமல் தடுக்கப்படவே, இந்தச் சிகிச்சையை மருத்துவர்கள் வலியுறுத்துகிறார்கள்.

கருத்தடை மாத்திரைகளைப் பயன்படுத்தும்போது, வலி குறைந்துவிடுவதாகச் சில பெண்கள் தெரிவிக்கிறார்கள். இதனால், ஹெவிடோசாக எடுத்துக்கொண்டு மாதவிலக்கு வராமல் செய்கிறார்கள். மாத்திரையை நிறுத்திய பிறகு கருத்தரித்தாலும், பிறகு பிரச்னை வரத்தான் செய்யும். தற்போது நடைமுறைக்கு வந்துள்ள கருத்தடை மாத்திரை களில், மிகக் குறைந்த அளவை எடுத்துக்கொண்டாலும், நோய் கட்டுப்பாட்டுக்குள் வந்துவிடுகிறது. வலியும் குறை கிறது என்கிறார்கள்.

எண்டோமெட்ரியோசிஸ் பிரச்னை வந்தால், மருந்து மாத்திரை சாப்பிட்டு, நாள்களைக் கடத்தாமல் அறுவைச் சிகிச்சை செய்து கொள்வதே சிறந்தது என்பதுதான் என் கருத்து.

மருந்து கொடுப்பதோடு அறுவைச் சிகிச்சையும் செய்தல்

மருந்துகளைக் கொடுத்து, நோயைக் கட்டுக்குள் வைத்துக் கொள்ள வேண்டும் என மருத்துவர்கள் வலியுறுத்திய போதிலும், அறுவைச் சிகிச்சை என்று வரும்போது, சதை வளர்ச்சி பெரிதாகியிருக்கும். இந்த நிலையில், அறுவைச் சிகிச்சை மேற்கொண்டவர்களில் சுமார் 60 சதவீதத்தினர் கருத்தரிப்பதாகத் தெரியவந்துள்ளது. இந்தப் பாதிப்பை, லேப்ரோஸ்கோப்பி மூலம் நீக்கிக்கொண்டவர்களில் சுமார் 70 சதவீதத்தினர் கருத்தரிக்கிறார்கள்.

சிகிச்சை மேற்கொள்ளும் பெண் 35 வயதுக்கு மேற்பட்ட வராக இருந்தால், இரண்டு ஆண்டுகளுக்குப் பிறகு செயற்கை விந்தேற்றம், பிற நவீன முறைகளைக் கையாண்டு கருவுறலாம்.

எண்டோமெட்ரியோசிஸ் பாதிப்பு மிகத் தீவிரமாக இருக்கும்போது, அதன் அகலமும், பருமனும் அதிகமாகும். இந்தப் பரவல், சினைப்பையை வயிற்றுப்புற உறுப்புகள் மற்றும் ஆசன வாய்ப் பகுதியோடு ஒட்டிக்கொள்ளச் செய்து விடுகிறது. பெருங்குடலின் மேல்புறம், ஆசன வாயின் ஒரு பகுதி ஆகியவற்றில் ஒட்டிக்கொள்ளும்போது, குடலின் பாதிக்கப்பட்ட பகுதியையும் சேர்த்து நீக்கவேண்டி இருக்கும். இந்தச் சிகிச்சையை மேற்கொள்ள, இரைப்பை

குடல் மருத்துவரின் உதவியை நாடவேண்டி இருக்கும். அழற்சி நீக்கும் மருந்துகளைக் கொடுத்து, குடல் பாதிப்பைக் கட்டுப்படுத்தி பிறகு பேரியம் எனிமா கொடுத்துப் பரிசோதித்து, அறுவைச் சிகிச்சை மேற்கொள்ளப்படுகிறது.

ஆய்வக விஷயங்கள்

அறுவைச் சிகிச்சைகள் மூலம் எண்டோமெட்ரியோசிஸ் பிரச்னையைக் குறைக்கும்போது, மலட்டுத் தன்மை 75 சதவீதத்தில் இருந்து 25 சதவீதமாகக் குறைகிறது. மற்றவை, முட்டை வெளியாகாமையின் காரணமாக வந்திருக்கக்கூடும் என மருத்துவ ஆராய்ச்சியாளர்கள் கருதுகிறார்கள்.

சோதனைக் குழாய் கருவாக்கத்தின்போது, எண்டோ மெட்ரியோசிஸ் உள்ள பலர், இயல்பான ஹார்மோன் செயல்பாட்டினைக் கொண்டிப்பதாகப் பார்க்கிறோம். ஆனால், சில ஊசைட்டுகள், குறிப்பாக சினைப்பையில் இருந்து பெறப்படுகிற வரித் தசைப் பாதிப்பு உள்ள ஊசைட்டுகள்தான், இவர்களுக்குக் கருத்தரிப்பு வாய்ப்பைக் குறைக்கின்றன. கருத்தரித்தாலும், கருப்பையில் பதிய மாகாத நிலையை உண்டாக்குகின்றன.

இந்த நிலை, கரு உயிர் அல்லது கருப்பை அமைந்துள்ள சூழலைப் பொறுத்து ஏற்படுகிறது என்பதால், காரணம் தெரியாத உள்வரிச் சவ்வுப் பிரச்னையால், கரு தங்காத நிலை உள்ளவர்கள், சினை முட்டையைத் தானமாகப் பெற்று கருவாக்கம் செய்வதைப் பற்றிச் சிந்திக்க வேண்டும் அல்லது இந்தத் துறையில் அதிக அனுபவம் உள்ள மருத்துவரை அணுகி, கருவாக்கம் செய்தகொள்வது பற்றிய ஆலோசனை பெற வேண்டும்.

எண்டோமெட்ரியோசிஸ் காரணமாக, நிறைய கருவாக்கப் பிரச்னைகள், குறிப்பாக முட்டை வெளியாகாத நிலை, கருக் குழாய் அடைப்பு, சினைப்பை, கருப்பை போன்றவற்றில் தேவையற்ற தசை வளர்ச்சி, புற கர்ப்பம் போன்று சேர்ந்து வரும் பிரச்னைகளுக்கு ஒட்டுமொத்தமாகச் சிகிச்சை அளிப்பது சிக்கலான செயலாகும்.

முட்டை வெளியாக நல்ல வாய்ப்பு இருந்தால், அதற்கு முன்னதாக எண்டோமெட்ரியோசிஸ் சிகிச்சை செய்து

கொண்டால், அதற்குப் பிறகு தசை வளர்ச்சி இருக்காது; புற கர்ப்பத்தை உண்டாக்காது என்பதை உறுதிபடுத்திக்கொள்ள வேண்டும். புற கர்ப்பம் உண்டாக வாய்ப்பு இருந்தால், அதற்காக எண்டோஸ்கோப்பி பரிசோதனை மற்றும் தேவையான அறுவைச் சிகிச்சையை மேற்கொள்ள வேண்டும்.

ஒருமுறை அறுவைச் சிகிச்சை முடிந்து, சதை நீக்கம் செய்யப்பட்ட பிறகு, கருவாக்கத் தகுதியை மேம்படுத்துவதற்கான சிகிச்சைகளை ஆரம்பிப்போம். பாதிப்பின் தன்மைக்கு ஏற்ப, இயல்பாகக் கருத்தரிக்க காத்திருப்பதா, செயற்கையாக விந்தேற்றம் செய்வதா அல்லது சோதனைக் குழாய் முறையை நாட வேண்டுமா என்பதை முடிவு செய்வோம்.

மருத்துவத்தின் அபார வளர்ச்சியால், எப்படியும் உங்கள் வீட்டுக்கு உங்களை ஒரு குழந்தையுடன் விரைவில் அனுப்புவதே, இந்தச் சிகிச்சையின் முக்கிய நோக்கம் என்பதை மறந்துவிடாதீர்கள்.

குழந்தைப் பேறு

சிகிச்சை முறைகள்

16

கருவாக்கத்துக்கான வெற்றிப் படிகள்

உங்களைத் தயார்படுத்துதல்

இதுவரை, குழந்தைப் பேறு விஷயத்தில் உங்களுக்கு (ஆண்/பெண்) வரும் முக்கியப் பிரச்னைகள் பற்றியும், அவற்றைத் தீர்ப்பதற்கான வழிகளைப் பற்றியும் ஓரளவுக்குப் புரிந்துகொண்டிருப்பீர்கள்.

உங்களுக்கு மேற்கொள்ளும் அத்தனைவிதச் சிகிச்சைகளும், செலவு அதிகம் வைக்காமல் குழந்தை பிறக்கச் செய்வதற்கான பணிகள்தான். இதன்மூலம், நீங்கள் இயல்பாகக் கருத்தரித்துவிட்டால் எங்களுக்கு மகிழ்ச்சி.

இதில், இயல்பாகக் கருத்தரிக்காவிட்டால் சோதனைக் குழாய் கருவாக்கம், இக்சி எனப்படும் செயற்கை முறையிலான விந்தேற்றம் போன்ற பிற வழிகள் கையாளப்படும். இதற்கு உங்களைத் தயார்படுத்துவதற்கு என்னென்ன வழிமுறைகளை நாங்கள் கையாளுகிறோம் என்பதைத் தெரிந்துகொள்ளுங்கள்.

நவீன சிகிச்சை முறைகளான இக்சி, ஐவிஎஃப் எனப்படும் சோதனைக் குழாய் முறை, ஜி.ஐ.எஃப்.டி. போன்றவற்றில் ஏதாவது ஒன்றைப் பயன்படுத்தி கருவாக்கம் செய்யவேண்டும் என்றாலும்,

அதற்குரிய தகுதிகள் உங்களுக்கு இருக்கிறதா என்று பார்ப்பதுதான் சிகிச்சையின் முதல் கட்டம்.

சிகிச்சைக்காக நீங்கள் வந்தவுடனேயே உங்களை முற்றிலும் பரிசோதித்து, முன் அத்தியாயங்களில் சொல்லப்பட்ட பிரச்னைகள் இருந்தால், அவற்றைத் தீர்த்துவிட்டு, இறுதியில் கருவாக்கம் செய்யத் தொடங்குவோம்.

எப்போது கருவாக்கத்துக்கு வருவது?

இயல்பான முறையில் கருத்தரிக்க முடியாதவர்கள், நவீன முறைகளில் கருவாக்கம் செய்துகொள்ளலாம் எனக் கூறப் படுவதைப் பலர் தவறாக நினைத்துக்கொண்டு சிகிச்சைக்கு வருகிறார்கள். எப்போது வரலாம் என்பதைத் தெரிந்து கொள்ளுங்கள்.

★ கருப்பை முழுவதுமாக அகற்றப்பட்டவர்கள்

★ கருத்தரிக்க முடியாதவாறு, அடிமோமையோசிஸ் போன்ற கட்டிகள், வடுப்புண்களுடன் கூடிய கருப்பை உள்ளவர்கள்

★ கருப்பையில் தீவிரமான எலும்புருக்கி நோய் உள்ளவர்கள்

★ முட்டையைச் சேகரிக்க முடியாத அளவுக்கு சினைப்பை சேதம் அடைந்தவர்கள்

★ கரு உறுப்புகள், வயிற்றுப் பகுதி உறுப்புகளோடு ஒட்டிக் கொள்ளும் நிலை உள்ளவர்கள்

★ 45 வயதுக்கு மேற்பட்ட/உடல் பலவீனம் அடைந்தவர்கள்

போன்றவர்களுக்கு, சிகிச்சை முறையில் குழந்தை பெறும் வாய்ப்பு இல்லை என்று சொல்லலாம். இவர்களைத் தவிர்த்து, பிறர் பின்வரும் சூழ்நிலைகளில் கருவாக்கம் மேற்கொள்ளலாம்.

சேதம் அடைந்த கருப்பைக் குழாய்கள் இருக்கும்போது

இரண்டு கருக் குழாய்களும் சேதமடைந்து, அறுவைச் சிகிச்சைக்குப் பிறகும் சரியாகாவிட்டால், இயல்பாகக் கருத்தரிப்பு நிகழாது. இதைத் தவிர்க்க, நவீன சிகிச்சைகள் மூலம் கருவாக்கம் செய்யலாம்.

இயல்பான கரு முட்டை - குறைவான உயிரணு

இயல்பாக முட்டை வெளியானபோதும், உயிரணுக்கள் போதிய எண்ணிக்கையில் இல்லாமலும், குறைபாட்டுடன் இருந்தாலும், கருத்தரிக்காது என்பதால், நவீனச் சிகிச்சைகள் மூலம் கருவாக்கம் செய்துகொள்ளலாம்.

கருப்பைக் கோழையில் பாதிப்புகள்

கருப்பை வாய்ப் பகுதியில் உள்ள கோழைச் சுரப்பிகள் கெட்டியாகி, விந்தணுக்களை நுழையவிடாமல் தடுக்கும் நிலை அல்லது அமிலத் தன்மை அடைந்து அணுக்களைக் கொல்லும் நிலை ஏற்பட்டால், நவீன சிகிச்சை மூலம் கருத்தரிப்பது நல்லது.

கரு முட்டை வெளியாகியும் கருத்தரிக்காதபோது

கருத்தரிப்புக்கான மருந்துகள் மூலம் கரு முட்டைகள் வெளியான பிறகும், கருத்தரிக்காமல் போகும்போது, நவீனச் சிகிச்சைகளை நாடலாம். இம்முறையில், பல கரு முட்டை களை உற்பத்தி செய்து, அவற்றில் சிறந்தவற்றைத் தேர்வு செய்து, கரு உயிராக்கிப் பதியலாம்.

கருப்பை உள்வரிச் சவ்வுப் படல அழற்சி

கருப்பை உள்வரிச் சவ்வில் அழற்சி, காரணம் கண்டறிய முடியாத மலட்டுத்தன்மை உள்ள நிலையில், நவீனச் சிகிச்சைகள் மூலம் குழந்தை பெறலாம்.

தம்பதியினர் இருவருக்கும் பிரச்னை இருக்கும்போது

அணுக்களின் திறன் மற்றும் எண்ணிக்கைக் குறைவு, கருப்பைக் குழாய் பாதிப்பு எனத் தம்பதியர் இருவருக்குமே பிரச்னை உள்ள நிலையில், நவீனச் சிகிச்சை முறைகளை நாடி, கருத்தரிப்பு மேற்கொண்டு குழந்தை பெறலாம்.

மரபணுக் குறைபாடுகள் இருக்கும்போது

குடும்பத்தில் யாருக்காவது, பரம்பரையாக வரும் குறை இருந்தாலும், முதல் குழந்தை மரபணுக் குறைபாடுகளுடன் பிறந்திருந்தாலும், அடுத்த குழந்தைக்கு அந்தக் குறைகள்

தொடர வாய்ப்பு இருக்கும் தம்பதியினருக்கு, நவீனச் சிகிச்சை முறையிலான கருத்தரிப்பே ஏற்றது.

சிறந்த கருவாக்க மையத்தைத் தேர்வு செய்தல்

இந்தப் பிரச்னைகள் இருக்கும்போது, எந்த மருத்துவ மனைக்கு, எந்த மருத்துவரைப் பார்ப்பது என்ற கேள்வி அனைவருக்குமே எழுவது இயல்பு.

இந்தப் பிரச்னை வரக் கூடாது என்பதற்காகத்தான், இதைப் பற்றி ஏற்கெனவே சொல்லியிருக்கிறேன். மீண்டும், சுருக்க மாகச் சொல்கிறேன். தெரிந்துகொள்ளுங்கள்.

நீங்கள் சிகிச்சை பெற்றுக்கொள்ள விரும்பும் நகரத்தில் உள்ள கருவாக்க மையங்களின் விவரங்களைச் சேகரித்துக்கொள் ளுங்கள். அதன் வெற்றி வாய்ப்பு, தோல்வி இவற்றை யெல்லாம் பிறர் கூறுவது மற்றும் மருத்துவமனையில் சேகரித்த விவரங்கள் அடிப்படையில் குறித்துக்கொள்ளுங்கள்.

ஒருமுறை அந்த மையத்துக்குச் சென்று மருத்துவர்கள், ஆய்வகப் பணியாளர்கள் அனைவரும் அணியாகச் செயல் படுகிறார்களா? தனியாகச் செயல்படுகிறார்களா? மருத்து வரைச் சந்திப்பது சுலபமாக உள்ளதா? நீண்ட நேரம் காத்திருக்கவேண்டி இருக்கிறதா? நமக்கு உடல் நிலையில் திடீரெனப் பிரச்னைகள் ஏதேனும் ஏற்பட்டால், அந்த மருத்துவரை அணுக முடியுமா? நாம் கேட்கும் கேள்விக்குப் பொறுமையாகப் பதில் சொல்கிறார்களா? சிகிச்சைக்கு முன் திருப்திகரமான பரிசோதனைகளை மேற்கொள்கிறார்களா? சிறுநீர்ப் பரிசோதனை, ஹார்மோன் பரிசோதனைகள், ஸ்கேன் பரிசோதனை போன்றவை, அந்த இடத்தில் மேற்கொள்ளப் படுகின்றனவா? அந்த மருத்துவமனையில் உள்ள வசதிகள் என்ன? சோதனைக் குழாய் முறையிலான கருவாக்கம் மட்டும்தான் நடைபெறுகிறதா? வேறுவிதமான சிகிச்சை முறைகளும் உள்ளவனவா?

இதற்கு முன் சிகிச்சை பெற்றவர்கள், அந்த மருத்துவமனை மற்றும் மருத்துவரைப் பற்றி என்ன பேசிக்கொள்கிறார்கள், அவர்களுக்கு அளிக்கப்பட்ட சிகிச்சை விவரம், செலவு விவரம் போன்றவற்றையும் கூடுமானால் சேகரித்துக் கொள்ளுங்கள்.

இதிலெல்லாம் உங்களுக்குத் திருப்தி ஏற்பட்ட பிறகு சிகிச்சைக்குச் செல்லுங்கள். சிகிச்சைக்குச் சென்ற பிறகு, அங்குள்ள சூழல்கள் உங்களுக்கு பிடிக்காமல் /ஒத்துக் கொள்ளாமல் போக நேரிடலாம்.

நீங்கள் எதைச் சொன்னாலும், டாக்டர் கேட்காதவராக இருக்கலாம் அல்லது உங்களுக்கு மருத்துவமனையில் அளிக்கப்படும் சிகிச்சை முறை பற்றிச் சரியாகக் கவனிக் காமல் போகலாம். கருவாக்கத்துக்கான வாய்ப்பு இருக்கும் போது, இல்லை, சிரமப்பட்டுத்தான் கருவாக்கம் செய்ய வேண்டும் என்று மிகைப்படுத்தலாம் அல்லது பரிசோதித்து, பலனே இருக்காது என்று தெரிந்தபிறகும் தொடர்ந்து சிகிச்சை பெற உங்களை வலியுறுத்தலாம். இவைதவிர, வேறு குறைபாடுகள் இருக்கலாம்.

இவற்றையெல்லாம் முன்னதாகவே கவனத்தில் கொண்டு, சிறந்த மருத்துவ மையத்தை அணுக வேண்டும். அப்போது தான், குழந்தைப் பேறு உங்களுக்குக் கிடைக்கும்.

17

சிகிச்சை முறைகள்

செயற்கை முறை விந்தேற்றம் - ஆண்கள்

கருவாக்கச் சிகிச்சைகளில் முதன்மையானதும், முற்றிலும் எளிமையானதுமான சிகிச்சை எனக் கருதப்படுவது, செயற்கை முறை விந்தேற்றம் செய்வதுதான்.

எல்லா வகையான சிகிச்சைகளுக்குப் பிறகும், முதலில் செயற்கை முறையில் பெண் உறுப்புக்குள் விந்தைச் செலுத்தும் முறைதான் பின்பற்றப்படு கிறது. அதிலும், முட்டை வெளியாவதில் பிரச்னை உள்ள பெண்களுக்கும், குறைபாடான திறனுள்ள உயிரணுக்களைக் கொண்ட ஆண்களுக்கும் இந்தச் சிகிச்சை முறை மிகுந்த பலன் அளிக்கிறது.

சரியான நேரத்தில் சினைப்பையைத் தூண்டி முட்டையைச் சேகரித்து, தரமான உயிரணுக்களை ஆய்வகத்தில் பிரித்தெடுத்து சுத்தம் செய்து, அதை ஊசி மூலம் கருப்பைக்குள் செலுத்திவிடுவதுதான், செயற்கை முறை விந்தேற்றச் சிகிச்சையின் சிறப்பம்சம்.

இயற்கையாக முட்டை வெளியாகும் நிலை இருந்தால், ஆணின் உயிரணுவை உள்ளே சிரிஞ்ச்

வழியாகச் செலுத்தி, கருவாக்கம் செய்யலாம். பெண்ணின் கருப்பைச் சுரப்புக் கோழை, அமிலத் தன்மை உடையதாக இருந்து, உயிரணுக்களைத் தடுக்கும் நிலை இருந்தாலும், அதைத்தாண்டி உயிரணுக்களை எடுத்துச் சென்று முட்டை யோடு கருப்பையில் சேர்த்துவிடலாம்.

இந்த சிகிச்சையை மேற்கொள்வதற்கு அதிக முயற்சிகள் தேவைப்படாது. செலவுகளும் குறைவு.

இயல்பான கருக் குழாய்களும், உயிரணுக்களும் உள்ள தம்பதியர், இந்த முறையில் கருவாக்கம் செய்துகொள்ளும் போது, முதல் முறையிலேயே கருத்தரிக்க 20 சதவீதம்வரை வாய்ப்பு உள்ளது. தொடர்ந்து மூன்று அல்லது நான்கு முறை செய்யும்போது, கருத்தரிக்கும் வாய்ப்பு 30-50 சதவீதம் ஆகிறது.

காரணம் தெரியாத மலட்டுத்தன்மையால், தம்பதியர் இருவருமே பாதிக்கப்பட்டு மூன்று ஆண்டுகளுக்கும் மேலாக முயற்சித்தும் குழந்தை பெற முடியவில்லை என்றால், இந்தச் சிகிச்சையை மேற்கொள்ளலாம்.

சிகிச்சைத் திட்டம்

கருவாக்கச் சிகிச்சை மேற்கொள்ளும்போது, முதலில் பெண்ணுக்குக் கரு முட்டை வெளியாவதற்கான மருந்துகள் கொடுக்கப்பட்டு, முட்டை வெளியிடும் நிகழ்ச்சி தூண்டப் படுகிறது. பிறகு, சுயஇன்பம் மூலம் விந்தை வெளியேற்றி, அதில் உள்ள நல்ல தரமான அணுக்கள் சேகரிக்கப்படு கின்றன.

ஒருமுறை விந்தை வெளியேற்றிவிட்டால், அடுத்த இருபத் தைந்து நாள்களுக்குப் பிறகே மீண்டும் உயிரணுக்களைச் சேகரிக்க வேண்டும். அப்போதுதான் தரமான அணுக்கள் கிடைக்கும். இவற்றை, ஆய்வகத்தில் சுத்தம் செய்துவிட வேண்டும். இதற்கு 20 முதல் 60 நிமிடங்கள் ஆகும். சுத்தப் படுத்தும் பொருள்களால் சுத்தம் செய்து, வேகமாக நகரும் தன்மையுள்ள அணுக்கள் மட்டும் பிரித்தெடுக்கப்படும். பிறகு, அவற்றை ஒரு மெல்லிய கத்தீட்டருக்குள் செலுத்தி, கருப்பை வாய் அல்லது அதைத் தாண்டிய பகுதியில் செலுத்திவிடுவார்கள்.

முட்டை வெளியான ஆறு மணி நேரத்துக்குள் உயிரணுக்களை விடும்போது, கருத்தரிப்பு நிகழ்வது பெரும்பாலும் உறுதியாகிவிடும். இந்தச் சிகிச்சையைச் செய்வதற்கு, மயக்க மருந்து கொடுக்க வேண்டாம். வலியோ, வேதனையோ இருக்காது. இயற்கையான முறையிலேயே கருவாக்கம் செய்துவிடலாம்.

எந்தெந்த நிலையில், செயற்கை முறையிலான விந்தேற்றம் தேவைப்படுகிறது என்பதைத் தெரிந்துகொள்ளுங்கள்.

ஆண்களின் பிரச்னைகள்

குழந்தையின்மைக்கான காரணங்களில், ஆண்களுக்கு இருக்கும் பல பிரச்னைகள் முக்கியப் பங்காற்றுகின்றன என்பது உங்களுக்குத் தெரியும்.

ஆணின் உயிரணுக்கள், பெண்ணின் கரு முட்டையோடு சேராத நிலை இருப்பதுதான், ஆணின் கருவாக்கக் குறை பாட்டுக்கு முக்கியக் காரணம். அதாவது, உயிரணுக்களின் ஊர்ந்து செல்லமுடியாத நிலை, குறைவான எண்ணிக்கை உற்பத்தியாதல், விரை மேல்நாளத்தில் அடைப்பு, பெண் உறுப்பில் இயற்கையாக ஏற்பட்டிருக்கும் தடைகள் மற்றும் கருப்பை வாய்ப் பகுதியில் உள்ள சளிச் சுரப்புக்கும் உயிரணுக்களுக்கும் இடையேயான பொருத்தம் இல்லாத நிலை ஆகியவை காரணமாக இருக்கின்றன.

பிறவியிலேயே, விரைகள் வயிற்றைவிட்டு கீழிறங்கி விரைப்பைக்குள் சேராத நிலை, விரைகளே இல்லாத நிலை, விரை மேல்நாளம் இல்லாமல் பிறத்தல் போன்ற பிறவிக் குறைபாடுகளால், உயிரணு உற்பத்தி பாதிக்கப்படுவதால், கருவாக்கம் செய்ய இயலாது.

ஆண்மைக் குறைவின்போது, விறைப்பு இல்லாததால் விந்தை வெளியேற்ற முடியாத நிலை, வெரிகோசீல் என்ற ரத்த நாளச் சிதைவால், உயிரணுக்கள் வெளியேற முடியாத நிலை, ரெட்ரோக்ரேட் எஜாகுலேஷன் எனப்படும் சிறுநீர்ப் பையில் உயிரணுக்கள் விழுந்துவிடுதல் போன்றவற்றாலும், பெண் உறுப்புக்குள் உயிரணுக்களைச் செலுத்தி, கருத்தரிப்பை உண்டாக்க இயலாத நிலை ஆணுக்கு உண்டாகிறது.

இவை தவிர,

விரை மேல்நாளங்களில் இருந்து ஆண் உறுப்புக்குச் செல்லும் குழாய், பல காரணங்களால், குறிப்பாக கருத்தடை, காயம், நோய்த் தொற்று ஆகியவற்றால் அடைபட்டுப்போதல்.

சிறு வயதில் வரும் பொன்னுக்கு வீங்கி முதல் பிற்காலத்தில் வரும் பால்வினை நோய்கள் வரையிலான நோய்த் தொற்றுக் கிருமிகள், உயிரணு உற்பத்தியைத் தடைசெய்தல்.

நாள்பட்ட நோய்களான சர்க்கரை நோய், ரத்தக் கொதிப்பு போன்றவை, கருவாக்கக் குறையை உண்டாக்குகின்றன.

ரத்த நாளப் பாதிப்புகள் இருக்கும்போது, விறைப்புத்தன்மை உருவாகாது. இந்தப் பாதிப்புகள் மாரடைப்பு, ரத்தக் கொதிப்பு போன்றவற்றுக்கு மட்டுமின்றி, கருவாக்கத்துக்கும் காரணங்கள்.

ஹார்மோன்கள் சரியாகச் செயல்படாமல் போவதால் ஏற்படும் விரைகள் செயலிழப்பு, புற்றுநோய்ச் சிகிச்சை போன்றவையும் கருத்தடையை உண்டாக்குகின்றன.

சுற்றுச் சூழல்கள், பணிபுரிகிற, வாழ்கிற மற்றும் அதிகம் புழங்கும் பகுதியில் உள்ள காரணிகள் அனைத்துமே, உயிரணு உற்பத்திக்கு எதிராகச் செயல்பட்டு, ஆணை குழந்தை இல்லாத வனாக ஆக்குகிறது. இதுதவிர, காயங்களும்கூட காரணமா கின்றன.

இவ்வளவு விஷயங்கள், ஆணின் கருவாக்கத் திறனைக் குறைப்பதால், அவற்றை உரிய முறையில் ஆராய்வது அவசியம் அல்லவா?

இதற்காக, சாதாரண விந்துப் பரிசோதனை, உடலுறவுக்குப் பிறகான பரிசோதனையில் இருந்து மற்ற முக்கியப் பரிசோதனைகள் வரையிலான அனைத்துப் பரிசோதனை களையும் மேற்கொண்டு, பிரச்னை எங்கிருக்கிறது என்பதை ஆராய்ந்து தெரிந்துகொள்ள வேண்டும்.

எந்தப் பிரச்னையால் குழந்தைப் பேறு உண்டாக்க முடியாத நிலை இருக்கிறதோ, அதற்கேற்ப சிகிச்சையை ஆரம்பித்து, ஆணை முதலில் கருவாக்கத்துக்குத் தகுதிப்படுத்த வேண்டும்.

ஹார்மோன் குறைபாடுகளால் உயிரணு உற்பத்தி பாதிக்கப் பட்டிருந்தால், ஹார்மோன் சிகிச்சை செய்ய வேண்டும். ரத்த நாளம் பாதிக்கப்பட்டிருந்தால், ஆணின் உடலில் உருவாகும் நோய்க் காப்பு அணுக்கள், உயிரணுக்களை அழிப்பதாக இருந்தால், அவற்றைக் கட்டுப்படுத்த மருந்து மாத்திரை எடுத்துக்கொள்ள வேண்டும். இப்படி ஒவ்வொரு சிகிச்சையை யும் செய்துகொண்டு, கருவாக்கத்துக்குச் தயாராகிவிட வேண்டியதுதான்.

செயற்கை முறை விந்தேற்றம் - பெண்கள்

45 வயதுக்கு உள்பட்ட பெண்ணுக்கு வரும் எல்லாவிதமான குழந்தைப் பேறின்மைக்கான காரணங்களுக்காகவும், செயற்கை முறையில் அவரது கணவரின் உயிரணுக்களை எடுத்து கத்தீட்டர் மூலம் செலுத்தி கருவாக்கம் செய்யலாம். ஆனால், கருக் குழாய் அடைப்பு, முட்டையை ஈர்க்க இயலாத அளவுக்குக் கடுமையாகச் சேதம் அடைந்த கருக் குழாய், தரமற்ற முட்டை உருவாகும் நிலை, சினைப்பை செயலிழப்பு மற்றும் மாதவிலக்கு முற்றுப்பெற்ற நிலை உள்ள பெண் களுக்கு செயற்கை முறையில் விந்தேற்றம் செய்ய முடியாது.

எண்டோமெட்ரியோசிஸ் பிரச்னை இருக்கும்போது, காரணம் கண்டறிய முடியாத கருவாக்கக் குறை, முட்டை வெளியாகாத நிலை, கருப்பை வாய்ப் பிரச்னை, தன் நோய் எதிர்ப்புச் செல்களே கணவரின் உயிரணுக்களை அழித்தல் போன்ற பிரச்னைகள் இருக்கும்போது, விந்தேற்றம் செய்து கருத்தரிப்பை உண்டாக்கிக் கொள்ளலாம்.

இந்தப் பாதிப்புகளைப் பற்றியெல்லாம், கடந்த அத்தியாயங் களில் விரிவாகப் படித்திருப்பீர்கள். நீங்கள் எளிதில் விளங்கிக் கொள்வதற்காக, அவற்றை சுருக்கமாகச் சொல்கிறேன்.

முட்டை வெளியாகாமை

ஹைபோதலாமஸ் மற்றும் பிட்யூட்டரி அல்லது சினைப்பை ஆகியவற்றில் சுரக்கும் ஹார்மோன்கள் ஒன்றாக இணைந்து கருவாக்கச் செயலில் ஈடுபட வேண்டும். அவ்வாறு இல்லாமல், ஒன்றுக்கொன்று முரண்படும்போது சிக்கல்கள் வரும். மன இறுக்கம், உடல் பருமன், நோய்கள், அதிகமான ப்ரோலாக்டின் ஹார்மோன் சுரப்பது, கருப்பையில் நீர்க்

கட்டிகள் போன்றவை இருக்கும்போது ஹார்மோன் பிரச்னைகள் வரும். இதன் விளைவாக ஏற்படுவதுதான் முட்டை வெளியாகாத நிலை. இந்த நிலை இருந்தால், செயற்கையாக விந்தேற்றம் செய்துகொள்ளலாம்.

கருப்பை உள்வரிச் சவ்வு வளர்ச்சி

கருப்பையின் உள்வரியில் அமைந்துள்ள திசுக்கள், இயல்புக்கு மாறாக வளர்ச்சி அடைந்து கருக் குழாய், சினைப்பை, வயிற்றுப் பகுதி உறுப்புகள் ஆகியவற்றில் படர்ந்துவிடுவ தால், மாதவிலக்கின்போது கடுமையான வலியும், உடலுற வின்போது வலியும் ஏற்படும். முட்டைகள், கருக் குழாய் வழியாக வராமல் தடுக்கப்படும் சிக்கல்கள் இருந்தால், அவற்றை அகற்றிவிட்டு விந்தேற்றம் மூலம் கருத்தரிப்பைச் சாத்தியமாக்கலாம்.

சினைப்பை நீர்க் கட்டி

சினைப்பைக் கட்டிகள் சிறு அளவில் காணப்படுவது இயல்பு. இவை வளர்ந்துவிடும்போது, முட்டை வெளி யேறுவதைத் தடுத்து, பெண்ணுக்குக் கருவாக்கத் தடையை உண்டாக்குகிறது. இந்தக் கட்டிகள், ஹார்மோன் குறைகள் அல்லது ஒழுங்கற்ற மாதவிலக்குகளால் வருகின்றன. இவற்றைச் சீரமைத்துவிட்டு, செயற்கை முறை விந்தேற்றம் செய்து கருத்தரிப்பு செய்துகொள்ளலாம்.

கருப்பைக் கழுத்துப் பிரச்னை

உயிரணுக்கள் செல்வதற்கு ஏற்ற வகையிலும், அவற்றுக்கு உற்சாகம் கொடுத்து வழியனுப்பும் வகையிலும், கருப்பை வாயில் உள்ள கோழை இல்லாமல், உயிரணுக்களுக்கு எதிரான தன்மையைப் பெற்று அவற்றை அழித்துவிடுவதால், கருவாக்கம் நடைபெறாது. கோழை கெட்டிப்பட்டு விட்டால், நீந்திச் செல்லவே முடியாது. இந்த இடத்தில் உருவாகும் உடற்காப்புச் செல்கள், உயிரணுக்களை அழித்து விடுவது உண்டு.

பெரும்பாலான பிரச்னைகள் அனைத்தும், நோய்த்தொற்று அல்லது பாதிப்பினால், ஈஸ்ட்ரோஜென் தூண்டுதல் பற்றாக் குறை ஏற்படுவதால் வருகிறது. இவற்றையெல்லாம் கண்டறிந்து நீக்கிவிட்டு விந்தேற்றம் செய்துகொள்ளலாம்.

கருக் குழாய் அடைப்பு

சினைப்பையில் இருந்து வரும் கரு முட்டையை, கருப் பையின் முனைப் பகுதிக்குக் கொண்டுவரும் வேலையைச் செய்வது கருக் குழாய்கள். இந்தக் குழாய்கள், நோய்த் தொற்றுகள், எண்டோமெட்ரியோசிஸ் பாதிப்பு, அடி வயிற்றில் தோன்றும் நோய்கள், குழாய்களுக்குள் நீர் கோர்த்தல், நாள்பட்ட நோய்த்தொற்று, புற கர்ப்பம் மற்றும் பிற காரணிகளால் அடைபட்டுப்போகிறது. இந்த அடைப்பை நீக்கிவிட்டு, செயற்கை விந்தேற்றம் செய்து கொள்ளலாம்.

சிகிச்சைக் காலம்

கரு முட்டை இயல்பாக வெளியாகும் பெண்கள், மூன்று முதல் ஆறு மாதங்கள்வரை இந்தச் சிகிச்சையை முயற்சித்துப் பார்க்க வேண்டும். முட்டை வெளியாகாத நிலை இருந்தால், முட்டையைத் தூண்டி விந்தேற்றம் செய்துகொள்ள வேண்டும்.

வேலைக்குச் செல்லும் பெண்கள், நாற்பது வயதுக்கு மேற்பட்டவர்கள், எஃப்.எஸ்.எச். அளவு குறிப்பிட்ட அளவு உயரும் தன்மை உள்ள இளம் பெண்கள் ஆகியோர், இதை முயற்சிக்கத் தேவையில்லை என பல மருத்துவர்கள் ஆலோசனை கூறுகிறார்கள்.

உடலுறவு கொள்ள வேண்டிய நேரம்

செயற்கை முறையில் விந்தேற்றம் செய்வதற்கு, உடல் வெப்ப அளவீட்டுப் பரிசோதனை அட்டை முக்கியமானது. இதையும், இதையொட்டிய ஆய்வுகளையும் மேற்கொண்டு, முட்டை வெளியாகும் காலம் அறிந்து விந்து சேகரிக்கப் படுகிறது. முட்டை தூண்டப்பட்டு வெளிவரும்போது, அதை அடைவதற்காக உயிரணுக்கள் செலுத்தப்பட வேண்டும்.

சிறுநீர்ப் பரிசோதனையில், எல்.எச். ஹார்மோன் இருப்பது தெரியவந்தால், அதன் பிறகு 8 முதல் 40 மணி நேரம்வரை அது உச்சநிலையில் இருக்கும். இந்த இடைப்பட்ட காலத்துக்குள் உடலுறவு கொள்வது நல்லது. முட்டை வெளியாகி 24 மணி

நேரம் வரை மட்டுமே காத்திருக்கும் என்பதால், முதல் ஆறு மணி நேரங்களே ஏற்றது. ஆணின் உயிரணுவில் எந்தப் பிரச்னையும் இல்லையென்றால், மருத்துவர் குறிப்பிடும் நேரத்தில் உயிரணுவை எடுத்து அதை விந்தேற்றத்துக்குப் பயன்படுத்திக்கொள்ளலாம்.

18

குழந்தைப் பேறு – நவீனச் சிகிச்சை முறைகள்

சோதனைக் குழாய்க் குழந்தை

கருவாக்கச் சிகிச்சைக்காக வரும் ஏறக்குறைய எல்லா பெண்களுமே விரும்பும் ஒரு சிகிச்சை முறை என்றால், அது சோதனைக் குழாயில் குழந்தையை உருவாக்கும் முறைதான். அந்த அளவுக்கு அது பிரபலமாகிவிட்டது.

சிகிச்சைக்கு வருபவர்கள், பிரச்னைகளைப் பற்றி தெரிந்துகொள்ளவோ, அவை பற்றிக் கவலைப் படவோ விரும்புவதில்லை. வந்ததும், கரு முட்டையை, உயிரணுக்களை எடுத்து ஆய்வுக் கூடத்தில் வைத்து சிகிச்சை செய்வார்கள். உடனே, கருத்தரித்து குழந்தை பிறந்துவிடும் என்ற எண்ணத்தில் தான் வருகிறார்கள்.

அவர்களுக்கு உண்மை என்ன என்பது தெரிவ தில்லை. சோதனைக் குழாய் முறையை, மருத்துவர் கள் ஏன் உடனேயே செய்யவில்லை எனக் குழப்ப மாகவே பார்க்கிறார்கள்.

பரிசோதனைகள் முடிந்த பிறகு, பெண்கள் இயல் பாகக் கர்ப்பம் தரிக்கிறார்களா என்பதை மருத்துவர் பார்க்க வேண்டும். இதற்கு வழி இல்லாவிட்டால்,

செயற்கை முறை விந்தேற்றம் போன்ற பல வழிகள் உள்ளன. இவையெல்லாம், செலவு குறைந்தவை. இந்தச் சிகிச்சைகளாலும் பலன் இல்லை என்ற நிலை ஏற்படும்போதுதான், சோதனைக் குழாய்க் குழந்தை முறையும், இக்சி எனப்படும் நவீன கருவாக்க முறையும் மேற்கொள்ளப்படுகின்றன.

சோதனைக் குழாய் கருவாக்கம் என்றால் என்ன என்பதைப் பற்றி முதலில் தெரிந்துகொள்ளுங்கள்.

சோதனைக் குழாய் கருவாக்கம்

சினைப்பையில் இருந்து கரு முட்டை வெளிப்பட்டு, கருக் குழாய் வழியாக வரும்போது, உயிரணுவோடு சேர்ந்து சினை முட்டையாகி, கருப்பைக்கு வந்து பதியமாகும். இதுதான் இயல்பான கருத்தரிப்பு.

ஆனால், சோதனைக் குழாய் முறையில் கரு முட்டையையும், உயிரணுவையும் உடலுக்கு வெளியே சேகரித்து, ஆய்வகத்தில் ஒன்றாக்கி, பிறகு கருப்பைக்குள் செலுத்தி பதியமாக்கி வளர வைப்பார்கள். கருக் குழாய் மேற்கொள்ள வேண்டிய பணியைச் செயற்கை முறையில், சோதனைக் குழாய் மூலம் செய்வதுதான் ஐ.வி.எப். முறை அல்லது சோதனைக் குழாய் கருவாக்கம்.

சோதனைக் குழாய் கருவாக்கத்துக்கு ஐந்து முக்கிய விஷயங்கள் பின்பற்றப்படுகின்றன. அவை:

1. சினைப்பையில் கரு முட்டை உருவாக்கம் மற்றும் அதைத் தூண்டி முதிரச் செய்து விடுவித்தல்.
2. முதிர்ந்து வெளியாகும் கரு முட்டையைச் சேகரித்தல்.
3. விந்தணுக்களைப் பிரித்து, அவற்றுள் தரமான உயிரணுக்களை மட்டும் தனியே சேகரித்தல்.
4. உயிரணுவையும், முட்டையையும் ஆய்வகத்தில் ஒன்றாகச் சேர்த்து பாதிப்பு எதுவும் இல்லாமல் வளர்த்தல்.
5. கருப்பைக்கு கரு உயிரை மாற்றுதல்.

முட்டை முதிர்ந்து வரும் நேரத்தைக் கட்டுப்பாட்டுக்குள் வைத்துக்கொண்டு, ஒன்றுக்கு மேற்பட்ட முட்டைகளைச் சேகரிக்க வேண்டும். இதற்காக, பெண்ணின் பிரச்னை

மற்றும் தேவைக்கு ஏற்ற மருந்துகள் கொடுக்கப்படுகின்றன. முட்டையின் வளர்ச்சியைக் கண்காணிக்க அல்ட்ரா-சவுண்டு பரிசோதனை மூலம் சினைப்பையைப் பரிசோதிக்கிறோம். ரத்தத்தை எடுத்து ஹார்மோன் பரிசோதனை செய்கிறோம். அதன் பிறகு, எச்.சி.ஜி. ஹார்மோன் ஊசியைப் போட்டு முட்டை முதிர்ந்துவரச் செய்கிறோம்.

முட்டைகள் எப்போது வெளியாகின்றன என்பதில், கரு வாக்க மருத்துவர் மட்டுமின்றி ஆய்வகப் பணியாளர்வரை அனைவரும் மிக எச்சரிக்கையாக இருந்து, பெண்ணுக்கு மயக்க மருந்து கொடுத்து, பிறப்பு உறுப்பு வழியாகவே அல்ட்ரா-சவுண்டு காட்டும் திசையில் சிறிய ஊசியைச் செலுத்தி, முட்டையைச் சேகரிக்கிறோம்.

ஒரே சமயத்தில், 12 முதல் 15 முட்டைகள்வரைச் சேகரித்து, கணவரின் உயிரணுக்களோடு கலக்கவிடுகிறோம். உயிரணுக்கள் திறனோடு இருந்தால், அவற்றில் ஒன்று உடனடியாக முட்டையைத் துளைத்து, கருவாக்கத்துக்கு அடித்தளம் அமைத்து சினைமுட்டையாக மாறும். இல்லா விட்டால், தரமான உயிரணு ஒன்றைப் பிடித்து, முட்டையின் மேல் ஓட்டை லேசர் மூலம் மெலியச் செய்து, அதன் வழியாக உயிரணுவை உள்ளே செலுத்துவோம்.

தற்போது, உயிரணுக்களை நேர்த்தியாக கரு முட்டைக்குள் அனுப்பிவிடுவோம். கருத்தரிப்பை உறுதியாக்கும் இந்தப் புதிய முறைக்கு இக்சி, அதாவது ‘இன்ட்ரா சைட்டோ பிளாஸ்மிக் ஸ்பெர்ம் இன்ஜெக்ஷன்’ என்று பெயர். இதன் மூலம், கரு உயிரை உருவாக்குவது 100 சதவீதம் சாத்தியமாகும்.

அதன்பிறகு, கரு முட்டையை ஒரு இன்குபேட்டரில் வைத்து குறிப்பிட்ட இடைவெளியில் பரிசோதித்துக்கொண்டிருப் போம். கருத்தரித்திருக்கிறதா? செல்கள் பிரிகின்றதா? அவை ஒழுங்காக வளருகின்றனவா என்றெல்லாம் ஆராய்ந்து பார்ப்போம். பல செல் நிலைக்கு வந்து, கரு உயிராக ஆன பிறகு, அதாவது முட்டையை எடுத்த இரண்டு முதல் ஐந்து நாள்கள் இடைவெளிக்குள் அதைக் கருப்பைக்குள் வைத்து விடுவோம். இதற்கு, பிளாஸ்டோசைட் டிரான்ஸ்ஃபர் என்று பெயர்.

இந்தக் கருவாக்கத்தின்போது, கத்தீட்டரில் குறைந்த அளவு திரவம் இருக்கும். அதைக் கருப்பையின் முனைப் பகுதியில் செலுத்தி, அதனோடு கரு உயிரையும் செலுத்திவிட்டால், அது சென்று பதியமாகும். இவ்வாறு பதியமாவதை அல்ட்ரா-சவுண்டு, ரத்தப் பரிசோதனை ஆகியவற்றைக் கொண்டு பரிசோதித்து, நிச்சயமாகக் கருத்தரிப்பு ஏற்பட்டு விட்டது என்பது தெரிந்தால்தான், நிம்மதிப் பெருமூச்சு விடுவோம். இதுதான், சோதனைக் குழாய் கருவாக்கத்தின் போது நடைபெறுகிறது.

கரு உயிரை, சோதனைக் குழாயில் இருந்து கர்ப்பப் பைக்கு மாற்றும்போது, ஒன்று வளராமல் அழிந்துபோனாலும், இன்னொன்று நன்றாக வளரும் என்பதற்காக, ஒன்றுக்கும் மேற்பட்ட சினை முட்டைகளைப் பதியம் செய்வோம். சில சமயங்களில், அந்த இரண்டு கரு உயிர்களுமே அழியாமல், குழந்தைகளாக உருவாகிவிடுகின்றன. இதனால், ஒரே பிரசவத்தில் இரண்டு குழந்தைகள் பிறக்க வாய்ப்பு உள்ளதால், குறைப் பிரசவம் ஏற்படுவதைத் தவிர்க்க முடிவதில்லை.

சோதனைக் குழாய் மூலம் கருத்தரிப்பு உண்டாக்கும்போது, குறைபாடான குழந்தைப் பேறு வாய்ப்பதில்லை. குரோ மோசோம் பிரச்னை இருந்தாலும், கரு உயிர் நிலையிலேயே கண்டுபடித்துவிடுவதால், கூடுமானவரை பிரச்னைகள் தவிர்க்கப்படுகின்றன. கருவாக்கம் நடைபெற்ற பிறகும், கரு தொடர்ந்து வளர்ந்து குழந்தை ஆகும்வரை, தொடர்ந்து கண்காணித்துக்கொண்டே இருப்போம்.

சோதனைக் குழாய் குழந்தை பெற்றுக்கொள்ளும் பல பெண்கள், ஹை ரிஸ்க் எனப்படும் பிரிவைச் சேர்ந்தவர்கள் என்பதால், பலருக்குக் குறைப் பிரசவம் ஏற்பட வாய்ப்பு இருக்கிறது. பேறுகாலச் சிக்கல்கள் தோன்றவும் வாய்ப்பு இருக்கிறது என்பதால், கர்ப்பிணியை எங்களுடைய முழுக் கட்டுப்பாட்டுக்குள் வைத்துக்கொண்டு, குழந்தை பிறந்து அது இயல்பு நிலையை அடையும்வரை, தினமும் பராமரிக்க வேண்டி இருக்கிறது.

இந்தச் சோதனைக் குழாய் கருவாக்கத்தை எல்லோருக்கும் செய்துவிடுவதில்லை. அதற்கும் சில தகுதிகள் தேவை. தகுதிகளைத் தீர்மானித்த பிறகு கருவாக்கம் செய்வோம்.

1. தம்பதிகளுக்குத் தேவையான தகுதிகள்

சோதனைக் குழாய் குழந்தை பெற, நாம் எல்லோருமே தகுதியானவர்கள் என்ற நினைப்பு பலரிடமும் இருக்கிறது. இது தவறு.

இது எல்லோருக்கும் பொருந்தாது என்பதும், இந்தச் சிகிச்சை பெற பரிந்துரைக்கப்படும் பெண்கள் அனைவருக்கும் ஒரே மாதிரி சிகிச்சை அளிக்கப்படாமல், ஒவ்வொருவருக்கும் வெவ்வேறு விதமான சிகிச்சைகள் அளிக்கப்படுகின்றன என்பதையும் புரிந்துகொள்ள வேண்டும்.

உயிரணுக்களின் எண்ணிக்கை, ஹார்மோன்களின் அளவு உள்ளிட்ட முக்கியமான சோதனைகள், பல்வேறு கட்டங் களாக நடத்தப்பட்டு, அவற்றின் மூலம் வெற்றிகரமாகக் கருத்தரிப்பு நிகழ்த்த வாய்ப்பு இருக்கிறதா என்பதை உறுதி செய்யவேண்டும்.

கருப்பையின் ஆழம் சரியாக இருக்கிறதா, அதில் பதியம் செய்தால் கரு உயிர் வளருமா என்பதையெல்லாம் அறிய, எக்ஸ்-ரே பரிசோதனை செய்துவைத்திருக்க வேண்டும்.

முட்டை வெளியாவதற்கான மருந்து கொடுத்தால், அவர் களுக்கு எந்த அளவுக்குப் பலன் கிடைக்கும் என்பதை அறிய வேண்டும்.

2. கருமுட்டைகளைத் தூண்டுதல்

முட்டைகள் முதிராமல் வெளியே வந்துவிடும்போது, அவற்றை கருவாக்கத்துக்குப் பயன்படுத்தினால், உயிரணு வோடு இணைந்து சினைமுட்டையாகி, பின்னர் கரு உயிராக மாறும். ஆனால், குழந்தையாக மாறாமல் அழிந்துவிடும். இதைத் தவிர்க்க, பெண்ணின் முட்டை முதிர்ச்சி அடையும் தன்மை உடையதா என்பதைப் பரிசோதிக்க வேண்டும்.

ஒன்றுக்கு மேற்பட்ட முட்டைகளை எடுத்துப் பதியம் செய்தால் மட்டுமே, அதில் ஏதேனும் ஒன்று அரிதாக இரண்டு அல்லது மூன்றுகூட கரு உயிராகி பதியமான பிறகும் வளரும். ஒரே முட்டையை எடுத்துவைத்து சிகிச்சை அளித்தால், கரு உயிர் உருவாக்கம் சேதம் அடையலாம். இதைத் தவிர்க்க, ஹார்மோன் மருந்துகளால் சினைப்பையைத் தூண்டி, பல

கரு முட்டைகளை ஒரே நேரத்தில் சேகரிக்க வேண்டும். மருந்தை ஏற்க வேண்டிய நிலையில் பெண்ணில் உடல் இருக்க வேண்டும். தன்மை மாறினால், முட்டை சேகரிக்கும் நிகழ்வு தோல்வியில் முடியும் மாத்திரை பலன் அளிக்காத போது, புரொஜெஸ்டீரான் என்ற ஹார்மோனை, செயற்கை முறையில் செலுத்தி கரு முட்டைகளைப் பெறவேண்டி இருக்கும்.

பெறப்பட்ட கரு முட்டைகள் தகுதியானவையா என்பதையும் தெரிந்துகொள்ள வேண்டும். தகுதியானவற்றைத் தேர்வு செய்து, ஒன்றுக்கு மேற்பட்ட முட்டைகளைக் கருத்தரிக்கச் செய்து, கருப்பைக்குள் வைத்துவிடுவார்கள்.

3. முட்டை வளர்ச்சியை மதிப்பீடு செய்தல்

கரு முட்டை வெளியாகும் நேரத்தைக் கணித்து, அந்தக் குறிப்பிட்ட நேரத்தில், முட்டையைச் சேகரிப்பதற்காக ஹார்மோன்களின் நிலையை உறுதிசெய்யும் பரிசோதனை கள் அடிக்கடி செய்ய வேண்டும். முதிர்ந்த முட்டைகளைச் சேகரிக்க ஹார்மோன் பரிசோதனைகள், அல்ட்ரா-சவுண்டு முறை, ஊசி செலுத்துதல் போன்றவற்றை அடுத்தடுத்து மேற்கொள்ள வேண்டும். இவை வேண்டாம் என்றால், இயல்பாக வரும் மாதவிலக்குக்காக காத்திருக்க வேண்டும். இவற்றையெல்லாம் மேற்கொண்டால்தான், முட்டையை முதலில் எடுக்க முடியும்.

4. கரு முட்டை சேகரிப்பு

வெஜைனல் அல்ட்ரா-சவுண்டு கருவியால் முட்டையைச் சேகரிக்க, பொது உணர்விழப்பு கொடுத்து முட்டையைத் தனியே எடுக்க வேண்டும். லேப்ரோஸ்கோப்பி அல்லது அல்ட்ரா-சவுண்டு முறையில் முட்டைகள் சேகரிக்கும் போது, பிறப்பு உறுப்பின் வழியாகச் சிறிய அல்ட்ரா-சவுண்டு துளைப்புக் கருவியைச் செலுத்தி, சினைப்பையைப் படம் பிடிக்க வேண்டும்.

பிறப்பு உறுப்பு வழியாக சினைப்பைக்குள் ஒரு ஊசியைச் செலுத்தி, கருவணுக் கூட்டிலிருந்து முட்டையை உறிஞ்சி எடுத்து, ஒரு சிறிய சோதனைக் குழாயில் வைத்து, கருவாக்க

நிபுணரிடம் கொடுத்து, முட்டையின் தரம் பரிசோதிக்கப்பட வேண்டும்.

முதலில், பெண்ணுக்கு முட்டை வெளியாவதற்காக சினைப் பையை அல்ட்ரா-சவுண்டு மூலம் தூண்டி, முட்டைகள் சேகரிக்கப்பட்டு, பன்னிரண்டு வோல்ட் மின்னோட்டம் உள்ள கையடக்கமான இன்குபேட்டரில் வைக்கப்படுகின்றன. இவ்வாறு ஒன்றுக்கு மேற்பட்ட முட்டைகள் சேகரிக்கப்படும்.

5. முட்டை வளர்ப்பு - விந்தணுக்களைத் தயார் செய்தல்

சேகரிக்கப்பட்ட முட்டைகள் சேதம் அடையாமல் காப்பதற்கு, அவற்றை அறுவைச் சிகிச்சை அரங்கில் மைக்ரோஸ்கோப் மூலம் ஆராய்ந்து, முட்டை பாதிக்கப்படாமல் இருந்தால், உடனடியாக முட்டையை வளர்ப்பதற்காகத் தயாரிக்கப்பட்ட திரவத்தில் வைத்துவிட வேண்டும். வளர்ப்பு மீடியத்தில் விடப்பட்ட கரு முட்டைகள், இன்குபேட்டரில் வைக்கப்படு கின்றன. ஒரு கருப்பைக்குள், கரு முட்டைக்கு எத்தகைய வெப்பநிலை இருந்தால் பாதுகாப்பாக இருக்குமோ அதே அளவு வெப்பத்தை இன்குபேட்டர் உருவாக்கி முட்டையைப் பாதுகாக்கும்.

முட்டைகளைச் சேகரிப்பதற்குச் சற்று முன்பாக, சுய இன்பம் மூலம், பெண்ணின் கணவர் விந்துவை வெளிப்படுத்தித் தர வேண்டும். இறுக்கமான சூழல்களில் விந்து தர முடியாது என அவர் மறுக்கும் சூழல் இருக்கும் என்பதால், அவரது விந்தை ஏற்கெனவே வாங்கி அதை உறைநிலையில் வைத்திருக்க வேண்டும்.

உறைநிலையில் உள்ள விந்தை எடுத்துப் பயன்படுத்தி கரு வாக்கம் செய்வது என்பது, அப்போதைக்கு எடுத்து கரு வாக்கம் செய்யப் பயன்படுத்தும் விந்தைப்போல் சுலபமான செயலோ/விஷயமோ அல்ல.

விந்தில் உள்ள உயிரணுக்களைத் தனியாகப் பிரித்து மைக்ரா ஸ்கோப் மூலம் கணக்கிட்டு, முதிர்ந்த அணுக்களை முட்டை சேகரிக்கப்பட்ட பல மணி நேரத்துக்குப் பிறகு, கருவணு வளர்ப்பு மீடியத்தில் விட்டு கருவாக்கம் செய்வதற்காக இன்குபேட்டரில் வைக்க வேண்டும்.

கடைசி நேரத்தில், உயிரணுக்களின் நிலை என்னவாகுமோ என்பது தெரியாமல் போய்விடுவதால், தரமான பல்லாயிரக் கணக்கான உயிரணுக்களைச் சேகரித்து வைத்துக்கொள்ள வேண்டும்.

6. கரு உயிர் வளர்ப்பு

முட்டையும், விந்தணுவும் இணைந்து கருவாக்கம் நடந்த பிறகு, அதைக் கருப்பையில் என்ன வெப்பச்சூழல், ஹார்மோன் சூழல் இருக்குமோ, அதே சூழலில் நவீன இன்குபேட்டரில் வைப்பார்கள். முட்டையுடன் உயிரணு இணைந்த 18 மணி நேரத்துக்குப் பிறகு, மைக்ராஸ்கோப் மூலம் பரிசோதித்து, அது கருத்தரித்து உள்ளதா என்பதைக் கண்டறிய வேண்டும். கருத்தரிக்காமலேயே, செல்கள் பல செல் நிலை களில் பிரிந்துவிட்டால், முத்துப்பிள்ளை என்ற பார்தினோ ஜெனிடிக் கிளிவேஜ் எனப்படும் கோளாறு ஏற்படும்.

கருத்தரிக்காத நிலையில், கரு முட்டையை எடுத்து கருப் பையில் பதியம் செய்துவிட்டால், இயல்பான கருத்தரிப்பை உண்டாக்காது. இதைத் தவிர்ப்பதற்காக, கரு முட்டையுடன் விந்தணு கலந்த பிறகு, 24 முதல் 30 மணி நேரத்தில் பரி சோதிக்க வேண்டும். சுமார் 48 மணி நேரத்தில், சினை முட்டை இரண்டு முதல் நான்கு செல் நிலையை அடையும்.

கருப்பைக்குள் கரு உயிர் மாற்றப்படுவதற்கு முன், அது இயல்பாக உள்ளதா என்பதைச் சோதித்து, அதில் திருப்தி இல்லாவிட்டால், 24 மணி நேரத்துக்குப் பிறகு அதை மாற்ற வேண்டி இருக்கும். கரு உயிர் சரியாக வளரவில்லை, குறை யோடு இருக்கும் என்பது தெரியவந்தால், அதை நீக்கிவிட்டு, அடுத்த முறை முட்டை உருவாகும்வரை காத்திருக்க வேண்டும்.

அதன்பிறகு கருவாக்கம் செய்து, கருப்பைக்கு மாற்றத் தயாராக இருக்க வேண்டும்.

7. கரு உயிரைக் கருப்பைக்கு மாற்றுதல்

ஆய்வகத்தில் உருவாக்கி வளர்க்கப்பட்ட கரு உயிரைக் கருப்பைக்குள் செலுத்தும்போது, ஒரு மெல்லிய பிளாஸ்டிக் குழாய்க்குள் சிறிதளவு கரு வளர்ப்புத் திரவத்தை ஊற்றி,

அதில் கருவாக்கம் செய்யப்பட்ட ஒரு முட்டைகளை மிகவும் எச்சரிக்கையாகவும், பாதுகாப்பாகவும் விட்டு, ஜாக்கிரதை யாக கருப்பைக் கழுத்துப் பகுதி வழியாக அந்தக் குழாயைக் கருப்பைக்குள் செலுத்த வேண்டும்.

கருப்பைக்குள் கருவைப் பதியம் செய்யும்போது, பெண்ணை மல்லாக்காகவும், வசதியாகவும் படுக்கவைத்து, பிளாஸ்டிக் குழாயை பிறப்பு உறுப்பு வழியாகக் கருப்பைக்குள் அனுப்ப வேண்டும். கரு பதிந்து வளர்வதற்கேற்ற சிகிச்சைகளையும் உடன் செய்ய வேண்டும்.

பதியம் செய்வதெல்லாம் மிகவும் சுபலமானதாக இருக்கும். ஆனால், பதியமிடும் செயலில் முழு வெற்றி அடைவது மிகவும் கடினமான செயல். எச்சரிக்கையாகச் செயல்படா விட்டால், கருவாக்கம் வெற்றிகரமாக அமையாது.

இவற்றையெல்லாம் கருத்தில் கொண்டுதான், முதலிலேயே 10 முதல் 15 முட்டைகளைச் சேகரித்து, அவற்றுடன் உயி ரணுக்களை இணையவிட்டுக் கருவுறச் செய்து, அவற்றுள் மிகவும் திறனுள்ள ஒன்றுக்கும் மேற்பட்ட கரு உயிர்களைப் பதியம் செய்துவிட்டு, மீதியைப் பத்திரமாகப் பாதுகாத்து வைத்துவிடுகிறோம். அரிதாக, முதல் முறை கரு உயிர்கள் அழிய நேர்ந்தாலும், நாங்கள் பாதுகாப்புடன் வைத்துள்ள கரு உயிர்களைப் பதியம் செய்து, பிரச்னை இல்லாமல் கருத்தரிக்கும் வாய்ப்பை உண்டாக்குகிறோம்.

8. கர்ப்பப் பரிசோதனை

பத்திரமாகப் பதியம் செய்துவிட்ட கரு உயிர், தொடர்ந்து வளர வேண்டுமானால் பல விஷயங்களைக் கவனத்தில் கொள்ள வேண்டும்.

பதியம் செய்த பிறகு, மாதவிலக்கு நிகழ்ந்துவிடக்கூடிய நிலை உண்டானால், பதியம் செய்யப்பட்ட கரு உயிர்கள் வெளித் தள்ளப்பட்டு அழியலாம். கரு உயிர்கள் சரியாக வளராமல் போகலாம். இந்தப் பிரச்னைகள் வராமல் தடுக்க, சிறுநீர்ப் பரிசோதனை செய்தல், கரு வெளித் தள்ளப் படாமல், பதியமாகச் சிகிச்சை மற்றும் தொடர்ச்சியான மைக்ரோஸ்கோப் பரிசோதனை ஆகியவை முக்கியம்.

இவ்வளவையும் மேற்கொண்டால்தான், சோதனைக் குழாய் குழந்தை உருவாக்கத்தை வெற்றிகரமாக நிகழ்ந்த முடியும்.

தற்போது, இதில் பலமுறைகள் நடைமுறைக்கு வந்துள்ளன. அவற்றைப் பற்றி அடுத்து தெரிந்துகொள்ளுங்கள்.

சில நவீன கருவாக்க முறைகள்

சோதனைக் குழாய் கருவாக்க முறையில், தற்போது நவீன முறைகள் அதிகளவில் வந்துவிட்டன. இவையெல்லாம், சோதனைக் குழாய் முறையில், அதிக வெற்றிவாய்ப்புகளை உறுதிசெய்துள்ளன எனலாம். அவற்றில் குறிப்பிடத்தக்க முறைகள்:

ஜி.ஐ.எஃப்.டி.

ஆரோக்கியமான கருக் குழாய்கள் இருந்து, காரணம் கண்டறிய முடியாத குழந்தைப் பேறு இல்லாத நிலை ஏற்பட்டிருந்தாலோ, கருப்பைக் கழுத்து பகுதியில் சுரக்கும் சளிச் சுரப்பு பாதிக்கப்பட்டிருந்தாலோ, உடலுறவுக் குறை பாடுகள் இருந்தாலோ, கருவாக்கம் செய்வதற்கு இந்தப் புதிய முறை பயன்படுகிறது.

கரு முட்டையையும், உயிரணுவையும் உடலுக்கு அப்பால் எடுத்து சோதனை குழாயில் கருவுறச் செய்து, அதன்பிறகு முதிர்ந்த சினை முட்டை நிலையில், கருப்பையில் பதியம் செய்வார்கள். ஜி.ஐ.எஃப்.டி. எனப்படும் புதிய முறையில், முட்டைகளை எடுத்து உயிரணுவோடு இணைத்து, கருக் குழாயில் உடனடியாகப் பதியம்செய்துவிடுகிறார்கள். இதற்கு கேமட் இன்ட்ராபாலோஃபின் டிரான்ஸ்ஃபர் என்று பெயர்.

கருத்தரிப்பதற்கான சூழலை ஏற்படுத்தி, கரு உயிரை உருவாக்கி, அதன்பிறகு கருப்பைக்குள் பொருத்துவதை விட, முட்டைக்குள் கருவணுவைச் செலுத்தி, உடனடியாகக் கருக் குழாயில் பொருத்திவிடும்போது, இயற்கையான சூழலில் கரு உயிர் வளரத் தொடங்கும். அதிலும், ஒன்றுக்கும் மேற்பட்ட சினை முட்டைகளை வைக்கும்போது, வெற்றி வாய்ப்பு மிக அதிகமாக இருக்கும்.

கரு முட்டைகளைத் தூண்டி வெளியிடச் செய்வதற்கு, மருந்துகள் தேவைப்படுவதைப்போல், அவற்றைச் சேகரிக்க

அல்ட்ரா-சவுண்டு தேவையில்லை. லேப்ரோஸ்கோப்பியே போதுமானது. இக்கருவி மூலம்தான், சினைப்படுத்தப்பட்ட முட்டையைக் கருக் குழாயில் வைக்கமுடியும். கரு முட்டையுடன், உயிரணு இணைந்ததை மட்டும் உறுதிசெய்ய முடியுமே தவிர, கரு முட்டை கரு உயிராகி வளர்கிறதா, அதில் குறைகள் தோன்றுமா என்பதைக் கண்டறிய முடியாது. கரு முட்டைகளை வளர்ப்பதற்குப் போதிய வசதி இல்லாத மருத்துவமனைகளில், இந்த முறை அதிகமாகப் பின்பற்றப் படுகிறது.

இசட்.ஐ.எஃப்.டி.

லேபரோஸ்கோப்பி மூலம் கரு உயிரை நேரடியாகக் கருக் குழாயில் பதியம் செய்தல், சைகோட் இன்ட்ரா-ஃபெலோபியன் டிரான்ஸ்ஃபர் என்று பெயர்.

டி.எஸ்.இ.டி.

டியூபல் ஸ்பெர்ம் அண்ட் எக் டிரான்ஸ்ஃபர் எனப்படும் இந்த முறையில், லேப்ரோஸ்கோப்பி கருவியைப் பயன்படுத்தி, கரு உயிரை நேரடியாகக் கருக் குழாயில் பதியம் செய்வார்கள்.

பி.ஆர்.ஓ.எஸ்.டி.

கரு உயிரின் வளர்ச்சி நிலையில், அதைக் கருக் குழாய்க்கு மாற்றும் இதை புரோநியூக்ளியர் ஊசைட் என்பார்கள்.

பி.ஓ.எஸ்.டி.

பெரிடோனியல் ஊசைட் அண்ட் ஸ்பெர்ம் டிரான்ஸ்ஃபர் என்ற இந்த முறையில், கரு முட்டையையும், உயிரணுவையும் வயிற்றுக் குழி வழியாகச் செலுத்த, அங்கிருந்து இவற்றைக் கருக் குழாய் எடுத்துக்கொண்டு கருவாக்கம் செய்யும்.

டி.ஐ.பி.ஐ.

பெண்ணின் பிறப்பு உறுப்புச் சுவரின் வழியாக, ஊசி மூலம் விந்தணுக்களை அடிவயிற்றுப் பகுதிக்குள் செலுத்தும் முறைக்கு, டைரக்ட் இன்ட்ராபெரிடோனியல் ஸ்பெர்ம் இன்ஜெக்ஷன் என்று பெயர்.

டி.யு.எஃப்.டி.

டிரான்ஸ்யூட்ரின் ஃபெலோபியன் டிரான்ஸ்பர் முறையில், உயிரணுக்களையும், முட்டைகளையும் ஒரு மெல்லிய கத்தீட்டர் குழாயில் கலந்து, பெண்ணுறுப்பு வழியாகச் செலுத்துவார்கள். தாம்பத்ய உறவு மூலம் கருத்தரிக்கச் செய்ய இயலாத கணவரை உடைய பெண்களுக்கு இந்த முறை மேற்கொள்ளப்படுகிறது.

டி.ஓ.டி.

கரு முட்டையையும், உயிரணுவையும் நேரடியாகக் கருப் பைக்குள் செலுத்துதவற்கு, டைரக்ட் ஊசைட் டிரான்ஸ்ஃபர் என்று பெயர்.

வி.இ.எஸ்.டி.

வஜைனல் எக் அண்ட் ஸ்பெர்ம் டிரான்ஸ்ஃபர் என்ற இந்த முறையில், சிறுகுழாயில் கரு முட்டையையும், உயிரணுக் களையும் சேகரித்து, பெண்ணின் பிறப்பு உறுப்பு வழியாக அனுப்பிவிடுவார்கள். அங்கே அடைகாக்கப்பட்டு கரு உயிராக மாறும் என்கிறார்கள்.

எஸ்.எச்.ஐ.எஃப்.டி

சின்க்ரனைஸ்டு ஹிஸ்ட்ராஸ்கோப்பிக் இன்ட்ரா-ஃபெலோ பியன் டிரான்ஸ்ஃபர் எனப்படும் இந்த முறையில், கருப்பை சோதனைக் கருவியான ஹிஸ்ட்ராஸ்கோப்பி மூலம், கருப்பை வழியாக கருக் குழாய்க்கு விந்தணுக்கள் செலுத்தப் படுகின்றன.

லேசர் உதவியுடன் கருத்தரித்தல்

கரு முட்டையின் வெளிப்புறச் சுவரைக்கூட உடைக்கமுடியாத அளவுக்கு, வீரியம் குறைந்த உயிரணுக்கள் சிலருக்கு இருக்கும் என்று முன்னரே பார்த்தோம்.

முட்டைக்கு இந்தச் சுவர் பலவிதங்களிலும் பாதுகாப்பு அளிக் கிறது. அவற்றில் சிலவற்றில் சில,

★ விந்தணுவை ஏற்று கருத்தரிப்புக்கு உதவுவது,

- ★ ஒரு விந்தணு உள்ளே நுழைந்தவுடன், கரு முட்டைக்குள் மற்ற விந்தணுக்கள் நுழையாமல் தடுப்பது,
- ★ பாக்டீரியாக்கள், வைரஸ்கள் போன்றவற்றிடம் இருந்து கரு முட்டையைப் பாதுகாப்பது,
- ★ கருக் குழாயில் இருந்து கருப்பைக்குக் கருவைக் கொண்டுவருவது...

ஆனால், கருவுற்ற செல் 2, 4, 8, 16, 32 எனப் பெருகி, நூற்றுக்கு மேற்பட்ட செல்கள் உள்ள நிலையை அடைந்தவுடன், ஐந்தாவது நாள், கரு உயிர் சுவரை உடைத்துக்கொண்டு வெளியேறி கருப்பையில் ஒட்டிக்கொள்கிறது. பிறகு இது குழந்தையாக வளர்கிறது. இதெல்லாம் இயல்பாக நடைபெறக்கூடியவை.

கருவின் சுவர் உடையாமல் இருந்து, கருவானது கருப்பையில் ஒட்டாமல்போவதைத் தவிர்ப்பதற்கு லேசர் மூலம் கருவின் வெளிச்சுவரைச் சிறிது குறைத்து, கரு உயிரை வளரச் செய்யலாம். இதன் மூலம், பத்து சதவீதம்வரை மட்டுமே இருந்த கருத்தரிப்பதற்கான வாய்ப்பு, ஐம்பது சதவீதம்வரை உயர்ந்துவிடும்.

விந்து நாளம் எனப்படும் வாஸ்டிஃபெரன்ஸ் பாதிக்கப்பட்டு அல்லது அடைபட்ட நிலையில் இருக்கும்போது, எபிடைடமிஸ் என்ற விரைமேவியில், ஊசி செலுத்தி அணுக்களை அதன் மூலமாக உறிஞ்சி எடுத்து, முட்டையோடு சேர்த்துக் கருத்தரிக்கச் செய்யும் முயற்சியை மேற்கொள்கிறார்கள்.

சில ஆண்களுடைய விந்தணுக்கள் நகரும் தன்மை குறைந்து அல்லது இழந்துவிட்டிருக்கும். இந்தநிலையில், உயிரணுக்களால் முட்டையின் மேல் அடுக்கைத் துளைக்க முடியாது. இவ்வளவு பலவீனமான அணுக்களையும் கருத்தரிப்புக்கு ஏற்றதாகச் செய்யும் வகையில், முட்டையின் மேல் அடுக்கான ஜோனாவின் மீது ரசாயனக் கலவையைச் செலுத்தி அதைக் கரைத்து, முட்டைக்குள் உயிரணு நுழையச் செய்கிறார்கள். எந்த முயற்சியுமே இல்லாமல், கரு முட்டைக்குள் நுழைந்த உயிரணு, ஆரோக்கியமான கரு உயிராக வளருமா என்பதை அறிவதற்காக, சினை முட்டை பதினாறு செல் நிலைகள் இருக்கும்போது, அதைப் பரிசோதித்துப் பார்க்கிறார்கள்.

இவ்வாறு, முட்டையின் மேல் உறையைக் கரைக்கும்போது, அதன் மீது நோய்க் கிருமிகள் தொற்றி, முட்டை சிதைவுற நேரிடலாம். கரு உயிராக்கப்பட்ட சினை முட்டை, சீரழிந்து விடலாம் என்ற நிலை ஏற்படாமல் தடுப்பதற்காக, கரு முட்டையின் மேல் உறையில் சிறிய அளவில் துளைபோடும் முறை தற்போது நடைமுறையில் உள்ளது. லேசர் கருவியைப் பயன்படுத்தி, முட்டையில் விந்தணு நுழையும் அளவுக்குத் துளை செய்து அதன் வழியே உள்ளே அனுப்பலாம். இதனால், பாதுகாப்பான முறையில் உயிரணு உள்ளே சென்று கரு உயிராக மாறும்.

கண்ணுக்குத் தெரியாத கரு முட்டையைத் துளையிட்டு, அதனுள் ஊசி மூலம் உயிரணுவைச் செலுத்தும் முறைக்காக, அதி நவீன மைக்ரோஸ்கோப் கருவி பயன்படுத்தப்படுகிறது. மைக்ரோஸ்கோப்பின் அடியில் முட்டையை வைத்து, பிப்பெட் எனப்படும் மிக மெல்லிய கருவியால் பிடித்துக் கொண்டு முட்டையைத் துளையிட்டு, ஒரே ஒரு உயிரணு உள்ளே செலுத்தப்பட்டு கருத்தரிக்க வைக்கப்படுகிறது.

கிரையோபிரசர்வேஷன்

சோதனைக் குழாய் கருவாக்கம் நடைபெற்றுக்கொண்டு இருக்கும் நிலையில், இன்றோ நாளையோ அதைக் கருப் பையில் பதியம் செய்யத் தயாராக இருக்கிறார்கள் என வைத்துக்கொள்ளுங்கள்.

திடீரென, பெண்ணுக்கு ஏதோ உடல்நலக் கோளாறு ஏற்பட்டுவிட்டது அல்லது மிக அவசரமாக வெளியூர் செல்ல வேண்டிய சூழ்நிலை வந்துவிட்டது. திரும்பி வர, வாரங் களோ மாதங்களோ ஆகும் என்ற நிலையில் என்ன செய்வது?

கருவாக்கம் செய்யப்பட்ட சினை முட்டையை, அதனுள் இருக்கும் கரு உயிரோடு, திரவ நைட்ரஜனில் மைனஸ் 196 டிகிரி வெப்பத்தில் உறையவைத்துவிட்டால் போதும். எப்போது வேண்டுமானாலும் பயன்படுத்திக்கொள்ளலாம்.

எத்தனை நூறு ஆண்டுகள் கழித்து வேண்டுமானாலும், மீண்டும் எடுத்துப் பயன்படுத்தலாம் என்றால் பார்த்துக் கொள்ளுங்கள்.

கரு உயிரை உறையவைக்கும் இந்த முறைக்கு, கிரையோ பிரசர்வேஷன் என்று பெயர். இந்த முறையில், பாதுகாக்கப் பட்ட கரு உயிரை ஐம்பதாண்டுகளுக்குப் பிறகும்கூட வேறு யாருக்கேனும் பொருத்தி குழந்தையை உருவாக்கலாம்.

உறைநிலையில், திரவ நைட்ரஜன் உறைந்து பனிக்கட்டியாக மாறிவிடும்போது, சினைமுட்டை அதில் ஒட்டிக்கொள்ளும் அல்லவா? இதை மீண்டும் இயல்பு நிலைக்குக் கொண்டு வரும்போது, முட்டை தனித்தனியாகப் பிய்த்துக்கொள்ள நேரும். இல்லாவிட்டால், அதில் குரோமோசோம் குறைபாடு கள் தோன்றும் என்பதைத் தவிர்க்க, பல்வேறு ரசாயனங் களைத் திரவ நைட்ரஜனுடன் கலந்து, அதில் சினை முட்டையைப் பாதுகாப்பாக வைப்பார்கள். எவ்வளவு உறை நிலை ஏற்பட்டாலும், முட்டையைச் சுற்றி லேசான இடை வெளி இருப்பதால் அதற்குப் பாதிப்பு ஏதும் நிகழாது.

பெரும்பாலும், சோதனைக் குழாய் கருவாக்கத்தின்போது இந்த முறையைப் பயன்படுத்தி, ஒன்றுக்கு மேற்பட்ட சினை முட்டைகளைத் தயார் செய்து, உபரியாகப் பாதுகாத்து வைத்துக்கொள்ள முடிவதால், கருப்பையில் ஒருமுறை பதியம் செய்யப்பட்ட கரு உயிர் அழிந்துபோனாலும், பாது காக்கப்பட்ட கரு உயிரைப் பொருத்தி மீண்டும் கருத்தரிப்பை உண்டாக்கலாம்.

இந்த உறைவித்தல் செயலால் பல நன்மைகள் உண்டு. திருமணம் செய்துகொண்ட தம்பதியர், இவ்வாறு சினை முட்டைகளை உருவாக்கிப் பாதுகாத்து வைத்துக்கொண்டால், தேவைப்படும்போது, கருத்தரிப்புக்காக இதைப் பயன்படுத்த முடியும். எந்த விதத்திலும், குழந்தைப் பேறு வாய்க்க இயலாத வருக்குக் கரு உயிரைத் தானமாகக் கொடுக்கலாம்.

கருப்பைப் புற்றுநோய், ஃபைப்ராய்ட்ஸ் கழலைகள் இருந் தால், அவற்றை அகற்ற திசுச் சுரண்டல் செய்த பிறகு, கருத் தரிப்பு இயல்பாக நடக்குமோ நடக்காதோ என்ற சந்தேகம் இருந்தால், முன்கூட்டியே கரு உயிரை உண்டாக்கி, பாதுகாப் பாக உறைய வைத்துக்கொள்ளலாம்.

முட்டை உருவாகும் வாய்ப்பை இழக்க நேரிடும் சூழல்கள் இருந்தால், முன்னெச்சரிக்கையாக கரு உயிரைப் பாதுகாத்து வைத்துக்கொள்ளலாம்.

புற்று நோய்ச் சிகிச்சை பெறும் நிலையில், சினை முட்டையை உறையவைத்துக்கொண்டு, பிறகு கருத்தரிப்பை உண்டாக்கிக் கொள்ளலாம்.

நாற்பது வயதுக்கு மேற்பட்டவர்களுக்கு, ஒரே முறையில் சோதனைக் குழாய் முறை வெற்றி அடையாமல் போகலாம். இந்த நிலையில், கருவுயிரை உபரியாக எடுத்து வைத்திருந்து பயன்படுத்தலாம்.

கருப்பை தானம் அளிப்பவரின் கருப்பையில், கரு உயிரைப் பொறுத்தி வளரச்செய்து, 3 மாதத்துக்குப் பிறகு மாற்றிக் கொள்ளலாம்.

குளோனிங்

குளோனிங் என்பது ஒரே மாதிரியாக இன்னொரு மனிதரை உருவாக்குவதாகும். ஸ்டெம் செல்லை எடுத்து அதைக் கரு உயிராக மாற்றி, எடுக்கப்பட்ட மனிதனைப் போன்று அச்சாக குழந்தையாக்குவதுதான் குளோனிங்.

இந்த முறையில் உள்ள சிறப்பு என்னவென்றால், ஓர் உயிர் தோன்றுவதற்கு ஒரு முட்டையும், ஓர் உயிரணுவும் தேவை என்ற நியதி மாறி, ஒரு கரு முட்டையை மட்டும் வைத்து ஒரு குழந்தையை உருவாக்க முடியும் என்பதுதான். மனித உடலில் இருந்து எடுத்த செல்லை கருவாக மாற்றமுடியும். கருவை வளர்த்து மனிதராக்க முடியும். இதன்மூலம், விந்தணு இல்லாமலேயே ஒரு மனிதனை உருவாக்கலாம் என்பது நிரூபிக்கப்பட்டுள்ளது.

இவையெல்லாம், சோதனைக் குழாய் கருவாக்கத்தைப் போல் செய்யப்படும் பிற கருவாக்க வகைகள் என்றாலும், பல டாக்டர்கள், இவற்றையும் தங்கள் வசதிக்கேற்பப் பயன் படுத்துகிறார்கள்.

19

மரபணுப் பிரச்னைகளுக்குத் தீர்வு – இக்சி

சோதனைக் குழாய் கருவாக்க முறையில், தற்போது நடைமுறைக்கு வந்துள்ள புதிய தொழில் நுட்பம்தான் இக்சி என்பது.

மரபு வழியாக, தாத்தா - பாட்டி - அப்பா - அம்மா - பிள்ளைகள் - ரத்த சொந்தம் என கடத்தப்படும் பரம்பரை நோய்களால், ஏற்கெனவே குறைபாடு உள்ள குழந்தை பெற்றவர்கள் அல்லது பிறக்க வாய்ப்பு இருக்கலாம் என்று சந்தேகப்படுபவர்கள், மருத்துவ விழிப்புணர்ச்சி உள்ளோர் இந்த முறையை நாடுகிறார்கள். இயல்பாகக் குழந்தை பெறும் வாய்ப்பு உள்ள தம்பதியர்கூட, இக்சி முறை மூலம் குழந்தை பெற விரும்புகிறார்கள்.

தண்டுவடப் பிளவு நோய்கள், எலும்புக் குருத்து வளர்ச்சிக் குறைபாடு, பாண்டு எனப்படும் வெளுப்பு நோய், வைட்டமின்-டி குறைபாடு நோய்கள், ரத்தம் உறைவதில் சிக்கல் உண்டாகும் ஹீமோஃபீலியா என்ற நோய், நிறக்குருடு, குழந்தையிலேயே வரும் காமாலை நோய், மந்த புத்தி, பரம்பரை வழுக்கை, சிறிய தலை, வெளிச்சத்தைப் பார்க்க முடியாமை, வலிப்பு நோய், ஒவ்வாமை, முகக் கோணல்கள், பிளவுக்

குறைபாடுகள், இதயம் மற்றும் நாளம் சார்ந்த நோய்கள் போன்றவை, பரம்பரை பரம்பரையாகக் குழந்தைகளுக்குக் கடத்தப்படுகின்றன.

பரம்பரைக் காரணங்கள் தவிர்த்து, சுற்றுச் சூழல்களால் பாதிக்கப்பட்டவர்கள், அதிகமான மது மற்றும் புகைப் பிடிப்பதால் பாதிக்கப்பட்ட கருவணு உள்ளவர்களின் மனைவியர், வாழ்க்கை முறையில் மாற்றம் உள்ளவர்கள், தாம் கருத்தரித்து பாதிப்புடன் கூடிய குழந்தையைப் பெறுவதை விட, இக்சி முறையில் குழந்தை பெற்றுக்கொள்ளலாம் என நினைத்து சிகிச்சைக்கு வருகிறார்கள்.

இது மட்டுமல்ல, இக்சியின் இன்னொரு முக்கிய சிறப்பம்சம், உயிரணுக்கள் உற்பத்தி குறைவாக உள்ள ஆண்களுக்கும் குழந்தைப் பேறை நிச்சயம் ஏற்படுத்த முடியும் என்பதுதான்.

ஆணின் விந்தில் இருபது மில்லியன் உயிரணுக்கள் இருந்தாலே கருத்தரிப்பை உண்டாக்க முடியும் என்று உலக நல அமைப்பு கூறியுள்ளது.

ஆனால், வெளியாகும் உயிரணுக்களில் சுமார் 70 சதவீதத்துக்கும் மேலான உயிரணுக்கள் உயிருடன் இருந்தால்தான் கருத்தரிப்பை உண்டாக்க முடியும். அவற்றுள் 50 சதவீத அணுக்கள் ஊர்ந்து செல்லக்கூடியவையாகவும், 30 சதவீத அணுக்கள் குறைபாடு இல்லாமலும் இருந்தால்கூட போதுமானது.

ஆனால், இக்சி முறையில் கருவாக்கம் செய்துகொள்ள இந்த எண்ணிக்கை அவசியம் இல்லை என்றாகிவிட்டது.

பொதுவாக, பரிசோதனையில் சேகரிக்கப்படும் உயிரணுக்களை வைத்து பெண்ணைக் கருத்தரிக்கச் செய்யவேண்டுமானால், நேரடியாகக் கருப்பைக்குள் ஊசி மூலம் விந்துவைச் செலுத்துவதற்குப் பத்து முதல் இருபது லட்சம் உயிரணுக்கள் தேவைப்படும். இது செயற்கை விந்தேற்றம் செய்யும் முறை.

சோதனைக் குழாய் முறையில், ஒன்றுக்கு மேற்பட்ட கரு முட்டைகளைக் கருத்தரிக்கவேண்டி இருப்பதால், ஒரு முட்டைக்குச் சுமார் ஒரு லட்சம் தரமான உயிரணுக்கள் வீதம், ஐந்து முதல் பத்து லட்சம் உயிரணுக்கள் தேவைப்படும்.

இக்சி எனப்படும் நவீன முறை இதற்கு மாறானது. ஐந்து லட்சத்துக்கும் குறைவான அணுக்களை உடையவர்கள், விந்தணுக்கள் நலிவுற்ற நிலையில் இருப்பார்கள், ஊர்ந்து செல்லும் திறன் இழந்த 40 சதவீதத்துக்கும் அதிகமான உயிரணுக்களை உடையவர்கள், குறைபாடான தோற்றம் கொண்ட உயிரணுக்களை உடையவர்களுக்கு இந்த முறை நல்ல பலன் தரக்கூடியது.

இக்சி என்ற இந்த சிகிச்சைக்காக, உயிரணுக்களைத் தனியே பிரித்து, தரமான உயிரணுவை எடுத்து இடுக்கி போன்ற மிகச்சிறிய கருவியால் பிடித்து மைக்ராஸ்கோப் உதவியுடன் முட்டையின் உள்ளே உள்ள சைட்டோபிளாசத்தில் கலக்கச் செய்வார்கள். இந்த முறையில், வெற்றி வாய்ப்பு 85 சதவீதம் வரை உள்ளது.

பெண்ணுக்கு, மருந்துகளின் உதவியோடு முட்டை வெளிப் படுவதைத் தூண்டி முட்டையைச் சேகரித்துக் கொண்ட பிறகுதான், இக்சி முறையில் உயிரணுவைச் செலுத்துவார்கள்.

ஒருவருக்கு விந்தணுக்களே இல்லை என்றாலும், விந்தணுக் கள் உற்பத்தியாகும் இடத்தில் உள்ள தசையில் பயாப்சி செய்து, ஒரே ஒரு விந்தணு கிடைத்தால்கூட போதும், இல்லாவிட்டால் அதன் தலைப்பகுதியான அக்ரோசோம் மட்டும் கிடைத்தாலும் போதும். அதைப் பக்குவமாக எடுத்து, பிறகு முட்டைக்குள் நுண்ணிய துளையிட்டு அதன் வழியாக விந்தணுவைச் செலுத்தி கருவாக்கம் செய்து குழந்தைப் பேறை உண்டாக்கலாம். சினைமுட்டை நிலை யிலேயே அதன் தன்மையை அறியலாம்.

யாருக்கு இக்சி சிகிச்சை அளிக்கப்படுகிறது?

இவர்களுக்குத்தான் அளிக்கப்பட வேண்டும் என்ற கட்டாயம் எதுவும் கிடையாது. குறிப்பாக, யார் யார் இதை மேற்கொள்ள வேண்டும் என்றால், ஆணுக்குத் தீவிரமான மலட்டுத் தன்மை இருந்தும், பிறருடைய உயிரணுவைத் தானமாகப் பெற்று பயன்படுத்த விரும்பாதபோது, ஒரு மில்லி லிட்டர் விந்துத் திரவத்தில் 15 முதல் 20 மில்லியனுக்கும் குறைவான அணுக் களும், அவை ஊர்ந்துெ சல்லும் திறன் 35 சதவீதத்துக்கும் குறைவாக இருந்தால், சோதனைக் குழாய் முறையை

மேற்கொண்டும் பலன் அளிக்காத நிலையில் அல்லது முட்டை முதிர்வது குறைந்த எண்ணிக்கையில் இருந்தால், முட்டை சேகரிக்கும்போது மிகக்குறைவான முட்டைகளே உருவாகும் நிலை இருந்தால், ஐந்தாறு முட்டைகளுக்கும் கீழ் இருந்தால் இக்சி முறையில் கருவாக்கம் செய்துகொள்ளலாம்.

இக்சி எவ்வாறு மேற்கொள்ளப்படுகிறது?

முதிர்ந்த முட்டை, பிப்பெட் என்ற கருவியின் மூலம் பத்திர மாக பிடித்துக்கொள்ளப்படுகிறது. ஒரு தனி உயிரணுவை அசையாமல் பிடித்துக்கொள்ளும் வகையில், மிக நுண்ணிய ஊசி பயன்படுத்தப்பட்டு உயிரணு பிடிக்கப்படுகிறது.

முட்டையின் மேல் அடுக்கான ஜோனாவின் உள்ளே, ஊசி வழியாகப் பிடிக்கப்பட்ட உயிரணு செலுத்தப்படுகிறது. செலுத்தப்பட்ட உயிரணுவின் வால் பகுதி உள்ளே செல்லா மல் ஊசியின் முனையில் நின்றுவிடுவதை மருத்துவர் உன்னிப்பாகக் கவனித்துத் தெரிந்துகொள்கிறார். ஊசி மெது வாக முட்டையில் இருந்து அகற்றப்படுகிறது. இயல்பாகக் கருத்தரிப்பு நிகழ்ந்திருக்கிறதா என்பதை அறிவதற்காக, முட்டைகள் மறுநாள் சோதிக்கப்படுகின்றன.

வெற்றி வாய்ப்பு எப்படி?

சோதனைக் குழாய் முறையில் கருவாக்கம் மேற்கொள்ளும் போது, இக்சிமுறையைப் பயன்படுத்தினால் வெற்றி வாய்ப்பு 65 முதல் 85 சதவீதம் வரை அதிகரிக்கிறது.

ஆணுக்கு மலட்டுத்தன்மை அதிகமாக இருக்கும்போது, பெண்ணின் முட்டையானது முதிர்ந்து தரமானதாக இருக்க வேண்டும். 40 வயதாகி முதிர்ந்த பெண்ணாக இருந்தால், முட்டை தரமானதாக இருக்க வாய்ப்பு குறைவு. எனவே, முட்டை தரும்பெண்மணி, இளம் பெண்ணாக இருப்பது நல்லது.

இவற்றோடு, இக்சியைக் கையாளும் மருத்துவரின் திறன், நிபுணத்துவம், ஆய்வக வசதிகள், கருவாக்கம் செய்த பின் கருவூட்டல் செய்யும் நிபுணரின் திறன், ஆகியவற்றைப் பொறுத்தே வெற்றி வாய்ப்பு அமையும். சில நேரங்களில் அசிஸ்டட் ஹாட்சிங் என்ற லேசர் முறையும் கையாளப்படும்.

பி.ஜி.டி. பரிசோதனை

சோதனைக் குழாய் முறையில் கருவாக்கம் செய்யப்பட்ட பிறகு, கருப்பையில் கருவைப் பதியம் செய்வதற்கு முன்பான சோதனை இது. மரபியல் குறைகள், மற்ற குறைகள் எதுவும் இல்லாமல், குழந்தை நன்றாகப் பிறக்க வேண்டும் என்பதற்காக, வந்துள்ள அதிநவீன பரிசோதனை முறை இது. பரம்பரைக் கோளாறுகளைக் கண்டறிவதற்காக வந்தள்ள இந்த அதிநவீன முறை, பரம்பரைக் குறைபாடு உள்ள தம்பதிகளுக்கு வரப்பிரசாதமாக அமைந்துள்ளது.

முதலில், முட்டையைத் தூண்டும் மருந்துகள் கொடுக்கப்பட்டு சினைப்பையைத் தூண்டி முட்டை வெளியிடச் செய்யப்படும். அதன்பிறகு, அதை உயிரணுவோடு இணைந்து சோதனைக் குழாய் முறையில் கருத்தரிப்பு செய்து, ஆய்வுக்கூடத்தில் பாதுகாத்துவைத்து அதைச் சுத்தம் செய்வார்கள்.

இரண்டு மூன்று நாள்களில், அது எட்டு செல்களாகும் நிலையில், அதில் இருந்து ஓரிரு செல்களை எடுத்து, மீண்டும் அதை கரு வளர்ப்புத் திரவத்தில் வைத்துவிடுவார்கள்.

இந்தச் சினை முட்டை, இரண்டு நான்கு எட்டு எனப் பிரியும் போதே, அதில் இருந்து செல்லை எடுத்துப் பரிசோதிக்க வேண்டும். ஏன் பரிசோதிக்க வேண்டும் என்ற கேள்வி வருகிறதா?

நமது உடலின் ஒவ்வொரு செல்லிலும் 23 ஜோடி குரோமோசோம்கள் உள்ளன. இவை தாயிடம் இருந்து 23, தந்தையிடம் இருந்து 23 என வந்தவை. இவற்றுள், 22 குரோமோசோம்கள் ஆட்டோசோம் எனப்படும் மரபுப் பண்புகளையும், ஒரு குரோமோசோம், ஆணா? பெண்ணா? என்பதையும் தீர்மானிக்கின்றன.

இந்த இரண்டு வகையான மரபுப் பண்புகளும் எப்போதும் ஒன்றாக அமைந்துவிடாது. ஒன்று அதிகமாகியும், இன்னொன்று குறைந்தும் காணப்படும். அதிகமாக இருப்பதை ஆதிக்கப்பண்பு அல்லது டாமினன்ட் ஜீன் என்றும், ஒடுங்கிக் குறைந்திருப்பதை ரெசெஸ்ஸிவ் ஜீன் என்றும் கூறுவர்கள்.

இதன் அடிப்படையில்தான் குழந்தையின் நிறம், அழகு, உருவ அமைப்பு உள்பட அனைத்துக் காரணிகளும் தாயைப் போன்றோ, தந்தையைப் போன்றோ அமைகின்றன.

குரோமோசோம்களில் குறைபாடுகள் இல்லாவிட்டால் குழந்தை குறைபாட்டுடன் பிறக்காது. எண்ணிக்கைக் குறைபாடு அல்லது அவற்றின் அமைப்பில் குறைபாடு இருந்தால், குறைபாடுகள் தோன்றும். இதில், ஒரே ஜீன் குறைபாட்டின் காரணமாக மட்டும் சுமார் நாலாயிரம் விதமான குறைகள் தோன்றுவதற்காகத் தெரியவந்துள்ளது. ஆதிக்க ஜீன்களின் காரணமாக இதில் பாதி அளவு நோய் களும், ஒடுங்கிய நிலையில் உள்ள ஜீன்களின் காரணமாகவும், பாலினக் காரணிகளான ஜீன்களின் காரணமாகவும் மற்ற பாதி அளவு நோய்களும் உண்டாகின்றன.

பி.ஜி.டி. பரிசோதனையும், கருவாக்கமும்

இந்தத் தொல்லைகள் எதுவும் வந்துவிடக் கூடாது என்பதற் காக ஆய்வு செய்து அற்புதக் குழந்தையை உருவாக்க வந்திருப்பதுதான் பி.ஜி.டி. பரிசோதனை.

எடுக்கப்பட்ட செல்லை, அதிநவீன மைக்ராஸ்கோப் கருவி யில் வைத்து, அதில் பரம்பரைக் கோளாறுகள், மரபியல் மாற்றங்கள் போன்ற ஏதேனும் இருக்கின்றனவா என்பதை ஆராய்வார்கள். குறைகள் இருப்பது ஆய்வில் தெரிந்தால் சினை முட்டையைப் பதியம் செய்யாமல் அகற்றிவிடுவார் கள். குறைகள் எதுவும் இல்லாமல் ஆரோக்கியமாக இருந் தால், ஆராயப்பட்ட கரு உயிரை எடுத்து கருப்பைக்குள் பதியம் செய்து கரு உயிரை வளர்ப்பார்கள். இவ்வாறு வளர்த்து, ஒரு முழுமையான குழந்தையை உருவாக்கித் தருவார்கள். இந்த முறையில், 100 சதவீதம் வெற்றி சுலப மாகக் கிடைக்கிறது.

பிற பரிசோதனை முறைகள்

இக்சி முறை உள்பட எந்த முறையில் கருவாக்கம் செய் தாலும், அது குழந்தையாக மலரும்போது குறைபாடு வரக் கூடாது என்பதற்காகப் பல்வேறு பரிசோதனைகள் செய் கிறார்கள். அவற்றுள் சில:

பனிக்குடத் துளைப்பு

பனிக்குடத் துளைப்பு மூலம் சிறிதளவு நீரை எடுத்து அதன் மூலம் கருவின் குறைகளை அறிந்து சேதம் உள்ள கருவாக இருந்தால், பத்தொன்பது வாரத்துக்கு முன்னதாக அகற்று வார்கள். இந்த பரிசோதனைக்கு, மிகவும் எச்சரிக்கையுடன் பனிக்குடத்தைத் துளையிட வேண்டும். இல்லாவிட்டால், பனிக்குடம் கிழிந்து அல்லது பனிக்குட நீர் கொட்டி கருக் குழந்தையின் உயிருக்கு ஆபத்து ஏற்படும்.

கருக்கோளகச் சிம்புப் பரிசோதனை

கருவின் வெளிப்புற பனிக்குட அடுக்குப் பகுதியில் இருந்து பரிசோதிப்பார்கள். கருத்தரித்த எட்டாவது வாரத்துக்கு முன்பே இது செய்யப்படும். குரோமோசோம் குறைபாடுகள் உள்பட பல்வேறு குறைபாடுகளை, இந்த முறையில் ஆராய் வதற்கு சுமார் இரண்டு வாரங்களாவது தேவைப்படும். இந்தப் பரிசோதனையை முறையாகச் செய்யாவிட்டால், பிறக்கப் போகும் குழந்தையின் உறுப்புகள் சேதம் அடையலாம்.

அல்ட்ரா-சவுண்டு பரிசோதனை

கருவில் வளரும் குழந்தையின் வளர்ச்சியைத் துல்லியமாகத் தெரிந்துகொள்ள அல்ட்ரா-சவுண்டு பரிசோதனை உதவுகிறது. இதன்மூலம், மூளை சார்ந்த குறைபாடுகள், இதயம் சார்ந்த குறைகள் மற்றும் முதுகுத் தண்டுவடம் சார்ந்த குறைபாடுகள் உள்ளிட்ட பிற குறைபாடுகளையும் கண்டுபிடிக்கலாம்.

கோர்டோசென்டசிஸ் பரிசோதனை

கருவில் உள்ள குழந்தையின் ரத்தத்தில் சிறிதளவு எடுத்துப் பரிசோதிக்கும் முறைக்கு கோர்டோசென்டசிஸ் பரிசோதனை என்று பெயர். இந்தப் பரிசோதனையை மிகவும் திறமையுள்ள மருத்துவரால் மட்டுமே செய்யமுடியும்.

ஃபீட்டோஸ்கோப்பி

கருப்பைக்குள் மிக மெல்லிய தொலைநோக்கியைச் செலுத்தி கருவைப் பரிசோதிப்பதற்கு இந்தக் கருவி பயன்படுத்தப் படுகிறது. கல்லீரல், தோல் நோய்கள் போன்றவற்றை இந்தப் பரிசோதனைகளின் மூலம் கண்டுபிடிக்கலாம்.

ஹார்மோன் மற்றும் ரசாயனப் பரிசோதனை

பெண்ணின் ஹார்மோன் மற்றும் ரசாயனங்களை எடுத்துப் பரிசோதிக்கும் முறையும் உள்ளது. ரத்தப் பரிசோதனையின் மூலம்கூட இதைப் பரிசோதிக்கலாம்.

இப்படிப்பட்ட பரிசோதனைகளை மேற்கொள்வதன் மூலம், நீங்கள் குழந்தை வரம் பெற, அதிலும் குறைபாடுகள் இல்லாத குழந்தை வரம் பெற இயலும்.

20

நம்பிக்கை தரும் தீர்வுகள்: கருமுட்டை – விந்து – கருப்பை தானங்கள்

எல்லாப் பிரச்னைகளுக்குமே தீர்வு கிடைப்பதால், எப்போது வேண்டுமானாலும், எந்தச் சூழ்நிலை இருந்தாலும் குழந்தை பெற்றுக்கொள்ளலாம் என்ற மனப்போக்கு மக்களிடையே அதிகரித்து வருகிறது. இதற்கு மருத்துவ விழிப்புணர்வும் ஒரு காரணம்.

இவர்களது நம்பிக்கையைக் காப்பாற்றும் விதத்தில் தான் சோதனைக் குழாய் குழந்தை, இக்சி என நவீன மருத்துவச் சிகிச்சை முறைகள் வளர்ந்து குளோனிங் வரை வந்திருக்கிறது.

தற்போதைய மாறிவரும் காலநிலையில், வாழ்க்கைச் சூழல், வசதி வாய்ப்புகளைத் தேடிப்போதல், தாதமாக வரும் வாழ்க்கை வெற்றி போன்றவை திருமணத்தையும், அதைத் தொடர்ந்த குழந்தைப் பேறையும் தள்ளிப்போடுகிறது. ஒருவாறாக திரு மணம் நடந்தாலும், பலருக்குக் குழந்தை பெறுவது மட்டும் பெரும்பாடாக இருக்கிறது என்பதை மறுப்பதற்கு இல்லை.

வாலிப நாள்களை எல்லாம் வியாபார நோக்கத்துக் காகச் செலவழித்துவிட்டு, மாதவிலக்கு நிற்கிற அல்லது நின்ற பிறகு தங்களுக்குக் குழந்தைப் பேறு வாய்க்காதா என்று ஏங்குபவர்கள் அதிகம்.

பிறருக்காக வாழ்ந்துவிட்டு, தங்களுக்கென பிற்காலத்தில் வாரிசு வேண்டும் என்ற நோக்கத்தில், குழந்தை பெற்றுக் கொள்பவர்களும் இருக்கத்தான் செய்கிறார்கள்.

இவர்களுள் ஒரு தம்பதியர்தான் அழகப்பன் - பிருந்தா.

இருவருமே உயர் பதவி வகிப்பவர்கள், செல்வாக்கும், சொல்வாக்கும் உள்ளவர்கள், அழகப்பனுக்கு 57 வயது. பிருந்தாவுக்கு 55 வயது. மாதவிலக்கு நின்று பத்து ஆண்டுகள் கழித்த நிலையில்தான், அவர்கள் எங்களுடைய ஆகாஷ் குழந்தையின்மை மையத்துக்கு சிகிச்சைக்காக வந்தார்கள்.

பிருந்தாவைப் பரிசோதித்ததில் உடற்கூறு பிரச்னைகள், ஹார்மோன் சார்ந்த காரணிகள் மட்டுமல்ல, மாதவிலக்கு முற்றிலுமாக நின்றுவிட்ட நிலையில் குழந்தை பெறுவது எவ்வாறு என நினைக்காமல், குழந்தை பெற வந்தார். அவருக்குக் கருவாக்கச் சிகிச்சை அளித்தோம். இரட்டைக் குழந்தைகளைப் பெற்றதோடு, இந்தியாவிலேயே அதிக வயதில் குழந்தை பெற்ற தாய் என்ற பெருமையையும் பெற்றார்.

ஓமன் நாட்டைச் சேர்ந்த சாமியா அலிக்கு கருப்பை இல்லை. ஆனால், குழந்தை பெற்றுக்கொள்ள வேண்டும் என வந்தார். அவரைப் பரிசோதித்தபோது, மிகச்சிறிய அளவில் கருப்பைத் தசை இருந்தது. அவற்றோடு புதிய கருப்பையை உருவாக்கும் முயற்சியில் ஈடுபட்டு, செயற்கைக் கருப்பையை உருவாக்கினோம். பருவ வயதில் இருந்து மாதவிலக்கு ஆகாத அவருக்கு மாத விலக்கு ஏற்படத் தொடங்கியது.

இந்தச் சாதனைகளைப் பற்றி, பத்திரிகை மற்றும் தொலைக் காட்சிகள் மூலம் தெரிந்துகொண்டிருப்பீர்கள்.

இவற்றோடு, முதுமையில் தாய்மை அடைவதில் உள்ள சிக்கல்கள் என்ன என்பதைத் தெரிந்துகொள்ளுங்கள்.

இளம் வயதில் திருமணம் செய்துகொண்டவர்களில், சுமார் ஏழு சதவீதத்தினருக்குக் குழந்தை பெறும் வாய்ப்பு இல்லை என்றும், அதே சமயம் 35 வயதைக் கடந்து திருமணம் செய்யும் பெண்களில் மூன்றில் ஒருவர் குழந்தைப் பேறு

அற்றவர்களாக இருப்பதாகவும் புள்ளி விவரங்கள் கூறுகின்றன. 45 வயதில் திருமணம் செய்பவருக்கு 60 சதவீதம் மலட்டுத் தன்மை ஏற்படுகிறது.

ஏன்?

வயது ஆக ஆக, உடலின் ஆற்றல், கரு உறுப்புகளின் திறன் என எல்லாம் குறைந்துகொண்டு வருவதால், கருத்தரிக்கும் வாய்ப்பும் படிப்படியாகக் குறைய ஆரம்பிக்கிறது.

இந்த நிலையில், உடலில் ஹார்மோன் மாற்றங்கள், உயர் ரத்த அழுத்தம், கருப்பையில் கழலைகள், சினைப்பையின் செயல்திறன் குறைதல், நோய் எதிர்ப்புச் சத்துக் குறைவு, உடல் பருமன், நீரழிவு, ரத்த சோகை போன்ற பல்வேறு பிரச்னைகளைப் பெண்கள் சந்திக்கவேண்டி இருக்கிறது.

இந்த வயதில் உடலுறவுக் குறைபாடுகள் ஏற்படுகின்றன. அதிகமாக உறவுகொள்வதால், கருத்தரிக்கும் வாய்ப்புகள் அதிகம் இருக்கும். ஆனால், வயதாகும்போது இத்தகைய வாய்ப்புகள் குறைவு. உடல் ஒத்துழைக்காது. தாம்பத்யத்தில் விருப்பம் இருக்காது. சமயச் சார்பு உள்ள குடும்பங்களில் மாதத்துக்கு இரண்டு முறை மட்டுமே தாம்பத்ய உறவு கொள்ள வேண்டும் என்ற கட்டுப்பாடுகள் இருக்கின்றன. தவிர, இதற்குமேல் குழந்தை பெற்று என்ன லாபம்? என நினைப்பவர்களும் இருக்கிறார்கள்.

இவை போன்ற காரணங்களால், குழந்தைப் பேறு வாய்ப்பதில் சிக்கல்கள் தோன்றுகின்றன. முக்கியக் குறைபாடுகள் சிலவற்றைப் பார்ப்போம்.

மாதவிலக்குக் குறைபாடுகள்

வயதாகிக்கொண்டே வரும்போது, மாதவிலக்குக் குறைபாடுகள் ஏற்படும். ஹார்மோன் குறைவு காரணமாக, ஒழுங்கற்ற மாதவிலக்கு, அதாவது விட்டுவிட்டு வருதல், சினைப்பையால் கரு முட்டைகளை உருவாக்க முடியாத நிலை போன்றவை ஏற்படுகின்றன. இந்த வயதில், மாதவிலக்கு சரியாக இருந்து, சினைப்பை திறனுடன் இருக்குமானால், குழந்தைப் பேறு வாய்த்துவிடுகிறது.

உடலுறவுக் குறைபாடுகள்

35 வயதுக்கு மேற்பட்ட பெண், பெரும்பாலும் தன்னைவிட மூத்த வயது உள்ளவரையே திருமணம் செய்துகொள்ள நேரிடும். இவருக்கே திறன் குறைவு ஏற்படும்போது, வயது மூத்த ஆணுக்கு திறன் குறைவது பெரிய விஷயம் அல்ல. அவருடைய உயிரணுக்கள் பெரும்பாலும், குரோமோசோம் குறைபாடுகள் கொண்டவையாக, உருவ அமைப்பில் குறை பாடுகள் கொண்டவையாக, எண்ணிக்கை குறைந்தவையாக இருக்கும். இந்த நிலையில், பெண்ணைத் தாயாக்குவது என்பது அரிது. ஒருவேளை, அந்தப் பெண்மணி கருத்தரித்துப் பிள்ளை பெற நேர்ந்தாலும், அந்தக் குழந்தை பல்வேறு பிறவிக் குறைபாடுகள் கொண்டதாக இருக்க நேரிடும்.

கருச் சிதைவுகள்

வயது முதிர்ந்த பெண்களுக்கு, கருப்பை வாய் பலவீனம், ஹார்மோன் காரணங்கள் போன்றவற்றால் அதிக அளவில் கருச் சிதைவு ஏற்படுகிறது. சோதனைக் குழாய் முறையில் கருவாக்கம் செய்தாலும், தரமான கரு உயிர்களை உரு வாக்கும் அளவுக்கு அவர்களுக்கு கரு முட்டைகள் உருவாவ தில்லை. ஒன்றிரண்டு உருவாகி சினை முட்டையாகி கருப்பைக்கு மாற்றப்படும்போது, அதைத் தக்கவைத்துக் கொள்ளும் சக்தி கருப்பைக்கு இருப்பதில்லை.

சுற்றுச் சூழல் காரணிகள், பயணம், மன நிலைகள் போன்றவை இளம் வயதினரைவிட, வயது முதிர்ச்சி அடையும் நிலையில் அதிகப் பாதிப்பை ஏற்படுத்துவதால், கருச் சிதைவுகள் தவிர்க்க இயலாததாகிவிடுகின்றன.

கருப்பைக் கோளாறுகள்

முதிர் வயது பெண்களின் கருப்பையில் நார்த் திசுக் கழலை களான ஃபைப்ராய்டுகள், நீர்க் கழலைகள் போன்றவை அதிகரித்து கருவுறும் வாய்ப்பைக் குறைக்கின்றன. கருப்பை உள்வரிச் சவ்வு இயல்புக்கு மாறாக வளர்ச்சி அடைந்தோ அல்லது வளர்ச்சி குறைந்தோ, இதன் உள்வரி சக்தி இழந்தோ காணப்படுவதால், கரு உயிர்களை அதனால் காப்பாற்ற இயலாமல் போகிறது. இவர்களுடைய கருப்பைக்குப்

போதுமான ரத்த ஓட்டமும் கிடைப்பதில்லை. இந்தக் காரணங்களால் கருவாக்கக் குறையும், கருச் சிதைவும் ஏற்பட அதிக வாய்ப்புகள் உள்ளன.

கருப்பையில் தோன்றும் நார்த் திசுக் கழலைகள், நாற்பது வயதான பெண்களில் மூன்றில் ஒருவருக்கு வருவதாகக் கண்டறியப்பட்டுள்ளது. இவை, கருத்தரிப்பைப் பாதிக்காது என்றாலும், மிகை வளர்ச்சி அடைந்தால் கருச் சிதைவை ஊக்குவிக்கும். கரு வளர்ச்சியைத் தடுக்கும். சில சமயங் களில், கருத்தரிப்பு ஏற்பட்டாலும் தடுக்கும்.

குறை பிரசவமும், பரம்பரைப் பிரச்னைகளும்

வயது முதிர்ந்த பெண்ணின் கரு முட்டைகள் போதுமான திறன் இல்லாத காரணத்தால், அவை கருத்தரித்தாலும் ஒரு குறிப்பிட்ட நாள்களுக்கு மேல் கருப்பையில் வளர்ச்சி அடைய முடியாமல் வெளியேற்றப்படுவதால் குறை பிரசவம் உண்டாகும்.

இளம் வயதில் கருவைச் சுமக்கும் தாயைப்போல் இல்லாமல், முதிய வயதில் கருவைச் சுமக்கும்போது சோர்வு, படபடப்பு போன்ற பிரச்னைகள் அதிகமாக ஏற்படுகின்றன.

பிறக்கும் குழந்தைகளுக்கு, டவுன் சின்ட்ரோம் உள்பட பல்வேறு பிறவிக் குறைபாடுகள் தோன்றுகின்றன. இத்தகைய குறைபாடு உள்ள குழந்தைகளுக்கு, இதயம் சார்ந்த பிரச்னைகள், உதடு அண்ணப் பிளவுக் குறைபாடுகள், மன வளர்ச்சியின்மை, நோய் எதிர்ப்புத் திறன் குறைதல் போன்றவை ஏற்பட்டு, குழந்தைகளின் வாழ்நாள் குறைக்கப் படுகிறது. குழந்தை பிறந்தவுடன் நஞ்சு வெளியேறாத நிலை, அதிக ரத்தப் போக்கு போன்றவையும் இவர்களுக்கு அதிக அளவில் ஏற்படுகின்றன.

முத்துப் பிள்ளை எனப்படும் போலிக் கர்ப்பம், முதிய வயதில் முதல் கர்ப்பத்தைச் சுமக்கும் பெண்களிடம் அதிகமாகக் காணப்படுகிறது.

அதிக ரத்த அழுத்தம், கருப்பைக்குப் போதுமான ரத்த ஓட்டம் இன்மை ஆகிய காரணங்களால், பிறக்கும் குழந்தை இயல்பான எடையுடன் பிறக்காமல், சிறிய குழந்தையாக

அதாவது குறைவான எடையுடன் பிறக்கும். நீரழிவு பாதிப்பு உள்ள பெண்ணுக்கு, அதிக எடையுடன் குழந்தை பிறக்கும். எடை குறைந்த குழந்தைகளைப் பராமரிப்பதிலும் பல்வேறு சிரமங்கள் உண்டாகின்றன.

தவிர,பிரசவக் காலத்திலும் குழந்தை வெளிவருவதில் பல்வேறு சிக்கல்கள் தோன்றுகின்றன. தங்களால் இந்த வலியைத் தாங்க முடியுமா? சரியான பேறாக அமையுமா என்ற மனத்தின் எண்ண ஓட்டங்கள், இயல்பான திறனைக் குறைத்து, பிரசவ வேதனையை அதிகப்படுத்துகின்றன.

முதிர் வயதுப் பெண்கள் பிரசவிக்கும்போது, இடுப்புக் கூட்டுப் பகுதியில் உள்ள எலும்புகளின் விரிந்துகொடுக்கும் தன்மை வெகுவாகக் குறைந்திருப்பதால், சுகப் பிரசவம் நடைபெறுவது அரிதாகிறது. இதனால், சிசேரியன் செய்ய வேண்டிய கட்டாயம் ஏற்படுகிறது.

மேற்கூறிய காரணிகள் அனைத்தும், முதிர் வயதுப் பெண் களைப் பாதிக்கக்கூடியவை என்பது அறிவியல்பூர்வமான உண்மை என்றபோதிலும், நாங்கள் கருவாக்கம் செய்து அத்தகைய பெண்களுக்குக்கூட குழந்தை பிறக்க வைத்திருக் கிறோம்.

நவீன கருவாக்கமும், முதிர் வயதும்

இன்றைய காலகட்டத்தில், பெரும்பாலான பெண்கள் வயதானாலும் குழந்தை பெற்றுக்கொள்ளலாம் என நினைப் பதற்கு முக்கியக் காரணம், நவீன மருத்துவ முறைதான்.

சோதனைக் குழாய் போன்ற முறைகள், வயதான நிலையில் ஹார்மோன் குறைபாடுகள் இருந்தாலும் அவற்றைச் சரி செய்து, கருப்பையின் திறனை அதிகரித்து, குழந்தை பெறும் வாய்ப்பை அதிகப்படுத்துகின்றன. முட்டை இல்லாத நிலையில், சிலர் கரு முட்டை தானம் பெற்று குழந்தை பெற்றுக்கொள்கிறார்கள்.

சோதனைக் குழாய் முறையில், இவர்களுக்கு ஒன்றுக்கு மேற்பட்ட தரமான கரு உயிர்களை இணைத்து கருவாக்கம் செய்யப்படுவதால், பிரச்னைகளே இல்லாமல் இவர்களால் குழந்தை பெற்றுக்கொள்ள முடிகிறது.

பின்பற்ற வேண்டிய ஆலோசனைகள்

35 வயது அல்லது அதற்கு மேற்பட்ட வயதில் கருவாக்கம் செய்துகொள்ள வரும் பெண்கள், முப்பது வயதுக்குக் கீழ் உள்ளவர்களைவிட, மருத்துவரின் ஆலோசனைகளைக் கவனமாகப் பின்பற்ற வேண்டும்.

இவர்கள் மருத்துவச் சிகிச்சையைத் தவறாமல் எடுத்துக் கொள்ள வேண்டும். ஹார்மோன் பரிசோதனை, உடல் வெப்பப் பரிசோதனை, ஹார்மோன் சிகிச்சைகள் என சோதனைக் குழாய் முறையில் மேற்கொள்ள வேண்டிய பரிசோதனைகள் மற்றும் சிகிச்சைகளை முழுமையாகப் பெறுவதற்கு ஒத்துழைப்பு அளிக்க வேண்டும்.

வெற்றிகரமான கருவாக்கம் நடைபெற்றாலும்கூட, கருக் காலம் முழுவதும் மருத்துவரின் கண்காணிப்பின் கீழ் இருக்க வேண்டும்.

நீண்ட தூரம் பயணம் செய்வது, அதிகச் சுமையைத் தூக்குவது, உடலை வருத்தும் செயல்களில் ஈடுபடுவது, மனத்தைப் பாதிக்கும் சம்பவங்களில் தன்னை ஈடுபடுத்திக்கொள்வது போன்ற அனைத்தையும் தவிர்த்து, கரு சிதையும் வாய்ப்பை நீக்கிவிட்டால், முதிர் வயதிலும் அழகான குழந்தையைப் பெற்றெடுக்கலாம்.

குழந்தைப் பேறு வாய்க்காத நிலையில் உள்ள, சோதனைக் குழாய் முறையிலான குழந்தை பெற விரும்பும் பெண்கள், ஆண்கள் அனைவரும், மருத்துவரின் ஆலோசனைகளைப் பின்பற்றி சிகிச்சைக்கு ஒத்துழைப்பு கொடுத்து நடந்து கொள்ளும்போது, நிச்சயமாகக் குழந்தைப் பேறு வாய்க்கும்.

21

தானம் பற்றித் தெரிந்துகொள்ளுங்கள்

ஆண் அல்லது பெண் கருத்தரிக்க சிறிதும் வாய்ப்பு இல்லாமல் போகும்போது, கரு முட்டை, விந்தணு, வாடகைத் தாய் இப்படி ஏதேனும் ஒன்றைப் பெற்று, கருத்தரிப்பு செய்துகொள்ளும் வழக்கம் உலக அளவில் நடைமுறையில் உள்ளது.

பெண்ணுக்குக் கருமுட்டைகள் உருவாகாத நிலையில், வேறு பெண்ணின் கரு முட்டையைத் தானமாகப் பெற்று, தனது கணவரின் உயிரணு மூலம் கருத்தரிக்கச் செய்து அதைத் தன் கருப்பைக்குள் வைத்து வளரச் செய்யலாம். அப்படி இல்லாமல், கணவருக்கு உயிரணுக்களே இல்லாத நிலையில், முகம் தெரியாத, மரபுக் குறைபாடுகள் அற்ற யாரோ ஒருவரின் உயிரணுவைத் தானமாகப் பெற்று, கருப்பைக்குள் வைத்து வளரச் செய்யலாம்.

இந்த முறை, வளர்ந்த நாடுகளில் பரவலாக இருக்கிறது. இங்கும் அங்கொன்றும் இங்கொன்றுமாக நடைபெற்றுக் கொண்டிருக்கிறது.

விந்து தானம்

கணவனுக்கு விந்தணுக்களே உற்பத்தியாக வாய்ப்பு இல்லாதபோது, பிறருடைய விந்தணுக்களைத்

தானமாகப் பெறும் நிலை ஏற்படுகிறது. விந்தணுவைத் தானமாகப் பெறும்போது சில விஷயங்களைக் கவனத்தில் கொள்ள வேண்டும்.

மரபு ரீதியான குறைபாடுகள், தொற்று நோய்கள் போன்றவை இல்லாத நபரிடமிருந்து பெறப்பட்டு, விந்து வங்கிகளில் சேகரித்து வைக்கப்பட்ட விந்தாக இருக்க வேண்டும். தேவைப்படுபவர்கள், குறிப்பிட்ட விந்து வங்கி களை அணுகி தகவல் பெறலாம்.

எப்போது விந்தேற்றம் செய்யலாம் என்பதை அல்ட்ரா-சவுண்டு, ரத்தப் பரிசோதனை போன்ற சோதனைகள் மேற் கொண்டு, சரியான தருணத்தை முடிவு செய்து, கருத்தரிக்கச் செய்கிறார்கள்.

வளர்ந்த நாடுகளில் விந்து தானம் பெறுவோர், தனது மதம், இனம், நிறம் ஆகியவற்றோடு ஒத்துள்ள ஆணின் விந்துவைத் தானமாகப் பெற்று கருவாக்கம் செய்துகொள்கிறார்கள். இன்னும் சிலர், தங்களுக்குத் தெரிந்த நபரின் விந்துவைத் தானமாகப் பெற்று குழந்தை பெற்றுக்கொள்கிறார்கள்.

கரு முட்டை தானம்

சோதனைக் குழாய் முறையில் கருவாக்கம் செய்வதற்காகத் தான் முட்டை தானமாகப் பெற முடியும். வெளியே கரு வாக்கம் செய்து, பிறகு அதை கருப்பைக்குள் பொருத்திக் கொள்ளலாம்.

இந்த முறையில், சினைப்பை முழுவதும் பாதிக்கப்பட்ட நிலையில் இருப்பவர்கள், கரு முட்டை உருவாகாத நிலையை உடைய பெண்கள், தனது சொந்த கரு முட்டைகள் கருத்தரிக்காமல் சிதைந்துபோகும் தன்மை கொண்டவர்கள், பரம்பரைக் குறைபாடு உள்ளவர்கள், முட்டைகளைத் தான மாகப் பெற்று கருத்தரிப்பைச் சாத்தியமாக்கலாம்.

கரு முட்டையைத் தானமாகப் பெறும் பெண்ணின் கருப் பையை, ஹார்மோன்களால் சுமார் மூன்று மாத காலத்துக்குத் தூண்டி அதைச் சீர்படுத்த வேண்டும். அதன்பிறகு, தங்கள் கணவரின் உயிரணுவோடு இணைக்கப்பட்ட வேறொரு பெண்ணின் சினை முட்டையைத் தனது கருப்பையில் பொருத்தச்செய்து கரு உயிரை வளர்க்கலாம்.

மாதவிலக்கு தொடர்ச்சியாக வந்துகொண்டிருக்கும் நிலை உடைய பெண்ணுக்கு, முட்டை தானத்தால்கூட கருத் தரிப்பைத் தக்கவைத்துக்கொள்ள முடியாது.

கரு உயிர் தானம்

கருத்தரிப்பு நிகழ்த்தப்பட்ட பிறகு, தேவை இல்லாமல் அதிகப்படியாக இருக்கும் கரு உயிர்களைப் பெரும்பாலும் ஆராய்ச்சிக்குப் பயன்படுத்துவார்கள். சில மையங்கள், இதையும் தேவைப்படுபவர்களுக்குக் கொடுத்து, அவர் களுக்குக் குழந்தைப் பேறை உண்டாக்குகின்றனர்.

ஒருவிதத்தில், இது தத்துக் கொடுப்பதைப் போன்றதுதான்.

கரு முட்டை தானம் பற்றிய சந்தேகங்கள்

எனது கரு முட்டையை யாருக்குப் பொருத்துகிறார்கள் என்பதைச் சொல்வார்களா?

கண்டிப்பாகச் சொல்வார்கள். இவருடைய குணம் எங்களுக்குப் பிடித்திருக்கிறது. இவருடைய முட்டையைப் பயன்படுத்தினால் நன்றாக இருக்கும் என தானம் பெறுபவர் விரும்பினால், இவரிடம் இருந்து முட்டையைச் சேகரிக் கலாம்.

தகுதி உள்ள தம்பதியரின் கரு முட்டைதான் தானமாகப் பெறப்படுகிறது. தகுதியானவர் என்று நாங்கள் குறிப்பிடுவது இனம், மொழி, மதம், உடலுறவுத் தன்மை போன்றவை. தானம் தரும் படிவத்தில் இவை பற்றிய குறிப்புகள் கேட்கப் பட்டிருக்கும்.

எத்தகையச் சூழல்களில் கரு முட்டைகள் தானமாகப் பெறப் படுவதில்லை?

கருத்தரிக்கும் வாய்ப்பும், கரு நிலைத்திருக்கும் வாய்ப்பும் குறைவாக இருக்கும் என்பதால், வயது முதிர்ந்த பெண் ணிடம் இருந்து பெறப்படும் கரு முட்டையை ஏற்றுக் கொள்வதில்லை.

இரண்டு அல்லது அதற்கு குறைவாக இருந்தால், கரு முட்டையைத் தானமாகப் பெற முடியாது. பரம்பரைக்

குறைபாடு உள்ள குடும்பத்தில் பிறந்தவர்களது கரு முட்டையைத் தானமாகப் பெற முடியாது. தகுதி குறைவான கரு முட்டையைத் தானமாக ஏற்றுக்கொள்ள முடியாது.

நாங்கள் கரு முட்டை தானம் செய்யச் சென்றால், வேறு ஏதாவது பரிசோதனைக்கு உட்படுத்தப்பட நேரிடுமா?

கரு முட்டை தானம் செய்ய விரும்பினால், அதற்கான படிவத்தில் உங்களிடம் சில கேள்விகள் கேட்கப்பட்டு இருக்கும். முட்டை பெறப்படும் சூழலில் ஹெபடைடிஸ் கிருமிகள், எச்.ஐ.வி. மற்றும் பால்வினை நோய்கள் ஏதேனும் உள்ளனவா என்பதை அறிவதற்கான ரத்தப் பரிசோதனை மேற்கொள்ளப்படும். கட்டணம் எதுவும் உங்களிடம் வசூலிக்கப்பட மாட்டாது.

கரு முட்டை தானம் கொடுத்து, அதன் மூலம் பிறக்கும் குழந்தைக்கு நாங்கள் உரிமை கொண்டாடலாமா?

கண்டிப்பாக முடியாது என்பதுதான் சட்ட நடைமுறை.

கரு முட்டை தேவைப்படுவோருக்கு, எனக்கு உருவாகும் எல்லா முட்டைகளையும் கொடுக்க வேண்டுமா?

அப்படியெல்லாம் இல்லை. நல்ல தரமான இரண்டு மூன்று முட்டைகள் எடுப்பார்கள். உங்களுக்குப் பரந்த மனப் பான்மை இருந்தால், அதிகமான சினை முட்டைகளைக்கூட கொடுக்கலாம்.

பெரும்பாலானவர்கள், எதற்காக கரு முட்டையைத் தான மாகப் பெறுகிறார்கள்?

பெரும்பாலானவர்கள், குழந்தை இல்லாதவர்களாக தங்கள் வாழ்நாளைக் கழிக்க விரும்புவதில்லை. அதற்காக, தத்து எடுத்துக்கொள்வதற்கும் விரும்புவதில்லை. தத்து எடுப்பது என்பது அதிக செலவுள்ளதாகவும், யாருக்கோ பிறந்த குழந்தையைத் தான் வளர்ப்பதாகவும் நினைக்கலாம்.

தவிர, பல இடங்களில் சிகிச்சைக்காக அலைந்து நாள்களைச் செலவிட்டு, பலன் இல்லாத நிலைக்குத் தள்ளப்படுவதும் உண்டு. இவற்றைத் தவிர்க்கவும், தங்கள் வயிற்றில் தங்கள்

கணவரின் உயிரணுவைக் கருவாக்கிச் சுமந்து பிறக்கும் குழந்தையை வளர்ப்பதில்தான் முக்கியத்துவம் செலுத்து கிறார்கள். இதனால், தத்து எடுப்பதைவிட கரு முட்டையைத் தானமாகப் பெறுகிறார்கள். கரு முட்டையைத் தானமாகப் பெறுவது, குழந்தையை விரைவாகப் பெற உதவும்.

சோதனைக் குழாய் குழந்தைக்கு, உளவியல் ரீதியான பிரச்னை கள் ஏதேனும் தோன்றுமா?

கரு முட்டை தானம் என்பது புதிய தொழில்நுட்பம். இது வரை, இதுபோன்ற பிரச்னைகள் எதுவும் எழுந்தது இல்லை. இனிமேல் அப்படி ஒரு பிரச்னை வருமா என்பதை ஆய்வுகள் தான் முடிவு செய்ய வேண்டும்.

நான் கரு முட்டை தானம் செய்ய வேண்டும் என்றால் என்ன செய்ய வேண்டும்?

கரு முட்டை தானம் கொடுக்க விரும்பினால், அது பற்றிய விவரங்கள் அடங்கிய கையேட்டைப் பெற்று, அது உங்களுக்கு உடன்பாடு என்றால், அதற்கான ஒப்புதல் படிவத்தில் கையெழுத்திடலாம். உங்கள் கரு முட்டை தேவையான நபருக்குப் பொருத்தப்படும்.

கருவாக்கச் சிகிச்சைக்கு வருவோர், கருவாக்க மருத்துவர் சொல்லும் எல்லாவிதமான ஆலோசனையும் கேட்டு நடக்க வேண்டும். நோய் பற்றித் தெரிந்துகொள்ளவும், அதைக் கட்டுப்படுத்துகிற, தீர்க்கும் வழிகளை அறிந்துகொள்ளவும் வேண்டும். அப்போதுதான், உலகம் வியக்கும் வகையில் உங்களுக்குக் குழந்தைப் பேறு கிடைக்கும்.

குறிப்புகளுக்காக

www.ingramcontent.com/pod-product-compliance
Lightning Source LLC
LaVergne TN
LVHW060425051026
849518LV00002B/319
* 9 7 8 8 1 8 4 9 3 4 7 2 4 *